મામાએ ભાણાને મામો બનાવ્યો

તારક મહેતા

મુખ્ય પ્રાપ્તિસ્થાન
નવભારત સાહિત્ય મંદિર

જૈન દેરાસર પાસે,   ૨૦૨, પેલિકન હાઉસ,   ૧૩૪, પ્રિન્સેસ સ્ટ્રીટ,
ગાંધી રોડ, અમદાવાદ-૧   આશ્રમ રોડ, અમદાવાદ-૯   મુંબઈ - ૪૦૦ ૦૦૨

બુક શેલ્ફ

૧૬, સિટી સેન્ટર, સ્વસ્તિક ચાર રસ્તા પાસે,
સી. જી. રોડ, અમદાવાદ-૯

E-mail : info@navbharatonline.com
Web : www.navbharatonline.com

MAMAA BHANANE MAMO BANAVYO
Collection of Humorus Articles by Tarak Mehta
Navbharat Sahitya Mandir, Ahmedabad

ISBN : 978-81-8440-299-5

પ્રથમ આવૃત્તિ : જુલાઈ, ૨૦૧૧

રૂ. ૧૧૫-૦૦

પ્રકાશક
મહેન્દ્ર પી. શાહ
નવભારત સાહિત્ય મંદિર
દેરાસર પાસે, ગાંધી રોડ
અમદાવાદ ૩૮૦ ૦૦૧
ટેલિ. : (૦૭૯) ૨૨૧૩ ૯૨૫૩, ૨૨૧૩ ૨૯૨૧
E-mail : info@navbharatonline.com
Web : www.navbharatonline.com

ટાઇપ સેટિંગ
પ્રિન્ટ પૉઇન્ટ
અમદાવાદ

મુદ્રક
પ્રિન્ટ કોન
અમદાવાદ

સમયસર લેખ તૈયાર પણ જોઈએ. સાંપ્રત ઘટનાઓ પ્રત્યેની સજાગતા પણ જોઈએ. વળી અગાઉ અપૂર્વ લોકપ્રિય નીવડેલી વજુભાઈની લેખમાળાની જગાએ એ ટકી શકે તેવું પણ લખવાનું હતું. એ અવઢવમાં બીજાં છ વર્ષ નીકળી ગયાં. હરકિસનભાઈનાં ઘોંચપરોણા ચાલુ રહ્યા. છેવટે મને વિચાર આવ્યો. નાટકમાં દર અઠવાડિયે બે-ચાર હજાર પ્રેક્ષકોને હસાવીએ છીએ, તાળીઓ પડાવીએ છીએ પણ જો હાસ્યલેખની ફાવટ આવે તો દર અઠવાડિયે ગુજરાતના ગામે ગામે વાચકોને પહોંચાય. મુંબઈની બહાર પણ લોકો ઓળખતા થાય.

મને એ દિશામાં કલમ અજમાવવાનું મન થયું. 'થૂંકવાની કલા' જેવા વિષયો ઉપર મેં ચારેક ફાલતુ લેખો લખ્યા. મને પોતાને જ મજા ન આવી. મારી હથોટી વાર્તા અને નાટક ઉપર બેસી ગઈ હતી. સ્વ. વજુભાઈ પણ પાત્રપ્રધાન લેખો લખતા અને એ વખણાયા હતા. જો કે મારો સૌથી પ્રિય અંગ્રેજ લેખક પી. જી. વોડહાઉસ હતો. કૉમેડીની એની કારીગરીની મારા ઉપર જબરદસ્ત અસર હતી, બલ્કે હજી પણ છે.

મુંબઈમાં શરૂઆતનાં વર્ષોમાં મારે જુદાં જુદાં ઉપનગરોમાં જુદા જુદા માળાઓમાં રહેવાનું બન્યું હતું અને છેલ્લે જે નવા મકાનમાં સ્થિર થયો એ પણ અદ્યતન માળા જેવું જ હતું. જરા બારીકીથી નિરીક્ષણ કરતાં મને મારા પાડોશી ભોગીલાલમાં આજના જેઠાલાલ અને એમના પુત્ર ટપુનાં લક્ષણ દેખાયાં. માળો જર્જરિત કલ્પ્યો. પછી મકાનનાં કેટલાક હયાત પાત્રો ઉપરાંત મારા અમદાવાદની પોળનાં પાડોશીઓ અને મુંબઈના કેટલાક હાસ્યાસ્પદ ઓળખીતાઓને મારા માળાવાસીઓ તરીકે ઉમેરતો ગયો. જે વિષય પસંદ કરું તે સાંપ્રત હોય અને તેને લગતા બનાવો હકીકતને આધારે નિરૂપણ કરતો અથવા બંધબેસતા પ્રસંગો ઉપજાવતો.

મારા લાંબા ટૂંકા પ્રવાસોના અનુભવો પણ મારા પાત્રો સાથે જોડી દીધા હતા. લેખનમાં સાવ કપોળ-કલ્પિત ઘટનાઓ ભાગ્યે જ ઉપજાવતો. પાયામાં હકીકત રહેતી અને તેથી વાચકો મારી વિશાળ પાત્રસૃષ્ટિ સાથે ઓતપ્રેત થઈ શક્યાં છે. ત્યાં સુધી કે, એની ઉપર આધારિત ટેલીસિરિયલ બિનગુજરાતી દર્શકો અને ગુજરાતી ન વાંચતી આજની ઊગતી પેઢીએ પણ સ્વીકારી છે.

મુખ્ય આભાર તો સ્વ. હરકિસન મહેતાનો માનવો પડે.

યુગ બદલાઈ ગયો છે. મબલક કટારલેખન, ટીવી અને સ્ટેજ માટે પ્રહસનલેખન ચાલે છે.

મારા જેવા હાસ્યલેખકોને એવી તુલનાથી ક્ષોભ થાય છે. આજના મોટા ભાગના હાસ્યલેખકો વાચકો અને પ્રેક્ષકો સુધી પહોંચવા ઇચ્છતા હોય છે અને તેમ કરતાં એકાદ બે પારિતોષિક મળી જાય તો એમને સંતોષ છે.

'દુનિયાને ઊંધા ચશ્મા' મૂળ તો મારું ત્રિઅંકી પ્રહસન હતું. મુંબઈની 'રંગમંચ' સંસ્થા માટે ૧૯૬૩માં મેં એ ડિરેક્ટ કર્યું હતું. મહારાષ્ટ્ર અને ગુજરાત રાજ્યોની વાર્ષિક નાટ્યસ્પર્ધાઓમાં નાટકોને ઘણાં પારિતોષિકો મળ્યાં હતાં. બલ્કે એ નાટક પછી જ એક પ્રહસનકાર તરીકે મને પ્રસિદ્ધિ મળવા માંડી હતી.

તે વખતે 'ચિત્રલેખા' સાપ્તાહિકના સંસ્થાપક વજુ કોટક તેમાં નિયમિત હળવી કટાર લખતા જે ખૂબ લોકપ્રિય નીવડી હતી. એ દિવસોમાં 'ચિત્રલેખા'માં ગુજરાતી નાટકોનાં અવલોકનો પણ છપાતાં. 'ચિત્રલેખા' સાથે સંકલાએલા હરકિસન મહેતા મારા પ્રહસનો જોવા આવતા. દિવાળી અંકોમાં પ્રગટ થતી મારી હાસ્યવાર્તાઓ વાંચતા.

બનવા કાળ તે વજુભાઈનું અચાનક અવસાન થયું. સાપ્તાહિકનો કાર્યભાર વિધવા મધુરીબેન કોટકને શીરે આવી ગયો. હરકિસન મહેતાને તંત્રીપદનું સુકાન સોંપી તેમણે હિમ્મતથી સાપ્તાહિક ચાલુ રાખ્યું. તેમાં સ્વ. વજુભાઈની હળવી કટારની ખોટ વાચકોને પણ સાલતી હતી. નાટક જોવા આવતા હરકિસનભાઈ મને કટારલેખન ઉપર કલમ અજમાવવાનું કહેતા. હું બહાનાં કાઢી છટકી જતો પણ જ્યારે મારા પ્રહસન 'દુનિયાને ઊંધા ચશ્મા'ને સરકારી ઇનામો મળ્યાં ત્યારે એમણે જીદ કરી.

'હરકિસનભાઈ, લખવાનું મને મન છે પણ દર અઠવાડિયે લખવાનો મને કોન્ફિડન્સ નથી.'

'તમે એમ કેમ માની લો છો કે, તમે જે કંઈ લખશો તે અમે છાપી મારીશું ? એ તો વાચકોએ નક્કી કરવાનું છે. તમે ચારેક લેખ લખી મોકલો. આપણે ટ્રાય કરીએ. વાચકોના રિસ્પોન્સ ઉપરથી અંદાજ આવી જશે.'

મેં હા તો પાડી પણ મારી મૂંઝવણ ચાલુ રહી. માત્ર હાસ્યવૃત્તિથી ચાલતું નથી. હાસ્યદૃષ્ટિ પણ જોઈએ અને દર અઠવાડિયે

વાચકોને ધન્યવાદ

મારા શરૂઆતના લેખસંગ્રહો માટે હું હોંશે હોંશે પ્રસ્તાવના લખતો. પછી અનુભવે જાણ્યું, વાચકો પ્રસ્તાવના વાંચતા નથી. મારા હાસ્યલેખોના પ્રતિભાવ હજી સુધી મળતા રહ્યા છે પણ હજી સુધી કોઈ વાચકે મારી પ્રસ્તાવનાનો ઉલ્લેખ પણ કર્યો નથી.

બીજા લેખકો વિશે હું કહી ન શકું પણ હવે હું ડાહ્યો થઈ ગયો છું. વાચકો જે વાંચવા માગતા નથી એ એમને માથે મારવાની જરૂર નહિ.

હું શા માટે લખું છું. હું હાસ્યલેખક શા માટે થયો. હાસ્ય કઈ બલા છે અને મારા હાસ્યલેખનમાં કઈ કઈ ખૂબીઓ છે એવું એવું પીંજણ વાંચવામાં વાચકો કે વિવેચકોને રસ હોતો નથી. મારે જે કહેવાનું છે તે મેં મારા લેખોમાં કહી દીધું છે. વાચકો સાથે વહેંચવા જેવી કોઈ વિશેષ વિદ્વત્તા સિલકમાં હોતી નથી. છેવટે તો પ્રયોજન વાચકોનું મનોરંજન કરવાનું હોય છે. મારા લેખોમાં કશું ચિંતનાત્મક હોતું નથી. અનાયાસે થોડુંક આવી જતું હશે પણ પ્રસ્તાવનામાં સ્પષ્ટીકરણ કરવું પડે તેવું કદી લખતો નથી. મારી એ લાઇન જ નથી.

જ્યોતિન્દ્ર દવે મારા વડીલ હતા. મારા સ્નાતકોત્તર અભ્યાસમાં એ મારા ગુરુ હતા. મારા માર્ગદર્શક હતા પણ એમના જેવા નિબંધો લખવામાં હું સદંતર નિષ્ફળ નીવડ્યો હતો કારણ કે શરૂઆતથી હું પ્રહસનોને ચાળે ચઢી ગયો હતો. મારા નિયમિત પ્રશંસક-પ્રેક્ષક હતા. તેમણે મને કદી નિબંધો લખવાની પ્રેરણા આપી નથી. બલ્કે એમણે મહાન ફ્રેન્ચ ફારસલેખક મોલિયેના 'ધી માઈઝર' ફારસનું 'વડ અને ટેટા' શીર્ષક હેઠળ ભાષાંતર કરેલું ત્યારે મેં વર્ષો પછી એમના જ નામે 'કોના બાપની દિવાળી' નામે કોમર્શિયલ ધોરણે ગુજરાતમાં ભજવેલું. એ ફારસ ખૂબ વખણાએલું.

હાસ્ય સાહિત્યમાં એમનું સ્થાન અને નામ બેરોમીટર જેવું છે. આજના વિવેચક એક વાક્ય તો હાસ્યલેખક વિશે લપેટે છે. જ્યોતિન્દ્ર દવે પછીના હાસ્યલેખકનું સ્થાન... વગેરે વગેરે. ભાઈ, જ્યોતીન્દ્રભાઈની કક્ષા જ તદ્દન જુદી હતી. એમની સાથે તુલના કરવી એબ્સર્ડ છે. આખો

લેખમાળાનું શીર્ષક પણ એમણે જ મારા પ્રહસન 'દુનિયાને ઊંધા ચશ્મા' પરથી જ આપ્યું જે આજે હિંદી સિરિયલમાં પણ જામી ગયું છે.

હરકિસનભાઈ લેખકોની પ્રતિભાના અદ્ભુત પારખુ માણસ હતા. 'ચિત્રલેખા'ની સામગ્રીનો અક્ષરે અક્ષર વાંચતા. લગભગ શબ્દ એમના શબ્દકોશમાં ન હતો. સંપૂર્ણ ચીવટ અને અધિકૃતતાના આગ્રહી. કશું સરેરાશ ચલાવી ન લે. એકાદ ફકરો ફિક્કો લખાયો હોય તો માણસ મોકલી ફરીથી સુધરાવે. પોતે સિદ્ધહસ્ત નવલકથાકાર એટલે વખતોવખત વિષય અને પ્રસંગો સૂચવે. મારા લખાણમાં કદીય કાપકૂપ નહિ. તંત્રી તરીકેની એમની નિષ્ઠા વગર મેં ૩૮ વર્ષની મજલ ખેડી ન હોત.

મધુરીબહેન સહિત સમગ્ર 'ચિત્રલેખા' પરિવારનો સહયોગ આજ સુધી મને મળતો રહ્યો છે.

તેમાં ઉમેરો થયો છે ટીવીનિર્માતા આસિત મોદીનો. એણે જ્યારે હિંદી સિરિયલ માટે 'ચશ્મા'ની અનુમતિની માગણી કરી ત્યારે હું અવઢવમાં હતો. તેમાં પણ એની પ્રતિભાશક્તિ ઉપર વિશ્વાસ મૂકતાં મને થોડાં વર્ષો લાગ્યાં પણ એ અટલ રહ્યો. છેવટે મારા પુત્રતુલ્ય મિત્ર મહેશ વકીલની સલાહથી મેં સમ્મતિ આપી અને 'ઊલટા ચશ્મા' સરવાળે સફળ રહી છે. આસિત અને મહેશ એ યશના અધિકારી છે.

હું લોકોનું મનોરંજન કરી શક્યો છું એનો મને આનંદ છે.

આભાર તો નરી ઔપચારિકતા છે.

નવભારત સાહિત્ય મંદિરના કર્તાહર્તા મહેન્દ્ર શાહ આજે તો મારા પણ કર્તાહર્તા છે. એક સ્વજનની જેમ મારી અને મારી કૃતિઓની અંગત કાળજી રાખે છે.

સ્વ. હરકિસન મહેતાને સ્થાને બિરાજતા ભરત ઘેલાણી હરકિસનભાઈ જેટલું, બલ્કે વિશેષ મમત્વ રાખે છે. પત્ની ઇન્દુ વિશે કંઈ ઉમેરવાનું હોય નહિ. એ છે તો હું છું.

વાચકોની ત્રણ-ત્રણ પેઢીઓએ ઉમળકાભેર મને ઊછળતો રાખ્યો છે. જીવવા માટે આથી વિશેષ શું જોઈએ ?

તારક મહેતા

૨૨, પેરેડાઈસ, વિક્રમ સારાભાઈ માર્ગ,
આંબાવાડી,
અમદાવાદ-૩૮૦ ૦૧૫

લેખકનાં પુસ્તકોની યાદી

૧. જેઠાલાલની જાત્રા
૨. હું, બોસ અને બનેવી
૩. પાન ખાય પોપટલાલ હમાર
૪. એક શામ બોસને નામ
૫. દોઢડાહ્યા તારક મહેતાની ડાયરી ૧-૨
૬. ચંપકલાલ -- ટપુની જુગલજોડી :
૭. ટપુડાનો તરખાટ -- ૧-૨
૮. તારક મહેતાનો વાર્તા-વિનોદ
૯. તારક તરંગ
૧૦. શ્રેષ્ઠ હાસ્યરચનાઓ
૧૧. નવરાની નોંધપોથી
૧૨. તારક મહેતાનાં ૭ એકાંકીઓ
૧૩. દો દૂની પાંચ
૧૪. ડહાપણની દાઢ
૧૫. ડબલ ટ્રબલ
૧૬. રિટર્ન ટિકિટ
૧૭. બાવાનો બગીચો
૧૮. બગીચાની બબાલ
૧૯. ટપુ ટોળી રણ અને દરિયા વચ્ચે ઝૂલે
૨૦. ચાલો ગોવા જોવા
૨૧. સાર આ સંસારનો તોબા તોબા
૨૨. તારક મહેતાના ખુલ્લા અને ખાનગી પત્રો
૨૩. સચ બોલે કુત્તા કાટે
૨૪. એક મૂરખને એવી ટેવ
૨૫. મુંબઈમાં મહેમાન -- યજમાન પરેશાન
૨૬. સાળો સુંદરલાલ
૨૭. હેરી પોટર પાઉડરગલીમાં
૨૮. ટપુના બાપની દિવાળી
૨૯. ૨૦૧૦ના ઊંધા ચશ્માં
૩૦. એક્શન રિપ્લે ૧-૨
૩૧. પગમાં પદ્મ
૩૨. રેડિયોના રંગતરંગ
૩૩. જોજો હસી ન કાઢતા
૩૪. ટપુ ટપોરી
૩૫. મહેતાના મોંઘેરા મહેમાન

૩૬. નારાજીનું રાજીનામું
૩૭. બહેરો હસે બે વાર
૩૮. ચંપુ-સુલુની જુગલબંધી
૩૯. તારકનો ટપુડો ૧-૨
૪૦. હાસ્યહિંડોળો
૪૧. આઠ એકાંકીઓ
૪૨. એ તો એમ જ ચાલે
૪૩. આડી ચાવી ઊભી ચાવી
૪૪. જેઠાલાલનો જેકપોટ
૪૫. તારક મહેતાની ટોળી પરદેશના પ્રવાસે
૪૬. જાન જોડી આફ્રિકાની
૪૭. હતા ત્યાં ને ત્યાં
૪૮. બગીચાની હળવી હવામાં
૪૯. લડે તેનું ઘર વસે
૫૦. હસે તેનું ઘર વસે
૫૧. સવળો સંસાર અવળો સાર
૫૨. ખુરશીદાસ મખ્ખન ઘસે
૫૩. કનુ કાગડો દહીંથરુ લઈ ગયો
૫૪. મટકાકિંગને માંડવે -- હાલો આફ્રિકા
૫૫. વાહ અમેરિકા
૫૬. ઉટપટાંગ અમેરિકા
૫૭. અલબેલું અમેરિકા વંઠેલું અમેરિકા
૫૮. બાંધી મુઠ્ઠી લાખની
૫૯. તારકની ટીવી નાટિકાઓ
૬૦. તારક મહેતાનાં છ એકાંકી
૬૧. દુનિયાને ઊંધા ચશ્માં
૬૨. તારક મહેતાનાં પ્રહસનો
૬૩. સધ્ધર સસરા અધ્ધર જમાઈ
૬૪. તારક મહેતાનાં એકાંકીઓ
૬૫. તારક મહેતાના ઊંધા ચશ્માં
૬૬. બેતાજ બાટલીબાજ પોપટલાલ નારાજ
૬૭. પંદરમો ખેલાડી
૬૮. આ દુનિયા પાંજરાપોળ
૬૯. કૈસી યે જોડી મિલાઈ મોરે રામ
૭૦. કિટ્ટી પાર્ટીનું કમઠાણ...
૭૧. માથેરાન હેરાન પરેશાન
૭૨. ભૂલેશ્વરમાં ભૂલા પડ્યા
૭૩. મીસ પાઉડર ગલી
૭૪. કન્યાઓ ! કરાટે શીખો...
૭૫. કપડાં ઉતારીને વાંચજો...!
૭૬. હતું શું અને ગયું શું ?
૭૭. બગીચાના બાંકડેથી
૭૮. મામાએ ભાણાને મામો બનાવ્યો
૭૯. બંગાળીની જાનમાં ગુજરાતી જાનૈયા

અનુક્રમણિકા

૧.	જેઠ્ઠા-મેઠ્ઠાનો જલસો	૧
૨.	ચાર્લ્સ શોભરાજનું અસલી-નકલી	૨૪
૩.	ભગવાન પેઠે સર્વવ્યાપી ભ્રષ્ટાચાર	૪૪
૪.	...તો આવતી સાલ રાખડી બંધાવજો !	૬૧
૫.	પ્રવચનની પીડા વળગી !	૭૭
૬.	વિરામવાડીનો અલ્પવિરામ !	૯૬
૭.	બ્યૂટી ટ્રીટમેન્ટનું બખડજંતર	૧૧૬
૮.	મામાએ ભાણાને મામો બનાવ્યો	૧૩૬
૯.	ચલા ટિપેન્દ્ર ડિટેક્ટિવ બનને	૧૫૬
૧૦.	થેન્ક યુ, મિસ રજની જુનિયર !	૧૭૯
૧૧.	૨૦૧૦ના ઊંધા ચશ્મા	૧૯૯

૧૦

જેઠ્ઠા-મેઠ્ઠાનો જલસો

વિધાત્રી અને માનવીનો સંબંધ ઉંદર-બિલાડી જેવો છે. તમે પત્તાંનો મહેલ બનાવો અને એ ફૂંક મારે. કૉંગ્રેસ શતાબ્દી વખતે મારા બૉસે પણ અમને શુક્ર-શનિની રજા આપેલી. ત્યારે હતું કે રજાના ત્રણ દિવસ ઘેર બેઠે બેઠે – સૂતે સૂતે આરામ કરીશું. પરંતુ વિધાત્રીને એ મંજૂર નહોતું. મારા પાડોશી મિત્ર જેઠાલાલના પિતા ચંપકલાલના પેટલાદના લંગોટિયા મિત્રને ખોળવામાં રજાના બે દિવસ સજાની જેમ વીતી ગયા.

શતાબ્દીની તૈયારી થવા માંડી હતી ત્યારથી છાપાંવાળાઓએ કૉંગ્રેસના કરોડોના ખર્ચાની કાગારોળ શરૂ કરી દીધી હતી. મને એ નથી સમજાતું કે છાપાંવાળાંઓને આ બધું કેમ નથી સમજાતું : કૉંગ્રેસનું સૂત્ર છે ગરીબી હટાવ ! શતાબ્દીમાં કેટકેટલા માણસોની ગરીબી દૂર થઈ ગઈ. લાખોને હિસાબે ફૂડ પેકેટ્સ વહેંચાયાં. તેની સાથે સાથે બીજા અનેક લોકોની ભૂખ ભાંગી. કૉંગ્રેસે તો કરોડો રૂપિયા ફરતા કર્યા તેની સાથે સાથે કૉંગ્રેસીઓ પણ કોલાબાથી કામાટીપુરા સુધી એ ફર્યા. તેમાં પણ કેટલાયને રોજી મળી. આ બધાનો વિચાર કરીએ તો એમ જ થાય કે કૉંગ્રેસે દર વર્ષે જુદાં જુદાં શહેરોમાં શતાબ્દી ઊજવવી જોઈએ.

હું જ્યારે ઑફિસમાં પહોંચ્યો ત્યારે ત્રણ દિવસના આરામ પછી મારા સાથીઓ સારા મૂડમાં હતા. ફક્ત મારા બે માથાળા બૉસનો પત્તો નહોતો. બૉસ આડકતરી રીતે શતાબ્દી સાથે

સંડોવાયેલા હતા એટલે કદાચ શતાબ્દીનો થાક ઉતારી રહ્યા હશે એમ અમે માની લીધું.

છેક લગભગ ત્રણ વાગે એ દાખલ થયા ત્યારે એમની હાલત જોઈને આખા સ્ટાફને ધ્રાસકો પડ્યો. આખી શતાબ્દીની જવાબદારી એમણે એકલે હાથે ઉપાડી હોય એવા એ નંખાઈ ગયા હતા. એમની ચાલમાં રોજનો રુઆબ નહોતો. ચહેરા પર કરચલીઓ પડી ગઈ હતી. આખો ચહેરો હવાઈ ગયેલા પાપડ જેવો લાગતો હતો. એમનું માથું ડબલ સાઇઝનું છે પણ ત્રણ દિવસમાં માથું પણ સહેજ સંકોચાઈ ગયું હોય તેવું લાગ્યું. કોઈ માણસને ડૉક્ટર તપાસીને કહી દે, ભાઈ, તમને ફલાણું કૅન્સર થયું છે, છ મહિનાથી તમે વધારે કાઢશો નહીં અને આઘાતનો માર્યો દર્દી આખો ઓસવાઈ-સોસવાઈ જાય તેવો અમારા સાહેબનો દેખાવ હતો. કદાચ એમના ઘરમાં કંઈ અશુભ બનાવ તો નહિ બન્યો હોય ને ! હજી એવા વિચાર કરું છું ત્યાં બૉસ એમની કૅબિન તરફ જતાં જતાં સહેજ અટક્યા.

'મહેતા, જરા અંદર આવો તો.'

દેડકાને દમ થયો હોય તેવા ખોખરા, કર્કશ અવાજે મને હુકમ આપી એ કૅબિનમાં ચાલ્યા ગયા. એમની દુર્દશા જોઈને એક સેકન્ડમાં કંઈ અસંખ્ય આશંકાઓ આવી ગઈ.

હું કૅબિનમાં પ્રવેશ્યો.

'પ્લીઝ, સીટ ડાઉન.'

'યસ, સર.'

મને કઈ રીતે વાત કરવી તેની મથામણમાં એમણે પોતાની ચકરી-ખુરશીને ઊંચી-નીચી, આડી-તેડી ક્યાંય સુધી ઝુલાવી.

'મહેતા, આઈ એમ ઈન ડિફિકલ્ટી'. છેવટે એ બોલ્યા.

'ઓ !' મેં સહાનુભૂતિસૂચક ઉદ્ગાર કાઢ્યો. એમણે ધૂમ્રપાનની પાઈપથી ટેબલ પર ટકોરા માર્યા.

'યુ નો, મારે ત્યાં દિલ્હીથી કેટલાક વીઆઈપીઓ આવ્યા છે.'

'યસ, સર.'

'દર વખતે તો હું એ લોકોને ફાઇવ સ્ટાર હોટલમાં ઉતારું છું અને એમનાં બિલ ભરી દઉં છું. આપણા કામના માણસો છે એટલે એ બધું તો કરવું પડે પણ આ વખતે તો એકે હોટલ ખાલી નહોતી. આ કૉંગ્રેસવાળા કહે કે ફક્ત ફોરેનના ડેલિગેટ સિવાય બીજા કોઈને ફાઇવ સ્ટાર હોટલમાં ઉતારવાના નથી. ધેટ ઈઝ ઓલ હમ્બગ-બંકમ-બકવાસ. ઘણા બધા ડેલિગેટો જુદી જુદી કોર્પોરેશનો અને કંપનીઓના નામે ફાઇવ સ્ટારમાં બુકિંગ કરાવી બેસી ગયા હતા.

'એમ !'

'યસ, આઈ વૉઝ ઓલરેડી લેટ. મને ક્યાંય જગા ના મળી. છેવટે મારા ફેમિલીને મેં લોનાવલા મોકલી આપીને આ પાંચ જણાને મારા ફ્લૅટ ઉપર ઉતાર્યા. આઈ થોટ કે એ લોકો ત્રીસમી તારીખે જશે અને બીજે દિવસે મારા ફેમિલીને બોલાવી લઈશ પણ હવે આ સાલાઓ કહે છે અમે તો ક્રિસમસ નાઇટ માટે જ બૉમ્બે આવ્યા છીએ.'

'ઓહ !'

'માટે એકાદ પ્રાઇવેટ પાર્ટી ગોઠવો.' એટલું બોલ્યા પછી સાહેબ દાંત ભીંસીને અંગ્રેજીમાં કેટલાક અસ્પષ્ટ શબ્દો બોલ્યા. હું માનું છું કે એ અંગ્રેજી ગાળો હતી.

'મહેતા, પાર્ટી તો સમજ્યા, પણ વ્હોટ એબાઉટ માય ફેમિલી ! યુ નો, મારા સનની વાઇફ ક્રિશ્ચિયન છે. એનો તો આ ખાસ તહેવાર છે.'

'ખરી વાત છે.'

'એને મારાથી એમ કેમ કહેવાય કે તું લોનાવલામાં પડી રહે

કારણ કે આપણે ત્યાં દિલ્હીથી વીઆઈપી આવીને રહ્યા છે. હાઉ કેન આઈ સજેસ્ટ લાઇક ધેટ ! અને મારાં વાઇફને તો અહીંથી જવું પડ્યું તે જ ગમતું નહોતું. યુ નો હર નેચર. હવે કાલે એ આવશે. અને આ સાલા, વીઆઈપીઓ મારે ત્યાંથી હટવાનું નામ જ લેતા નથી. આઇ કાન્ટ ડ્રાઇવ ધેમ આઉટ, બસ એક જ વાત છે-વી વોન્ટ ટુ એન્જોય. વી વોન્ટ ટુ એન્જોય.. આટલાં વર્ષોથી એ જ કરે છે પણ તો યે થાકતા નથી.'

'એમને ક્યાં ગાંઠના પૈસા ખર્ચવા પડે છે કે થાકે ?' મારાથી બોલાઈ જવાયું.

'યુ આર એબ્સોલ્યુટલી રાઈટ. યુ નો, દિલ્હીમાં આપણા બિઝનેસનાં કંઈ પણ સરકારી લફરાં હોય તો એ લોકો તરત બધું ક્લિયર કરી આપે. આપણી પાસેથી એક પણ પૈસો લે નહીં, પણ આ રીતે વસૂલ કરે છે. ઇલેક્શન આવે ત્યારે પૈસા પડાવી જાય, એક્ચ્યુઅલી ગવર્નમેન્ટ ઑફિસરો લાંચ લે તે આપણને સારું પડે છે. પૈસા આપી, કામ કરાવો, વાત પૂરી. પણ આ એમએલએ એમ.પી.ઓ. મિનિસ્ટરો વધારે ત્રાસ કરે છે. સીધી રીતે પૈસા લે નહિ અને ઇન્ડિરેક્ટલી ઓકાવ્યા કરે. ચાલો, ફરગેટ એબાઉટ ધેમ. મેં તમને એટલા માટે બોલાવ્યા કે આવતી કાલે મારું ફેમિલી આવે છે. મારી ડૉટર ઇન લોને કારણે અમે દર વર્ષે ખાસ એની સાથે પાર્ટીમાં જઈએ છીએ. પણ એ પાર્ટી તો સીધેસીધી ડિસન્ટ પાર્ટી હોય. તેમાં આ ઝભ્ભા-ચૂડીદારવાળાને મજા ન આવે. તો એ લોકો માટે આવતી કાલે તમે કંઈક પાર્ટીની એરેન્જમેન્ટ કરો. મની ઈઝ નો પ્રોબ્લેમ. ખર્ચાની ચિંતા ના કરતા.'

'પણ સર..'

'આઈ નો, આઈ નો, તમને આવી પાર્ટીનો એક્સપિરિયન્સ નથી પણ યુ વીલ હેવ ટુ હેન્ડલ ધીસ. મારા સર્કલમાં આ

રિસ્પોન્સિબિલિટી મારીથી કોઈને સોંપાય નહીં કારણ કે બધા બિઝી હશે. લાઇક મી ! ઉપરાંત એ લોકોને હું મારા વીઆઈપીઓ સાથે ઇન્ટ્રોડ્યુસ ના કરું અને ત્રીજી વાત એ કે મારા ફ્રેન્ડ કોઈ વાર મારી વાઇફને વાત કરે તો બધી ગરબડ થઈ જાય.'

'પણ સર–'

'હજી તો મારે મારા ફેમિલીને ચોવીસ કલાક બૉમ્બેમાં ક્યાં રાખવું તેની વ્યવસ્થા કરવાની છે. ફ્લૅટમાં જગા નથી અને બધાને મારે ભેગા નથી કરવા. આઈ વીલ એટેન્ડ ટુ ધેટ પ્રોબ્લેમ.. તમે પાર્ટીનું સંભાળો–'

'આઈ એમ સૉરી, સર.. પણ મને ખબર જ નથી...'

'એમાં શું મોટું કામ કરવાનું છે તે સૉરી સૉરી કરો છો. આ દિવસોમાં તો મફત ખાવા-પીવા-નાચવા મળે તો ગમે તે માણસ તૈયાર થઈ જાય. તમારે તો આ પાંચ જણને મજા આવે તેવી નાની પાર્ટી કરવાની છે.'

'પણ, સર, એટલો ટાઇમ નથી.'

બૉસનો ચહેરો એકાએક વિકૃત બની ગયો. એમના બે કાન અડધો ઇંચ ઊંચા ચઢી ગયા, નાકનું ટેરવું તંગ થઈને મારી સામે રિવૉલ્વરની નળીની જેમ તાકી રહ્યું. હોઠ ભીંસાઈ ગયા. આંખ તો એવી હિંસક થઈ, જાણે હમણાં ચશ્માના કાચના ફુરચા બોલાવી દેશે. વીઆઈપીઓ પર ચઢેલો ગુસ્સો એ કદાચ મારી ઉપર ઉતારશે, ખુરશીમાંથી વાંદરાની જેમ મારા પર તપાર મારશે, મને નખોરિયાં ભરી લેશે અને પછી આખી ઑફિસનું ફર્નિચર તોડી નાખી, બારીની બહાર કૂદકો મારશે એવો મને ભય લાગ્યો.

'ના, લૂક, મહેતા, નો આરગ્યુમેન્ટ્સ. આ પણ ઑફિસ વર્ક છે. અન્ડર્સ્ટૅન્ડ ? એ નાલાયકોને કારણે આપણો બિઝનેસ ટક્યો છે. બિઝનેસ ટક્યો છે તો તમે ટક્યા છો. અન્ડર્સ્ટૅન્ડ ? આ પીઆરઓનું

કામ છે. આઈ કન્સીડર યુ એ માય પર્સનલ પીઆરઓ... પબ્લિક રિલેશન્સ... પોલિટિકલ રિલેસન્સ.. બધું કરવું પડે. તમને એક્સપિરિયન્સ ના હોય તો મેળવો, ટેક ધીસ.. ફાઇવ થાઉઝન્ડ રૂપીઝ.. પાંચ હજાર રાખો તમારી પાસે અને અત્યારે જ યુ સ્ટાર્ટ... વધારે પૈસા જોઈએ તો જસ્ટ ફોન મિ.. યુ વીલ ગેટ ઈટ બટ ડોન્ટ સે નો. ધીસ ઈઝ એ પાર્ટી ઓફ યૉર જોબ. ધી ઈઝ એ ચેલેન્જ.. અમારે કરવું જ પડે છે. આ વખતે આઈ એમ ઈન એ ફિક્સ, ધેટ ઈઝ વ્હાય આઈ આસ્ક યુ ટુ હેન્ડલ ઈટ એન્ડ વ્હેન આઈ સે ધીસ મસ્ટ બી ડન, ઈટ મસ્ટ બી ડન, વ્હોટ ઈઝ ટુ બી ડન, ઈટ હેઝ ટુ બી ડન... અન્ડર્સ્ટેન્ડ...'

એમનો અંગ્રેજીમાં લવારો ચાલુ રહ્યો. ફાટેલા પરબીડિયા જેવી મોંફાડમાં ધૂમ્રપાનની પાઈપથી દાતણ કરતા હોય તેમ પાઈપ કાઢઘાલ કરવા લાગ્યા. ઝાડની ડાળી પર બેઠા હોય તેમ ખુરશી ગમે તેમ ઉલાળવા લાગ્યા. ના પાડવામાં બે જોખમ હતાં. એક, મારી નોકરીનું, અને બીજું, સાહેબની માનસિક સમતુલાનું.

મને એમનો ચેલેન્જ શબ્દ ગમ્યો. આ એક પડકાર હતો. વર્ષો દરમિયાન નાની-મોટી ઘણી મહેફિલોમાં જવાનું થયું છે. પણ ૨૪ કલાકની મહેતલમાં અને નાતાલના દિવસોમાં પ્રાઇવેટ પાર્ટી ગોઠવવી એ એક પડકાર તો હતો જ. આખી જિંદગી મુંબઈના માળામાં એક ઉંદરની જેમ જીવ્યા છીએ. આ વખતે ખિસ્સામાં પાંચ હજાર હતા અને ફાવે તેમ વાપરવાની છૂટ મળી હતી. કસોટી હતી. એમાંથી પાર ઊતરવું જ જોઈએ. ના કેમ ઉતરાય ?

ઑફિસની બહાર નીકળતાં મને આ માટે મારા નાટ્યક્ષેત્રના મિત્રો યાદ આવ્યા પણ પછી થયું નેતા-અભિનેતાઓ અને તેમાં ય અભિનેત્રીઓને એકઠાં કરવામાં જોખમ હતું.

એકાએક મારા દિમાગમાં ઝબકારો થયો. લાયક માણસ એક

જ છે સુંદરલાલ. મારા પાડોશી મિત્ર જેઠાલાલનો સ્મગલર સાળો સુંદરલાલ. આવા ગરબડિયા કામમાં ઉસ્તાદ છે. વિધિની વક્રતા જુવો. એ માણસથી હું કાયમ દસ માઈલ દૂર રહેવું પસંદ કરું છું અને એને સામેથી મળવા જવું પડે તેવા સંજોગ ઊભા થયા.

ટૅક્સી કરીને હું જેઠાલાલની રેડીમેડ કપડાંની દુકાને પહોંચ્યો.

એમની દુકાને પણ તડાકો હતો. બધા મધ્યમ વર્ગના ડેલિગેટો હશે. સસ્તા ઝભ્ભા-લેંઘા, ગંજી-જાંઘિયાં-ચડ્ડી, ધોતિયાં ટોપી એવા જાતજાતનાં કપડાંની ખરીદી ચાલી રહી હતી. જેઠાલાલ ઘરાકો વચ્ચે ઘૂમી રહ્યા હતા. મને પણ કૉંગ્રેસી સ્વયંસેવક સમજીને મારી સાથે પણ એમણે 'કાય પાયજે' કરીને મરાઠીમાં શરૂ કર્યું પણ મને ઓળખ્યો એટલે સહેજ ઝંખવાયા.

'ઓહોહોહો, મ્હેતાસાહેબ... તમે ? અત્યારે ?'

'સૉરી જેઠાલાલ, તમે આટલા બીઝી હશો, મને ખબર નહીં.'

'ચાલ્યા કરે, મ્હેતાસાહેબ, કૉંગ્રેસ ઝિંદાબાદ.'

'તે બોલોને, સાહેબ.' કોઈ મરાઠી પહેલવાનને રંગીન ચટાપટાવાળી ચડ્ડી દેખાડતાં એ બોલ્યા, એ ઘરાકોમાં ઘૂમતા ગયા, હું એમની પાછળ પાછળ ફરતો ગયો અને આખો કિસ્સો એમને સંભળાવતો ગયો.

'એમ કરો, મ્હેતાસાહેબ, તમે તમારે ઘેર જઈને આરામ કરો. હું આમાંથી સહેજ નવરો પડીશ કે તરત સુંદરને ફોન જોડીશ. એને ગમે ત્યાંથી ખોળી કાઢીશ. તમારું કામ થઈ જશે. સુંદર નહીં તો કોઈ ઉંદર. આપણે આવતી કાલે સાંજે કંઈ પ્રોગ્રામ ગોઠવી દઈશું. તમે ચિંતા ના કરો. હું રાત્રે તમારે ત્યાં આવું છું. પછી આપણે પ્રોગ્રામ ફાઇનલ કરી નાખીશું.'

સાંભળીને મને જરા શાંતિ વળી, હું ઘેર પહોંચ્યો.

મને વહેલો ઘેર આવેલો જોઈને શ્રીમતીજીને ફાળ પડી.

ઑપરેશનને લગભગ બે મહિના થવા આવ્યા પણ પત્નીને મન તો હું હજી પણ પેશન્ટ છું. મારી તબિયત બાબતમાં એમને દિવસમાં ૧૦ વાર ધ્રાસ્કા પડ્યા જ કરે છે. એ મને સત્તર સવાલો પૂછે તે પહેલાં મેં એમને મારા સાહેબે મને સોંપેલા કામની વાત કરી.

'તમારો સાહેબ તો તમને કામ સોંપે પણ તમારે એમને કહી દેવું જોઈએ ને કે આ તમારું કામ નહિ. એ તો આવી પાર્ટીઓ આપીને કમાતો હોય પણ આપણને બે પૈસા મળે નહિ અને ઉપરથી કોઈ જાણે તો બેઆબરૂ થાવ તે જુદું...'

શ્રીમતીજીએ મારા સાહેબ વિરુદ્ધ સળંગ કૅસેટ વગાડવા માંડી.

'તું ગમે તે કહે પણ મેં જવાબદારી લીધી છે. જીભ કરડી છે એટલે આ કામ તો મારે પાર પાડવું જ પડશે. આ પત્યા પછી ૧૯૮૬માં ચોખ્ખું કહી દઈશ કે સર, આવું કામ તમારે મને સોંપવું નહિ. મને ના ફાવે.'

શ્રીમતીજી ટાઢાં પડ્યાં પણ ભડકો ઓલવાયા પછી ધુમાડો ચાલુ રહે તેમ એમનો બડબડાટ ચાલુ રહ્યો.

રાત્રે જેઠાલાલ મારા ઉંબરામાં પ્રગટ થયા. 'બધું જડબેસલાક પાકું થઈ ગયું છે, મ્હેતાસાહેબ.' ઉંબરામાં એમણે એનાઉન્સમેન્ટ કર્યું. ગુસ્સે ભરાયેલાં શ્રીમતીજીએ રસોડામાં જઈને ધડાધડ બારાણાં બંધ કર્યાં.

'ભાભીને શું થયું ?' ધ્રૂજી ગયેલા જેઠાલાલે બારણાંમાં ઊભે ઊભે પૂછ્યું.

'એમને આ જાતની પાર્ટીઓ પસંદ નથી.' મેં કહ્યું.

'બૈરાં તો બધાં સરખા. કાગડા બધે કાળા.'

'જેઠાલાલ, અત્યારે બૈરાં અને કાગડાની વાત જવા દો. સુંદરલાલે શું કહ્યું ?'

'એણે કહ્યું માય ડિયર બનેવીલાલ, બૉમ્બે પ્રોપરમાં મારાથી

કંઈ નહિ બને. તમારા ગૅસ્ટોને અંધેરી બાજુ લઈ આવો તો બધું કરી આપું.'

'અંધેરીમાં ક્યાં ?'

'એડ્રેસ-બેડ્રેસ બધું એણે લખાવી દીધું છે. તમે કાલે સવારે તમારા સાહેબને પૂછી લો. એ હા પાડે તો બાકીનું બધું એરેન્જ થઈ જશે. તમને તો ખબર છે. એ બાજુ સુંદરલાલનું રાજ ચાલે છે.'

'જેઠાલાલ, આ મારી આબરૂનો સવાલ છે.'

'મ્હેતાસાહેબ, યાર, આપણે સુંદરલાલે આપેલા સરનામે વહેલા પહોંચી જઈશું. બધું ચેક કરી લઈશું. જરા જેટલી ગરબડ-સરબડ લાગશે તો એ સુંદરીઆની પત્તર ખાંડી નાખીશું. તમે ફક્ત તમારા સાહેબને સરનામું આપીને કહી દેજો, ગૅસ્ટને ત્યાં ડાયરેક્ટલી મોકલી આપે. બાકી આપણે તો વહેલા પહોંચી જ જવાનું.'

જોખમ લીધા સિવાય છૂટકો જ નહોતો. 'જેઠાલાલ, પૈસાનું શું ? ખર્ચો કેટલો આવશે ?'

'સુંદર કહે હિસાબ પછી ફુરસદે કરીશું. ત્યાં કોઈ રોકડ પૈસા માગવાનું નથી.'

'ભલે.'

બીજે દિવસે સવારે મેં સાહેબના ફ્લૅટ પર જેઠાલાલની દુકાનેથી ફોન જોડ્યો. આખો પ્રોગ્રામ સમજાવ્યો.

'મહેતા, જસ્ટ લિસન ટુ મિ. એ બધા અત્યારે ઊંઘી રહ્યા છે. જાગશે ત્યારે કહી દઈશ. યુ જસ્ટ ગો અહેડ. એક જ વાતનું ધ્યાન રાખજો. કંઈ પોલીસનું લફરું ના થાય. બાકી તો એમને ખાઈ-પીને ખાનગીમાં.. સમજી જાવને... હું તો ત્રાસી ગયો છું. આઈ એમ જસ્ટ ફેડ અપ. એમને તો તમે પીવડાવીને ત્યાંથી પ્લેનમાં બેસાડી દેશો તોપણ ચાલશે.'

'ઓકે સર.'

'પૈસા બૈસા વધારે જોઈએ તો ઑફિસે બપોરે લેતો આવું.'

'આજે તો હું એરેન્જ કરી લઈશ.'

'ગૂડ, ગૂડ, ગૂડ, તો એ લોકોને હું રાત્રે મોકલી આપીશ.

'યસ, સર.'

'મહેતા—'

'યસ, સર ?'

'થૅન્ક્યુ.'

'ઈટસ ઓલ રાઈટ, સર.'

બીજે દિવસે જેઠાલાલની દુકાનમાં ઘરાકી ચાલુ જ હતી છતાં મારે ખાતર ધંધો છોડીને એ બપોરે નીકળી પડ્યા.

અમે ટૅક્સીમાં અંધેરી પહોંચ્યા. ત્યાંથી સ્મગલર સુંદરલાલની એમ્બેસેડરમાં વરસોવા તરફ આગળ વધ્યા. સુંદરલાલ જન્મ્યા પછી ફક્ત ઊંચા જ વધ્યા છે. ઊંચા માણસે થોડા જાડા પણ થવું જોઈએ એવી શિખામણ એમને કોઈએ આપી નહિ હોય. ફૂટપાથ ઉપર એ સ્થિર ઊભા હોય તો સુધરાઈના થાંભલા જેવા લાગે, એમણે પ્રસંગને અનુરૂપ સફેદ ટોપી, બંધ ગળાનો જોધપુરી કોટ અને ચૂડીદાર ચઢાવ્યા હતા. ગાડીમાં બેસતાવેંત મેં એમને રાતની પાર્ટીની વ્યવસ્થા વિષે પ્રશ્નો કરવા માંડ્યા.

'માય ડિયર મહેતા, તમે આ બધા પોલિટિશિયનોને ઓળખો છો ?'

'ના, મળ્યો નથી.'

'હું તો બધા સેમ્પલોને ઓળખું છું. જુવો, માય ડિયર, એ લોકોને સીધીસાદી ક્રિસમસ પાર્ટી કરવી હોય તો દિલ્હીમાં ક્યાં નથી થતી ? આખા ઇન્ડિયામાં થતી હોય છે, માય ડિયર. પણ આ બધા કાયમ પોતાના શહેરની બહાર જ ધમાલ કરવા જાય છે. આપણા રામરાવ આદિક છેક જર્મની જઈને તોફાન કરી આવેલા.

મુંબઈવાળા દિલ્હીમાં નાચે, દિલ્હીવાળા મુંબઈમાં નાચે, માય ડિયર, અમારે તો એ લોકો જોડે કાયમ કામ પાડવાનં હોય. તમે છેક આજે પાર્ટી રાખી પણ મારે અઠવાડિયાથી એ લોકોનાં ચક્કર ચાલ્યાં જ કરે છે. ખાસ એટલા માટે બંગલો રાખ્યો છે, માય ડિયર. બધી એરેન્જમેન્ટ થઈ ગઈ છે. તમારે ટેન્શન નહિ રાખવાનું, તમારે માટે આ નવું છે, અમારે માટે નહિ.

મને જરા ધરપત વળી. રસ્તામાં પાર્ટી માટે પરચૂરણ નાસ્તો ખરીદ્યો. ગાડી આગળ ચાલી.

'માયર ડિયર બનેવીલાલ, હું તમારી બધી એરેન્જમેન્ટ કરીને જતો રહીશ કારણ કે મારે મારા ગૅસ્ટોને બીજે લઈ જવાના છે. તમારા ગૅસ્ટોનું તમે ધ્યાન રાખજો.'

'યસ, યસ,' જેઠાલાલ બોલ્યા.

દરિયાકિનારાથી થોડે દૂર એક તોતિંગ લોખંડી કમાનવાળા દરવાજામાં સુંદરલાલે ગાડી લીધી. નોકર જેવા દેખાતા બે પુરુષ અને એક સ્ત્રી તરત હાજર થઈ ગયાં. સુંદરલાલ એમને પાર્ટીને લગતી સૂચનાઓ આપવા માંડ્યા.

બેઠા ઘાટનો બે માળનો બંગલો હતો. તેને ફરતો મોટો બગીચો અને એને ઊંચી દીવાલની વાડ હતી એટલે અંદર શું ચાલે છે તેની બહાર કોઈને ખબર પડે તેમ નહોતું.

નીચેના ભાગમાં વિશાળ દીવાનખાનું, બે શયનખંડ ને રસોડું હતું. ઉપર પણ લગભગ એવી જ રચના હતી.

'તમારી બધી હલ્લા-ગુલ્લા પાર્ટી ઉપર રાખજો. તમે બંને જણ રંગત જામે એ પછી નીચે આવીને બેસી જજો.'

'કેમ ?'

'માય ડિયર મહેતા, આ બધા માણસોને એમની પાર્ટીમાં અજાણ્યા માણસો બેઠા હોય તે ગમતું નથી. મેં જે ડાન્સરોનું ગ્રુપ

બોલાવ્યું છે એ બધી છોકરીઓ આ બાબતમાં અનુભવી છે. એમનો રંગ જામે પછી અહીંના માણસોને મોકલી વખતસર જમવાનું મંગાવી રાખજો. મોડી રાત્રે તમને કંઈ મળશે નહીં.'

સુંદરલાલની વ્યવસ્થાશક્તિથી હું પ્રભાવિત થઈ ગયો.

'ચાલો, ત્યારે હું રજા લઉં, માય ડિયર.'

'થૅન્ક્યુ, સુંદરલાલ, અને હા, આમાં પૈસા–'

'ડિનર મંગાવો તેના આપજો. બાકીનું હું બનેવીલાલને કહીશ. તમે સમજી લેજો. ગૂડ નાઇટ, માય ડિયર્સ.' કહીને સુંદરલાલ ગાડી હંકારી ગયા.

'મ્હેતાસાહેબ, મારો સાળો બધી રીતે નાલાયક છે પણ, સાલો છે જબરો. શું કહો છો, હેં ! મારો બેટો રેતીમાં વહાણ ચલાવે એવો છે. એની બધી આવડત સીધે રસ્તે વાપરે તો સાલો, આગળ આવી જાય એવો છે.'

'તમારી વાત ખરી છે. પણ કેટલાક માણસોના સ્વભાવ એવા હોય છે. એ લોકોને પોલીસ સાથે-સરકાર સાથે સંતાકૂકડી રમવામાં મજા આવતી હોય છે.'

'બંગલો સરસ છે, નહીં મ્હેતાસાહેબ ? આપણા એકાદ બે પાસા પોબાર પડી જાય તો આપણે પણ યાર, આવો એકાદ બંગલો ખરીદી લઈએ. પણ આજ કાલ ગવર્નમેન્ટ આદું ખાઈને વેપારીઓની પાછળ પડી ગઈ છે. અચ્છા અચ્છાની હવા કાઢી નાખી છે.'

'જેઠાલાલ, હમણાં તો જે કંઈ છે તે સંભાળીને બેસી રહેવા જેવું છે. બંગલો લેવા જતાં બે રુમ પણ હાથમાંથી જતી રહે એવું છે.'

'યસ, યસ, હમણાં તો કંઈ જોખમ લેવા જેવું જ નથી.'

અમે બગીચામાં આંટો મારી બંગલાના ડ્રોઇંગ રુમમાં આવીને બેઠા. નોકરો અમારી તહેનાતમાં હાજર થઈ ગયા. જેઠાલાલ કહે,

'મ્હેતાસાહેબ, બધાને આવતાં વાર લાગશે, યાર આપણે ટાઇમ પાસ કરવા જરા જરા ચાંગળું ચાંગળું પીએ...'

'બિલકુલ નહીં, જેઠાલાલ. આજે આપણે પાર્ટીમાં નથી આવ્યા, ડ્યૂટી પર આવ્યા છીએ. બધા આવી જાય અને પાર્ટી સરખી જામે પછી જોઈશું.'

'ઓકે. ઓકે. તમે અકળાવ નહીં યાર.'

બંગલાની સગવડો જોયા પછી સુંદરલાલ પર વિશ્વાસ બેસી ગયો હતો. એણે બધી ગોઠવણ પાકે પાયે કરી હશે એની ખાતરી થઈ ગઈ હતી એટલે જીવને ટાઢક વળી હતી. સાદી સોડા પીતાં હું અને જેઠાલાલ આરામથી ગપ્પાં મારતા બેસી રહ્યા.

લગભગ આઠેક વાગ્યા હશે ત્યાં બંગલાના કમ્પાઉન્ડમાં ગાડીઓ દાખલ થતી હોય તેવો અવાજ સંભળાયો. અમે બંને બંગલાની પરસાળમાં આવ્યા. જોયું તો બે ટૅક્સીઓમાંથી કેટલાક છોકરા-છોકરીઓ ઊતરી રહ્યાં હતાં. બગીચાના આછા અજવાળામાં એમની છાયાઓ દેખાઈ. ઓચિંતું કાબરોનું ટોળું ઊતરી આવ્યું હોય તેવો કલબલાટ મચી ગયો. નોકરો એમની તહેનાતમાં પહોંચી ગયા. ટૅક્સીમાંથી કોઈ સામાન ઊતરી રહ્યો હોય તેવું લાગ્યું. છોકરીઓ અંગ્રેજી, હિન્દી, કોંકણી ભાષામાં કલબલાટ અને ખિખિયાટા કરતી હતી. ગુજરાતી નહોતી.

થોડી વારે ટોળું નજીક આવ્યું. દૃશ્ય જોઈને મને તાત્કાલિક મલેરિયાનો ઍટેક આવ્યો હોય એવી ટાઢ ચઢી. જેઠાલાલના જડબાનું મિજાગરું ઢીલું થઈ ગયું અને નીચલું જડબું સાબુ મૂકવાની પ્લાસ્ટિકની ડબ્બીની જેમ ખૂલીને લટકવા લાગ્યું.

ટોળાની આગળ પોણા પાંચ ફૂટની એક ગોળમટોળ સ્ત્રી પાંચ ફૂટનો પહોળો ગાઉન પહેરી લથડપથડ ચાલતી હતી. એના કલપ કરેલા છુટ્ટા વાળ વેરવિખેર હાલતમાં ઊડતા હતા. રાત-દિવસ દારૂ પી પીને ચહેરા પર થોથર ચઢી ગઈ હતી. ચહેરો રાતો હતો.

હોઠ કાળા હતા. આંખો પીળી હતી. નાક શેક્યા વગરના મકાઈ ડોડાના ટુકડાના ઠૂંઠા જેવું હતું.

તેની પાછળ પાછળ ૨૦ થી ૩૦ની વચ્ચેની પાંચ જુવાન છોકરીઓ-સ્ત્રીઓ જે ગણો તે હતી. એકે વધારે પડતું ટૂંકું સ્કર્ટ અને વધુ પડતા ખુલ્લા ગળાનું ટોપ પહેરેલું. બીજીએ હાલી-ચાલી ના શકાય તેવું તંગ જીન્સ ચઢાવેલું. ત્રીજીએ સ્કર્ટ વ્યવસ્થિત પહેરેલું પણ ઉપરનું વસ્ત્ર – જવા દો. વસ્ત્રોનું વર્ણન કરવામાં પણ સુરુચિભંગ થવાનો ભય છે.

એમની પાછળ 'શ્રીમાન ભારત-૧૯૮૬'નું બિરુદ આપવા જેવો એક લઠ્ઠો ટૂંકી બાંયના આડા પટાવાળા ટી શર્ટમાં હાથ અને ધડના સ્નાયુના ગઠ્ઠાનું પ્રદર્શન કરતો ચાલી રહ્યો હતો. જોકે સાથળના સ્નાયુના ગઠ્ઠા એને વ્યવસ્થિત ચાલવામાં નડતા હતા, તેથી

એ પહોળો ચાલતો હતો. એનો ચહેરો માથું બધું ગઠ્ઠાદાર હતું. ખરબચડા ખડકમાંથી એને માણસ બનાવવાના પ્રયત્ન સર્જનહારે અડધેથી પડતા મૂક્યા હશે. બે આંખો વચ્ચે ખૂબ અંતર હતું. બૉક્સિંગની રમતમાં કોઈએ એનું નાક મેંદુવડા જેવું ચપટું કરી નાખ્યું હતું. કાન આગળ કાળા લાંબા ગુચ્છાદાર થોભિયા હતા. કપાળ નાનું હતું અને માથા ઉપર મધપૂડાની જેમ ગીચ વાળનાં ગૂંચળાં જામ્યાં હતા. કાંડા ઉપર ચામડાનો પટ્ટો હતો. પાર્ટીમાં એ નાચવાને બદલે કુસ્તી કરતો હશે. એને જોયા પછી પેલી પોટ્ટીઓ સામે ઊંચી આંખે જોવાની પણ કોઈ હિમ્મત ના કરે.

એની પાછળ એક સફારી સૂટ પહેરેલો ઘઉંવર્ણો માણસ ભૂલથી આ ઝૂંડમાં ભેરવાઈ ગયો હોય તેવો સીધોસાદો લાગતો હતો.

'તુમેરે દોનોંમેં સે જેટ્ટા કૌન ઔર મેટ્ટા કૌન ?' તીણા અવાજે આન્ટીએ અમારી પાસે આવીને પૂછ્યું. એક ક્ષણ તો હું જ ભૂલી ગયો કે, હું જેઠો છું કે મ્હેટો ?'

'મૈં મૈં મૈં જેઠાલાલ ઔર યે મ્હેતાલાલ.' માંડ સ્વસ્થ થયેલા જેઠાલાલ બોલ્યા.

'ડાર્લિંગ, અબ્બી વો ટૅક્સીવાલેકો પેસા દેઈ ઘો.' કહીને આન્ટીએ જેઠાલાલને ગાલે હેતથી ટપલી મારી. ત્યાં બાકીની છોકરીએ ઉપર આવીને 'મેટ્ટા-જેટ્ટા' અને એની સાથે પ્રાસ મળે તેવા વિચિત્ર નામો બોલતાં બોલતાં મને ને જેઠાલાલને ભળતી-સળતી ટાપલીઓ મારી.

ટૅક્સીના પૈસા મારે ચૂકવવાના હતા. પણ અડધો ડઝન સ્ત્રીઓના અણધાર્યા હેતથી બઘવાઈ ગયેલા જેઠાલાલ પૈસા આપવા દોડી ગયા.

મારા મગજ ઉપર ભયનાં વાદળ ઘેરાવા લાગ્યાં. આ બાઈઓ જો પેલા વીઆઈપીઓની ટાલકીઓ પર ટાપલીઓ મારશે તો બૉસનો બિઝનેસ ડામાડોળ થઈ જશે અને મારી નોકરી જશે એ

ભયથી હું બેબાકળો બની ગયો. સાપે છછૂંદર ગળ્યા જેવી મારી હાલત થઈ ગઈ.

એમની આખી ટોળી ઉપલે માળે પહોંચી ગઈ. નોકરો એમના રેકોર્ડર અને નાની બૅગો લઈને ઉપર ગયા. ત્યાં જેઠાલાલ આવી પહોંચ્યા. હવે એ સહેજ સ્વસ્થ થયા હતા.

'ક્યાં ગઈ પેલી મંડળી ?'

'મંડળી તો ઉપર ગઈ, પણ જેઠાલાલ, મને મંડળીનાં લક્ષણ સારાં નથી લાગતાં.'

'કેમ ! કંઈ થયું ?'

'થયું કંઈ નથી પણ ના થવાનું થશે તેવી મને બીક છે. આ ધંધાદારી નાચવાવાળી લાગે છે. પેલા નેતાજીઓ સાથે આડાંઅવળાં નખરાં થશે તો આફત થઈ જશે.'

'પણ, મ્હેતાસાહેબ, આટલી શૉર્ટ નોટિસમાં તો જે મળે તેનાથી ચલાવવું પડે, યાર, આપણને કંઈ કલ્પના આયર થોડી મળવાની હતી !'

'પણ મારી પાસે પૂરા પાંચ હજાર પણ રહ્યા નથી અને આ બાઈઓ ગમે ત્યારે કંઈ ભળતીસળતી રકમ માગશે તો—'

'તમે, યાર, નકામા માણસ છો. પૈસાનું સુંદરલાલ કહીને ગયા છે. અને તો યે થોડા પૈસા તો મારી પાસે છે ને ! બધું થઈ પડશે. ચાલો ઉપર.'

'ઉપર ! ઉપર અત્યારે આપણું શું કામ છે ?'

'ભલા માણસ, જોવું તો જોઈએ ને ! તૈયારી કેમ છે !'

'એમ કરો, જેઠાલાલ, તમે મંડળી પર નજર રાખો. હું પેલા નેતાજીની રાહ જોતો નીચે બેઠો છું.'

'ઓ.કે.' કહીને જેઠાલાલ ઉપલે માળે ગયા.

નોકરો ફટાફટ દારૂથી ભરેલા ગ્લાસ, સોડા, બરફ, પરચૂરણ

નાસ્તાની ટ્રે ભરીને ઉપર પહોંચી ગયા. ઉપર મોટા અવાજે ડાન્સ મ્યુઝિક ચાલુ થઈ ગયું.

મેં બેઠેબેઠે નોકરોને આડકતરી રીતે પૂછપરછ કરવા માંડી. એમની વાત પરથી લાગ્યું કે મંડીના અવારનાર એ બંગલામાં પ્રોગ્રામ થતા હતા. નોકરોને કશી ચિંતા નહોતી. મેં પણ પ્રારબ્ધ ઉપર બધું છોડી દીધું.

અડધોએક કલાક થયો હશે ત્યાં બૉસની ફીઆટમાં મહાજનો પધાર્યા. મેં ગાડી પાસે જઈ બે હાથ જોડી એમને આવકાર્યા.

'સબ એરેન્જમેન્ટ ઠીક સે હો ગયા હૈ ?'

'હાં જી !'

'પ્રોગ્રામ ચાલુ હો ગયા ?'

'નહીં જી. ડાન્સ પાર્ટીવાલે પ્રેક્ટિસ કર રહે હૈં.' મેં કહ્યું.

'કોઈ ઔર ગૅસ્ટ કો નહીં બુલાયાના ?'

'નહિ જી. સિર્ફ આપ કે લિયે પાર્ટી હૈ. આઈએ.'

પાંચે મહાજન સફેદ ખાદીમાં હતા. એક ઝભ્ભો-ધોતિયું ટોપીમાં હતા. એમનો ઘેરાવો પ્રચંડ હતો. ગાડીમાં આવ્યા પણ જાણે મુંબઈથી દોડતા આવ્યા હોય તેમ એમને શ્વાસ ચઢ્યો હતો. દિલ્હીમાં દૂધની દુકાન ચલાવતા હોય તેવા દેખાતા હતા. બાકીના ચાર એમને વડીલ ગણીને પાછળ ચાલતા હતા. એક આધેડ વયના હતા. એ રેશમી ખાદીના બુશકોટ પાટલૂનમાં હતા. ઊંચા, ગોરા, ચશ્માધારી અને પ્રભાવશાળી હતા. માત્ર એમના આગળના બે દાંતના ટોચકા સહેજ બહાર ડોકાતા હતા. એક વૃદ્ધ તદ્દન સાદા ઝભ્ભા-લેંઘામાં હતા. એમના માથા પર ટાલ વચ્ચે સફેદ વાળનો લચ્છો રહી ગયો હતો. ડાચાં બેઠેલાં હતાં. તેના પર ગુચ્છાદાર મૂછોનાં છૂંછાં છવાયેલાં હતાં. ચોથા ઝભ્ભા ચુડીદારમાં હતા. એ જરા ખડતલ હતા. ચાંચ જેવું નાક અને ચૂંચવી આંખ જોઈને ખબર જ પડી જાય, એ સાહેબ

ખંધા પોલિટિશિયન છે. હાથ પહોળા રાખી ગુમાનથી એ ચાલતા હતા. પાંચમાએ ઝભ્ભો-લેંઘો પહેર્યા હતા. એમણે ભૂખરા વાળમાં વચ્ચે પાંથી પાડીને વાળને કાન પાછળ ગુંદરથી ચોંટાડ્યા હોય તેવું લાગ્યું. ચહેરા પર કૃત્રિમ સ્મિત પણ ચોંટેલું હતું અને ઉપલા હોઠ પર કાળી કીડીઓ ચોંટી હોય તેવી ભમ્મર હતી. ગંજીફાના લાલના એક્કા જેવો ચહેરો હતો. ચહેરો ભોળો હતો. પણ આંખ લુચ્ચી હતી

હું એમને ઉપલે મજલે દોરી ગયો. સહેજે પચાસેક માણસ સમૂહનૃત્ય કરે તેવા વિશાળ ઓરડામાં એક ખૂણે જેઠાલાલ એકલા એકલા વ્હિસ્કી પી રહ્યા હતા. અમને જોઈને એ ઊભા થઈ ગયા.

'વેલકમ, વેલકમ, વેલકમ.' બોલતાં એ અમારી પાસે આવી પહોચ્યા.

'આપને તો કહા કોઈ દૂસરે ગૅસ્ટ નહીં હૈ તો ફિર યે કૌન હૈ ?' પેલા ગોળમટોળ નેતાજીએ કતરાઈને પૂછ્યું.

'વો... વો.. વો.. તો મેરે સાથ હૈ મેનેજમેન્ટમે.'

'ઠીક હૈ.. ઠીક હૈ.. વો સબ પ્રોગ્રામ બોગ્રામવાલે કહાં હૈ ?'

'વો રેડી હે... ડોન્ટ વરી... સબ ટીપટૉપ, ટૉપ ટુ બૉટમ... હાઈક્લાસ..' જેઠાલાલને જ્યાં વ્હિસ્કી ચઢે છે ત્યાં એ માતૃભાષા રાષ્ટ્રભાષા ત્યજી અંગ્રેજી પર આવી જાય છે. હું એમની ચિંતા કરતો હતો ત્યાં નૃત્યમંડળી શયનખંડમાંથી દાખલ થઈ. બીજી તરફ નોકરો વ્હિસ્કીના સરંજામ સાથે હાજર થઈ ગયા.

પાંચે નર્તકીઓએ નામના જ પોશાક ધારણ કર્યા હતા. આખા શરીરે મેકઅપ કર્યા હતા. પોશાક ચમકચમક થતા હતા. એનો દેખાવ જોઈ મારા હૃદયના ધબકારા ડિસ્કો સંગીતથી દસગણી ઝડપે ચાલી રહ્યા હતા.

આન્ટીએ આવીને પૂછ્યું, 'સાબલોગ પહેલે થોડા સાથમેં બૈઠકે પીએંગે. બાદમેં ડાન્સ જમાએંગે.. જૈસા આપ બોલે.. વી ડોન્ટ માઇન્ડ.. યુ આર અવર ઓનર્ડ ગૅસ્ટસ.. વી વેલકમ યુ ટુ બૉમ્બે એન્ડ વીશ યુ એ વેરી હેપી ન્યુ ઇયર.. બારા બજે.. લાઇટ બંધ કરના મંગતા..'

'ઓકે... ઓકે.. ફાઇન.... ફાઇન.. લેટ્સ હેવ એ ગુડ પાર્ટી...' પેલા દાંતવાળા નેતા બોલ્યા.

'કમ ઓન ગર્લ્સ..... કમ ઓન.. સાબલોગ કે સાથ બૈઠ જાવ.'

અમે જોતા ઊભા રહ્યા. કળિયુગની અપ્સરાઓ એક એક દેવતાની બાજુમાં ગોઠવાઈ ગઈ ત્યાં પેલા ગોળમટોળજીએ અમને કહ્યું.

'અબી આપ લોક જા સકતે હૈં.'

'જેટ્ટા-મેટ્ટા, તુમ દોનો નીચું જા કે મજા કરો.' આન્ટી બોલી.

'ચાલો, જેઠાલાલ.'

'આ ખોટું, મ્હેતાસાહેબ–'

'એક વાર નીચે ચાલો.' મેં દાંત ભીંસીને એમના કાનમાં કહ્યું, હાથમાં ગ્લાસ સાથે જેઠાલાલ અકળાતા અકળાતા મારી પાછળ પાછળ નીચે આવ્યા.

'ધીસ ઈસ બેડ, મ્હેતા...'

'જુવો, જેઠાલાલ, મહેરબાની કરીને મગજ પર કંટ્રોલ રાખો. આ આપણી પાર્ટી નથી, એ લોકોની છે. આપણી હાજરીમાં નેતાઓને મજા ન આવે.'

'આઈ એમ ઓલ્સો સમથિંગ.. આઈ કેન મેક પેમેન્ટ, વ્હૉટ ડુ યુ મીન ?'

'તો આપણે આપણી પાર્ટી રાખીશું. આપણને આ નેતાઓ સાથે મજા ના આવે. સમજતા કેમ નથી ? આપણને આપણા સર્કલમાં જામે.'

નીચેના રૂમમાં નોકર અમને પીણાં પીરસી ગયો. ઉપર પાર્ટી વ્યવસ્થિત ચાલે છે એવો રિપોર્ટ આપી ગયો. જેઠાલાલે થોડો વખત મને ગાળો દીધી. પછી થોડું પીને હઠે ચડ્યા. મેં ના પાડી તો યે પરાણે પરાણે ઉપલે માળે જવા નીકળ્યા પણ એક નોકરે એમને પકડ્યા અને જબરજસ્તીથી ખેંચી લાવીને બેસાડી દીધા.

આમ તો બેઠે બેઠે પીવા સિવાય મારે કોઈ કામ રહ્યું નહોતું. પણ ઘૂંટડે ઘૂંટડે મને ડર લાગતો હતો.

સુખદ બનાવ એક જ બન્યો. ગાળાગાળી અને લવારા પછી જેઠાલાલ જમવાની પણ રાહ જોયા વગર નાસ્તાના બુકડા ભરી, ઝડપથી ઉપરાઉપરી પેગ ઠઠાડી છેવટે લથડિયાં ખાતાં ખાતાં એ નીચેના બેડરૂમમાં જ પલંગ પર સલોટ થઈ ગયા.

ઉપર રંગ જામતો ગયો તેમ તેમ મને શાંતિ થતી ગઈ. ઉપર જઈને નેતાજીઓની લીલા જોવાની ઉત્કંઠા તો ઘણી થઈ પણ પીધેલ અવસ્થામાં એ લોકો મારું અપમાન કરી બેસે, કદાચ રંગમાં ભંગ

પડે તો કારણ વગર પ્રોગ્રામ પર પાણી ફરી વળે અને અપજશ મને મળે. લંડન અને બેંગકોકમાં ભૂંડાં નૃત્યો જોયાં જ હતાં. એમ તો મુંબઈમાં પણ એક વાર કેટલાક પારસી મિત્રો એક એવા અડ્ડામાં ખેંચી ગયેલા. તેથી એ લીલા જોવાની ઘેલછા તો મને રહી જ નહોતી.

નોકર આવીને ૧૫૦૦ રૂપિયા લઈ બૉસની ફીઆટમાં જઈ ગરમાગરમ ભોજન લઈ આવ્યો.

મારે તો મહેમાનગતિની જવાબદારી રહી નહોતી તેથી મેં નવરા બેઠા દબાવીને ખાધું. પીધા-ખાધા પછી મારી પણ આંખ ઘેરાવા લાગી. 'પાર્ટી ખતમ થાય ત્યારે મને જગાડજે' એવી સૂચના એક નોકરને આપીને હું બીજા બેડરૂમમાં જઈને સૂઈ ગયો.

રાત્રે બાર વાગે બંગલાની બત્તીઓ બે મિનિટ બંધ થઈ. નવા વર્ષનાં પગરણ થયાં. અમારા બંગલામાં તો ઠીક, આજુબાજુના બંગલાઓમાં ખુશાલીનો કોલાહલ જામ્યો. ઘણી જગાએ ફટાકડાના ગુબારા થયા. ઉપરના મજલે બમણા જોરથી મ્યુઝિક વાગવા લાગ્યું. નાચી રહેલા નેતાઓની ચિચિયારીઓ સાંભળતો સાંભળતો હું ઘસઘસાટ ઊંઘી ગયો.

વચમાં એક વાર મારી આંખ ખૂલી ગઈ. સંગીત બંધ થઈ ગયું હતું પણ બગીચામાંથી બાઈઓ અને ભાઈઓની કિલકારીઓ સંભળાતી હતી. મેં બારીનો પર્દો ઊંચો કરી બહાર જોયું તો બગીચામાં કેટલીક છાયાઓ હિન્દી ફિલ્મના હીરો-હીરોઈનની જેમ પકડદાવ રમતી હતી. એક યુગલ ઝૂલા પર ઝૂલી રહ્યું હતું. એક છાયા ઘાસમાં ગુલાંટિયાં ખાઈ રહી હતી. કોઈ વળી ઝાડ પર ચઢવા મથી રહ્યું હતું.

ચાલો, બગીચામાં ઊતરી આવ્યા છે એટલે કદાચ કલાકેકમાં ઘેર જવાનું થશે એમ વિચારતો હું પાછો સૂઈ ગયો.

વહેલી પરોઢે મને કોઈએ ઢંઢોળ્યો. જોઉં છું તો બંગલાનો નોકર.

'સાબ, વો આપકા ગેસ્ટ લોક લડકી લોકકે સાથ ઘૂમને ચલા ગયા. અભી વાપસ નહિ આયેગા.'

'હેં !' માથા પર સાપ પડ્યો હોય તેમ હું ઊછળ્યો.

'હાં, સાબ, વો લડકી લોકકા આદમી હૈ ના-વો પહેલવાન વિક્ટર-વો આકે બોલા-સાબ લોક ટૅક્સીમેં બૈઠકે ઘૂમને ગયા. અબી ઈધર વાપસ નહિ આયેગા. બોલા. આપકો જાના હૈ તો ગાડીમેં ચલા જાવ.'

માર્યા ઠાર. હાંફળાફાંફળા દોડીને ડ્રોઇંગ રૂમમાંથી બૉસને ફોન જોડ્યો.

'હલો, હું ઈઝ સ્પિકિંગ ?' બૉસનો ઊંઘરેટો અવાજ.

'હું...હું.. મહેતા..'

'હેપી, ન્યુ ઈયર મહેતા, પેલા લોકો હજી આવ્યા નથી, પાર્ટી જોરમાં ચાલતી લાગે છે.'

'યસ સર, પણ જરા તકલીફ થઈ છે—'

'શું થયું ! વ્હૉટ હેપન્ડ !'

'આપના મહેમાનો બંગલામાંથી ગમ્મત કરતાં કરતાં છોકરીઓની સાથે.. ક્યાંક જતા રહ્યા.. મેસેજ મોકલ્યો કે અહીં નહિ આવે.'

'માય ગૉડ ! મહેતા ! સત્યાનાશ ! આ તમે શું કર્યું ?'

'સર, એ લોકોએ મને કાઢી મૂકેલો, રાત્રે ત્રણ વાગે બગીચામાં રમતા હતા..'

'ગાડી ?'

'છે, સર.'

'તો હવે તમે ગાડીમાં ઘેર ઊતરી ગાડી અહીં મોકલી આપો. વી વીલ હેવ ટુ વેઇટ ફોર સમ ટાઇમ. તમે મને બપોરે ફોન કરજો.'

'યસ સર.'

નોકરોની મદદથી મેં જેઠાલાલને ઊંચકીને પાછલી બેઠકમાં સુવાડ્યા. ઘેર જઈને ડ્રાઇવરની મદદથી એમને ઉતાર્યા. બપોર સુધી ઘરમાં આંટા માર્યા, શ્રીમતીજીનાં સણસણતાં લેકચર સાંભળ્યાં અને છેવટે નીચે જઈને નાકે એક દુકાનમાંથી સાહેબને ફોન જોડ્યો.

'યસ, મહેતા, ડોન્ટ વરી નાઉ, એ લોકો સીધા ઍરપૉર્ટ પહોંચી ગયા હતા. મને કહે, ગાડીમાં સામાન મોકલાવી દો. થેન્ક ગૉડ એન્ડ થેન્કયુ મહેતા. એ લોકોને ફોન પર વાત કરવાના હોશ નહોતા. કોઈકની પાસે ફોન જોડાવેલો પણ મેસેજમાં મને કહ્યું ધે થરલી એન્જોઈડ. હવે આવતી કાલે ઑફિસમાં મળીશું. આજે આપણે બંને આરામ કરીએ.'

'યસ, સર. થેન્કયુ—' ફોન કટ.

મેં જેઠાલાલને બે દિવસ પછી ખર્ચની બાબતમાં પૂછ્યું. જેઠાલાલ મારી બાજુમાં મારા સોફા પર બેઠા હતા. શ્રીમતીજી સાંભળે નહિ એમ મને કાનમાં કહ્યું.

'મ્હેતાસાહેબ, સુંદરીઆએ લબાડી કરી.'

'કેમ ?'

'મને કહે, પૈસાની જરૂર નથી. બંગલાના ઉપરના માળે નેતાજીઓની રાસલીલાની વિડિયો કૅસેટ ઉતારી લીધી છે. ભવિષ્યમાં કામ આવશે.'

મારા ગળામાંથી ચીસ નીકળી ગઈ. 'ઓ ભગવાન !' શ્રીમતીજીએ મારી તબિયત વિષે પૂછવાને બદલે જોરથી શયનખંડનાં બારણાં બંધ કરી મારી ધ્રુજારી વધારી મૂકી.

❑

ચાર્લ્સ શોભરાજનું અસલી-નકલી

થોડા દિવસ પહેલાં અમદાવાદ ગયો ત્યારે ત્યાં અમારા ખાડિયામાં રાત્રિ ક્રિકેટ મેચો રમાતી હતી. રાયપુર ચકલામાં રાત્રિ ક્રિકેટ મેચોનું ઉદ્‌ઘાટન કરવા ભૂતપૂર્વ ટેસ્ટ ક્રિકેટર ધીરજ પરસાણા આવેલા. મારા કેટલાક મિત્રોએ મને પણ મંચ ઉપર ઊભો કરી દીધો. નાનપણના દિવસો મેં યાદ કર્યા. ૪૦ વર્ષમાં ક્રિકેટની રમતે કેટલી બધી પ્રગતિ કરી ! દિવસે પોળમાં અમે રમતા હવે રાત્રે ચકલામાં મેચો રમાવા લાગી છે. ખાડિયાના નેતાઓ તેમાં રસ લેતા થઈ ગયા છે. ચકલા વચ્ચે મંચ બાંધી માઇક પરથી ભાષણો કરે છે. ઘનશ્યામભાઈએ તો ત્યાં સુધી કહ્યું કે રાત્રિ ક્રિકેટથી એકતાની ભાવના સર્જાય છે. ટૂંકમાં રાત્રિ ક્રિકેટથી દેશભક્તિની ભાવના ખીલે છે અશોક ભટ્ટે મને કહ્યું, મુંબઈથી ટપુને એની ઇલેવન સાથે ખાડિયામાં મેચ રમવા મોકલી આપો. તે પછી મેં ધીરજ પરસાણા સામે બોલિંગ કરી. બે વાર બૉલ સ્ટમ્પની દિશામાં ગયો. ત્રીજી વાર દોડીને મેં હાથ તો વીંઝ્યો પણ બૉલ મારા હાથમાં જ રહી ગયો. ૪૦ વર્ષ પહેલાં પોળમાં અમે બૉલ-બેટ રમતા અને પોળના વડીલોની ગાળો ખાતા ત્યારે મને કલ્પના નહોતી કે એક દિવસ રાયપુર ચકલામાં મોટી મેદની વચ્ચે એક ટેસ્ટ ક્રિકેટર સાથે બે મિનિટ બૉલ-બેટ રમવાની તક મળશે. ધીરજ પરસાણાના મગજમાં ત્યારે શું વિચારો આવતા હશે એ તો એ જ જાણે.

મુંબઈ આવવા નીકળ્યો ત્યારે મનથી નક્કી કરેલું કે મારા

મિત્ર જેઠાલાલ માનશે તો એમના દીકરા ટપુને થોડા દિવસ અમદાવાદ મોકલી આપીશ. એણે આખી ટીમ સાથે જવાની જરૂર નહીં. એ પોતે જ ટીમ જેવો છે. કોઈ પણ પોળમાં એને ઘૂસી જવામાં વાંધો ના આવે.

મુંબઈ આવીને પહેલી તપાસ મેં એની જ કરી તો ખબર પડી, ટપુ રજાઓ ગાળવા એના મોસાળ ગયો છે. એનું મોસાળ એટલે અંધેરીમાં એના સ્મગલર સુંદર મામાનો બંગલો.

'જેઠાલાલ, બને તો ટપુને ફોન કરીને પૂછી તો જોજો, એને અમદાવાદ જવું હોય–'

જેઠાલાલ જવાબ આપે તે પહેલાં એમના પિતા ચંપકલાલે લંગસ નાખ્યું.

'જેઠા, અમદાવાદનું ગોઠવતો હોય તો મારું ય ગોઠવજે.'

'બાપુજી ભરઉનાળામાં તમારે અમદાવાદ જઈને શું કરવું છે ?'

'દીકરા મારા ! મારી જિંદગી મેં ભરઉનાળામાં જ વિતાઈ છે. તું વિલાયતમાં પેદા થયો છે તે તને ઉનાળામાં કાંટા વાગે છે ?'

'પણ તમારે અમદાવાદમાં શું કામ છે ?'

'કામ તો કશું નથી, પણ થોડા દા'ડા તારી આ નજરકેદમાંથી છૂટું તો શહેજ ટાઢક થાય.'

સવારે સવારે આ વાર્તાલાપ ચાલી રહ્યો હતો ત્યારે જેઠાલાલ એમના બેઠકખંડની ભીંત પર લટકતા અરીસા સામે ઊભા ઊભા દાઢી કરી રહ્યા હતા. ચંપકલાલના છેલ્લા વાક્યના શ્રવણથી અપસેટ થઈ ગયેલા જેઠાલાલને હાથ એમની મૂછનું એક નાનું ટચકું કપાઈ ગયું. આમે જેઠાલાલને પોતાની મૂછો ચાવવાની ટેવ છે તેથી મૂછો આછી થઈ જ ગઈ છે. તેમાં અણધાર્યો ઘટાડો થતાં એમને આઘાત લાગ્યો.

'સાંભળ્યું ને મ્હેતાસાહેબ ! આનું નામ તે જશને માથે

જૂતિયાં. અમદાવાદની વાત જવા દો. પેલા અવળચંડાને તમે જો ક્રિકેટની વાત કરશો તો એ આખી ટીમને અહીંથી લઈ જવાની વાત કરશે. આંગળી આપો તો પહોંચો પકડવાની વાત કરશે. અમદાવાદ માંડ ટાઢું પડ્યું છે તે આ બંને જઈને ત્યાં ભડકો કરશે.'

મારે નોકરીનું મોડું થતું હતું તેથી વધારે દલીલ કરવા હું થોભ્યો નહીં. મેં મારી ફરજ બજાવી. હવે એમણે જે કરવું હોય તે કરે. આમે ય જેઠાલાલને ત્યાં કોઈ પણ બાબત સહેલાઈથી તો પતતી જ નથી. તદ્દન સરળ વાતને એ લોકો કોકડું કરી નાખે છે. તેથી આખી વાત મેં મારા મનમાંથી ખંખેરી નાખી. હું મારી નોકરીની ઘટમાળમાં જોતરાઈ ગયો.

ચાર્લ્સ શોભરાજ પકડાઈ ગયો તે પછી અમારા માળાના જીવનમાં થોડી નિરાશા વ્યાપી ગઈ હતી. ચાર્લ્સ જેલમાંથી નાઠો અને એને પકડવા માટે સરકારે ઇનામ જાહેર કર્યું. અને તે પછી જેઠાલાલના સ્મગલર સાળા સુંદરલાલે ચાર્લ્સને પકડવા માટે લાખ રૂપિયાનું ઇનામ જાહેર કરેલું, ત્યારે અમારા માળા અને મહોલ્લાના માણસો ખિસ્સામાં લાખ રૂપિયાના ઇનામવાળી લૉટરીની ટિકિટ મૂકી રાખી હોય તેવી ઉત્તેજના સાથે ચાર્લ્સની શોધમાં ચારે બાજુ ફરતા હતા. નવરાશનો સમય ચાર્લ્સની શોધમાં પસાર થઈ જતો હતો. ચાર્લ્સ પકડાઈ ગયો તેવા સમાચાર વાંચીને અમને બધાને લાખ રૂપિયાનો ફટકો તો પડ્યો જ. વળી એ સહેલાઈથી પકડાઈ ગયો એમ વાંચ્યું ત્યારે તો જાણે અમને એણે દગો દીધો હોય એવું દુઃખ થયું.

'તમે તો કહેતા હતા ને, ચાર્લ્સ હરિદ્વારના નાગા બાવાઓ સાથે ભળી જશે અને આ તો ગોવામાંથી પકડાયો.' મેં જાણે ચાર્લ્સને છુપાઈ રહેવામાં મદદ કરી હોય તેમ મારી પત્ની મને સંભળાવવા લાગી.

'આપણે જ્યારે એ વિશે વાત થયેલી ત્યારે મને યાદ ના

આવ્યું કે ગોવામાં પણ નાગા બાવાની જમાત વસે છે.' મેં કહ્યું

'ગોવામાં વળી નાગા બાવાઓ ક્યાંથી આવ્યા ?'

'કેમ ! ત્યાં બધા આઈલેન્ડથી આગળ જઈએ ત્યાં નાગડા-પુગડા હિપ્પીઓની આખી વસાહત છે. હરિદ્વાર જાય તો આપણા દેશી બાવાઓ જેવો એણે મેકઅપ કરવો પડે. પણ ગોવામાં તો બધા એના જેવા જ હોય એટલે એણે મેકઅપ કરવાની મહેનત જ ના કરવી પડે.'

'પણ એ પકડાયો ત્યારે એણે કપડાં પહેરેલાં હતાં' પત્નીએ નિરર્થક ચર્ચા ચાલુ રાખી. હું અકળાયો.

'ચાર્લ્સ અગત્યનો છે કે એનાં કપડાં ? એ લંડન ફોન કરવા માટે એક હોટલમાં ગયો હતો. હોટલમાં દાખલ થવું હોય તો કપડાં પહેરવાં પડે. અને આ બધો રિપોર્ટ તો પોલીસવાળાઓ આપે એટલે આપણે માની લેવાનું. ખરેખર શું બનેલું તે કંઈ આપણને ખબર પડવાની છે ?'

'એટલે ?'

'આ આપણા મટકાકિંગ મોહનલાલ છડેચોક એમનાં મટકા-સેન્ટર ચલાવે છે. પોલીસે એમનો વાળ વાંકો કર્યો ? ના. ઊલટું એ લોકો મોહનલાલની નોકરીમાં હોય તે રીતે રોજ એમને સલામ કરવા આવે છે. આપણા મકાન પાછળ ફ્રાન્સિસની દારૂની ભઠ્ઠી ચાલે છે. ત્યાં પોલીસવાળા ફ્રાન્સિસને સલામ કરે છે. આપણી ગલીમાં કાળિયાનું રાજ ચાલે છે. અહીં આંગણામાં ગુંડા-મવાલીઓને મુંબઈની પોલીસ પકડતી નથી પણ એમને ચાર્લ્સ શોભરાજની છેક ગોવાથી ગંધ આવી. મેં તો તને કહ્યું જ હતું, જશની વાત આવે ત્યારે પોલીસવાળા કોઈને પણ તક ના આપે. જે લોકોએ પોલીસને ઇન્ફોરમેશન આપી હશે એમને ખાનગીમાં પોલીસવાળા ઇનામ આપી દેશે પણ ચાર્લ્સને પકડ્યો એના જશ ઉપર હવે મુંબઈની પોલીસ વર્ષો સુધી આરામ કરશે. બેન્કોમાં ધાડ પડ્યા કરશે,

ટૅક્સીવાળા લૂંટાયા કરશે, ખિસ્સાં કતરાયાં કરશે, દારૂની ભઠ્ઠીઓ, મટકા-ફટકા બધું ચાલ્યા કરશે. વળી પાછી એમની આબરૂનો સવાલ ઊભો થશે ત્યારે એકાદ ચાર્લ્સ શોભરાજને પકડીને આબરૂ એકઠી કરી લેશે.

'મને તો આમાં કંઈ સમજ નથી પડતી.'

'એ જ સારું છે. આવી બાબતમાં જેટલા ઓછા ઊંડા ઊતરીએ એટલા વધારે સુખી, સમજી ? છાપાને જેમ પસ્તીમાં કાઢી નાખીએ છીએ તેમ ચાર્લ્સને પણ મગજમાંથી કાઢી નાખવાનો. એ જ્યાં છે ત્યાં સારો અને આપણે જ્યાં છીએ ત્યાં આપણે સારા.'

'ખરી વાત છે.'

ચર્ચાનો અંત આવી ગયો. જોકે ચાર્લ્સ શોભરાજ પકડાઈ ગયો તેનાથી એક એ દુઃખ થયું. રોજ સાંજે એને વિશે અટકળો કરવાની, ચર્ચા કરવાની મજા આવતી હતી. એ પકડાયો તેમાં ચર્ચાનો મસાલેદાર વિષય ચાલ્યો ગયો. મિનિસ્ટરો-રાજ્યપાલો કૌભાંડો કરે, કુંભમેળામાં યાત્રાળુઓ કચડાઈ મરે, આતંકવાદીઓ હત્યાઓ કરે, ઉદ્યોગપતિઓને ત્યાં દરોડા પડે, આપણી ક્રિકેટ ટીમ મરતાં મરતાં મેચ જીતે, બેન્કમાં ધાડ પડે, ચાર્લ્સ શોભરાજ જેલમાંથી ભાગી છૂટે ત્યારે માણસોની સાંજ સુધરી જાય. આવું ના બને તો માણસો ઘરમાં બેસીને શાને વિશે વાતો કરે ? એવું ના બને તો છાપાવાળા માથે હાથ મૂકીને રડે. ચાર્લ્સ પકડાઈ ગયો તેમાં ઘણા છાપાવાળા અંદરખાને દુઃખી થઈ ગયા હશે.

પરંતુ ઘણી ઘટનાઓ એવી બને છે જે આપણા સુધી આવે પણ સરકાર સુધી કે અખબાર સુધી ના પણ પહોંચે અને આપણે એ ત્યાં પહોંચાડી પણ ના શકીએ તેવી પરિસ્થિતિમાં મુકાઈ જઈએ.

હમણાંની જ વાત છે. એક મોડી સાંજે પડોશી મિત્ર જેઠાલાલ એમની રેડીમેડ કપડાંની દુકાનેથી છૂટીને પોતાને ત્યાં જવાને બદલે મારે ત્યાં ટપકી પડ્યા.

'મ્હેતા સાહેબ, ગજબ થઈ ગયો.'

એમની દુકાનેથી દોડતા દોડતા અને દાદરનાં એક સાથે ત્રણ ત્રણ પગથિયાં કૂદતા કૂદતા એ આવ્યા હોય તે રીતે હાંફી રહ્યા હતા. પરસેવે ભીંજાયેલા હતા. જેઠાલાલના મોઢે 'ગજબ થઈ ગયો' ઉદ્ગાર મેં અનેક વાર સાંભળ્યો છે. પાકિસ્તાન આપણા ઉપર હુમલો કરે તો યે એ જ ઉદ્ગાર અને જુલાબની પડીકીની ધારી અસર થાય તો યે જેઠાલાલ એ જ ઉદ્ગાર કાઢે. જ્યાં સુધી એ માંડીને વાત ના કરે ત્યાં સુધી ખબર ના પડે કે આ જગતમાં શું ગજબની ઘટના બની ગઈ.

'તમારા દેદાર જોતાં લાગે છે, કંઈ ના બનવાનું બન્યું છે. પણ સસ્પેન્સથી મારાં ફેફસાં ફાટી જાય તે પહેલાં મને કહો તો સારું.'

'તમે મને કહેલું ને ટપુને પૂછી જોજો, એને અમદાવાદ જવું હોય તો ?'

'હા, તે ઊપડી ગયો ?'

'સાંભળો તો ખરા. મને દુકાનમાં બેઠે બેઠે વિચાર આવ્યો, છોકરો સુંદરલાલને ત્યાં રહેવા ગયો છે તે નવાં અપલક્ષણ શીખીને આવશે, તેના કરતાં તમે કહ્યું તેમ થોડા દિવસ અમદાવાદ જઈ આવે તો ખોટું નહીં. એ જો હા પાડતો હોય તો મારા ડોસાને ખબર ના પડે તેમ બારોબાર અંધેરીથી અમદાવાદ ભેગો કરી દઉં. એવો વિચાર કરીને મેં દુકાનેથી સુંદરલાલને ત્યાં ફોન જોડ્યો.

'તેમાં શો ગજબ થઈ ગયો ?'

'ટપુએ તો જુદો જ ધડાકો કર્યો.'

'ત્યાં પણ તોફાન ?'

'ના, ના, મ્હેતાસાહેબ, પણ ટપુએ મને એવા સમાચાર આપ્યા, એ તમે સાંભળો તો તમે પણ ચકરી ખાઈ જશો.'

'જેઠાલાલ, તમે અત્યારે જે રીતે કૂદાકૂદ કરી રહ્યા છો એ જોઈને પણ મને ચક્કર આવવા માંડ્યા છે. તમે બેસીને વાત કરો તો સારું.'

'માનવામાં ન આવે તેવી વાત છે. ટપુએ કહ્યું. સુંદરલાલ આજકાલ ચાર્લ્સ શોભરાજની સરભરામાં પડ્યા છે.'

એટલું બોલીને જેઠાલાલ મારી સામે ટગર ટગર જોવા લાગ્યા. હું આશ્ચર્યથી એમની સામે જોઈ રહ્યો.

'ચાર્લ્સ શોભરાજ ?'

'ચાર્લ્સ શોભરાજ !'

'પકડાઈ ગયો તે ?'

'પકડાયો નથી !'

'જેઠાલાલ—'

'ટપુએ કહ્યું..'

'જેઠાલાલ, ટપુ તો હજી બાળક છે...'

'મ્હેતાસાહેબ, આવી બાબતોમાં મારા તમારા કરતાં એ લુચ્ચાને વધારે ખબર હોય છે.'

'એણે શું કહ્યું તમને ?'

'ટપુએ ત્યાં બધી વાતો સાંભળી છે અને મને કહી દીધું મામા મને એક-બે દિવસમાં ચાર્લ્સ શોભરાજને મળવા લઈ જવાના છે. એટલે હમણાં મારે અમદાવાદ નથી જવું.'

'ગજબ કહેવાય !' મારાથી ઉદ્ગાર નીકળી ગયો.

'હું પણ તમને ક્યારનો એ જ કહું છું, યાર.'

'જેઠાલાલ તમારો સાળો—'

'બધી રીતે પહોંચેલો છે, મ્હેતાસાહેબ, એ જે ના કરે તે ઓછું.'

'ટપુને ખુશ કરવા એણે ગપ્પું માર્યું હશે.' મેં કહ્યું.

'મ્હેતાસાહેબ, આપણે એક કામ કરીએ. આવતી કાલે તમે નોકરી પરથી છૂટીને મારી દુકાને આવો. આપણે સાંજે અંધેરી પહોંચી જઈએ. ધારો કે ગપ્પું હોય તો યે આપણે શું ગુમાવવાનું છે ? ટેક્સીમાં ફરીને પાછા આવીશું.'

'મને વાંધો નથી.'

'બસ, તો પછી કાલે દુકાને આવી જજો. બીજા કોઈને વાત ના કરતા. આપણું આવતી કાલનું ફિક્સ.

'ફિક્સ.'

મારી સાથે ધંધાનો મોટો સોદો પતાવ્યો હોય તેમ જેઠાલાલ મૂડમાં આવી ગયા અને 'આવજો' પણ કહ્યા વગર એ કૂદકા મારતાં રવાના થઈ ગયા.

મારું મગજ એવું તો ચકરાવે ચઢી ગયું. કેમે કરી રાત્રે મને ઊંઘ જ ના આવી. એટલું વળી સારું હતું શ્રીમતીજીએ અમારી વાતો સાંભળી નહોતી. નહીં તો એ પણ રાત્રે ઊંઘત નહીં અને કદાચ અમારી સાથે આવવાની જીદ કરત. એને નવેસરથી ઇનામ કમાવાની લાલસા ભભૂકી ઊઠત.

સવારે નોકરી પર જતાં જતાં મેં એને કહી દીધું, 'સાંજે જેઠાલાલ ટપુની ખબર કાઢવા અંધેરી જવાના છે. એમને કંપની આપવા હું પણ જવાનો છું. પાછા આવતાં મોડું-વહેલું થાય તો ચિંતા ના કરતી.'

'ભઈસાબ, એ સુંદરલાલને ત્યાં તમે જવાના હો તો મને ચિંતા થવાની જ. તમે સંભાળજો.'

'હા. મને મારી સલામતીની વધારે ચિંતા છે.'

સાંજે નક્કી કર્યા મુજબ હું નોકરી પરતી છૂટીને સીધો જેઠાલાલની દુકાને પહોંચ્યો. અમે ત્રણ નંબરની સ્પેશિયલ ચહા પીધી અને પછી ટૅક્સી પકડી.

'મ્હેતાસાહેબ, આપણે એમ ને એમ જ અત્યારે પહોંચી જઈએ. કારણ શું કે સુંદરલાલને જો ખબર પડે કે આપણે આવવાના છીએ તો એ મારો બેટો આપણને સંતાકૂકડી રમાડ્યા કરે. આપણે ચાન્સ લઈએ. ટપુએ કહ્યું છે એટલે કંઈક ભેદ તો હશે જ ...'

'હા રે હા. ચક્કર મારવામાં આપણું શું જાય છે ?'

'જાતજાતની અટકળો કરતા અમે અંધેરી સુંદરલાલને બંગલે પહોંચ્યા. બંગલાના બગીચામાં પોતાની ટોળી જમાવી ક્રિકેટ ખેલી રહેલો ટપુ અમને જોતાવેંત જ રસ્તા પર દોડી આવ્યો. ટૂંકા સદરા ચડ્ડીમાં એ આખો ધૂળ-પરસેવાથી ખરડાયેલો હતો.

'તમે લોકો અહીં શું કામ આવ્યા ?' અમે ટેક્સીમાંથી ઊતરીએ તે પહેલાં તો ટૅક્સીની બારીમાં ડોકું ખોસી એ બરક્યો.

'તેં અમને ફોન પર પેલી વાત કરી તો અમને એ માણસને જોવાનું મન થયું.' જેઠાલાલ બેઠે બેઠે બોલ્યા.

'ના, જતા રહો પાછા.'

'કેમ ?'

'એ તો ખાનગીમાં મેં તમને કહેલું. મામા બધાને ફોન કરતા હોય છે તે હું ચોરીછૂપીથી સાંભળું છું. તમે આવી રીતે આવો તો મામાને બધી જ ખબર પડી જાય અને મને કોઈ દિવસ અહીં આવવા જ ના દે.'

'તારો મામો ક્યાં છે ?' જેઠાલાલે પૂછ્યું.

'એ તો બહારના બહાર. ગમે ત્યારે આવે છે, ગમે ત્યારે જાય છે. આ બંગલામાં કોઈ નથી. બીજે ક્યાંક છે. પણ, બાપુજી તમે પાછા જાવ, નહિ તો મામા મારા પર બગડશે.'

'તું એ બધી પંચાત ના કર, સમજ્યો ? હું કંઈ તારા ફોનની વાત તારા મામાને કરવાનો નથી. પછી તું શું કામ ફફડે છે. મને ખબર છે તારો મામો અત્યારે ક્યાં અડ્ડો જમાવીને પડ્યો હશે. અમે અમારી મેળે ત્યાં પહોંચી જઈશું.'

'તો હું પણ આવું છું.' કહીને ટપુ બારણું ખોલી આગલી બેઠકમાં ગોઠવાઈ ગયો.

'શું કામ ?'

'મારે પણ પેલા માણસને જોવો છે.'

'પણ તને અમારી સાથે જોશે તો તારો મામો તારા પર બગડશે.'

'હું તો કહીશ, તમે જ મને સાથે લઈ આવ્યા છો.'

'ના, ઊતરી જા.'

'નહીં ઊતરું...'

'ઊતર કહ્યું ને..'

'ના.'

'મામાને સાચી વાત કરી દઈશ.'

'ભલે.. પણ મારે ચાર્લ્સ...'

'નામ ના બોલ.. નામ ના બોલ. . તારી બાજુ પર બેઠેલો સાંભળશે તો ઉપાધિ...'

'બસ તો પછી, મને લઈ જાવ નહીં તો હું આને કહી દઈશ... તમે કોને મળવા જાવ છો તે.'

રકઝક ચાલતી હતી ત્યાં બગીચામાંથી સુંદરલાલનો છોકરો ટૅક્સીમાં બેઠેલા જેઠાલાલને જોઈ ગયો.

'ફુઆ આવ્યા... ફૂઆ આવ્યા...' એવી બૂમો પાડતો એ બંગલામાં દોડી ગયો.

'મ્હેતાસાહેબ, હવે તો ભાગવું જ પડશે નહીં તો સુંદરની બૈરી આગ્રહ કરીને આપણને અહીં જ ઉતારી પાડશે.' જેઠાલાલ બોલ્યા અને ટૅક્સીવાળાને વરસોવા તરફ જવાની સૂચના આપી.

'મ્હેતાસાહેબ, પેલો બંગલો યાદ છે ને, જ્યાં કૉંગ્રેસ શતાબ્દી વખતે તમારા બૉસના વીઆઈપી ફ્રેન્ડો માટે સુંદરે આપણને પાર્ટી ગોઠવી આપેલી ?'

'હા.'

'આપણે ત્યાં તપાસ કરીએ.'

સાંભળીને હું ગભરાયો.

'જેઠાલાલ, આપણે આ ટપુની બાતમીને ભરોસે જઈ રહ્યા

છીએ પણ ક્યાંક ભળતું ના નીકળે.'

'ભલા માણસ, આપણે તો સુંદરલાલને મળીશું. ટપુની વાત ખોટી નીકળે તેમાં આપણને શું ફરક પડે છે ?'

'મારી વાત સાવ ખોટી નથી. મને પાક્કી ખાતરી છે, એ ચાર્લ્સ—'

'નામ ના બોલ, નામ ના બોલ, ગધેડા, કેટલીવાર કહેવાનું ?'

મને મુંબઈનાં પરાંઓની ભૂગોળ ખબર નથી. એક તો પરાંઓમાં જવાનું ઓછું અને અહીં તો રોજનું એક નવું મકાન ઊભું થતું હોય છે એટલે એની એ જગાએ મારે મહિના પછી જવાનું થાય તોપણ મને એ જગા ના જડે. પેલો બંગલો ખોળતાં ખોળતાં રાત પડી ગઈ. છેવટે બંગલો જડ્યો તો ખરો પણ એનો લોખંડી દરવાજો બંધ હતો. અંદર પણ બધું સૂમસામ જણાતું હતું. અમે એની એ ટૅક્સીમાં પાછા ફરવાનો વિચાર કરતા હતા ત્યાં ટપુ કહે, 'ઉપર એક વેન્ટીલેટરમાં અજવાળું દેખાય છે. કોઈક છે.'

'પણ અંદર જવું કેવી રીતે ?'

'બાપુજી, ટૅક્સીવાળાને છોડી દો. પછી હું આ દરવાજા પર ચઢીને અંદર જાઉં.'

જેઠાલાલે ટૅક્સીના પૈસા ચૂકવી દીધા. ટૅક્સી ગઈ કે તરત, ટપુ વાંદરાની ઝડપે તોતિંગ દરવાજાના સળિયા પર ચઢી દરવાજો ઓળંગી ગયો. અંદરથી એણે દરવાજો ખોલવા પ્રયત્ન કર્યો.

'બાપુજી, દરવાજાને તાળું છે.' ગુસપુસ અવાજે એ બોલ્યો.

'હત્તારી... હવે ?'

'આટલે આવ્યા છીએ તો આપણે પણ સળિયા ઓળંગી જઈએ.' મેં કહ્યું.

કહેતાં તો મેં કહી દીધું પણ એ સહેલું ના હતું. દરવાજાના સળિયાઓની ટોચ ત્રિશૂળાકારે બહાર આવતી હતી. તેને ઓળંગતી

વખતે જો સહેજ પણ ચૂક થઈ જાય તો ભૂંડી ઈજા થાય. કેમ કરતાં આવી ઈજા થઈ એનો ખુલાસો કરવો ભારે પડી જાય. દરેક ત્રિશૂળ વચ્ચે છ ઇંચનો ગાળો હતો. એ ગાળામાંથી સાચવી સાચવીને એક પછી એક પગ પસાર કરી હું દરવાજા ઓળંગી ગયો.

જેઠાલાલે ધોતિયાનો કછોટો તાણી બાંધ્યો અને મારી જેમ ટોચ પર પહોંચી તેમણે બે ત્રિશૂળ વચ્ચેથી એક પગ પસાર કર્યો. એ પગ ટેકવીને બીજો પગ ઉપાડે તે પહેલાં અંધારા બંગલામાંથી ત્રાડ સંભળાઈ. ધ્રૂજી ગયેલા જેઠાલાલના બંને પગ ટેકણ ચૂક્યા. સાઇકલ પર બેઠેલા સવારના હાથમાંથી ગવર્નર છટકી જાય અને પગ નીચેથી પડેલ છટકી જાય અને હાથ-પગ ઊંચા કરીને ઘડીભર સીટ પર ઝૂલે તેમ જેઠાલાલની છાયાને દરવાજાની ટોચ પર ઝૂલતી જોઈ મેં એમને મદદ કરવા હાથ લંબાવ્યો. મારો હાથ પકડવાને બદલે એ આખા જ મારા પર ઢળ્યા. એમનો ભાર ઝીલવાનું મારું ગજું નહોતું. અમે 'ઓહ !' ચિત્કાર સાથે ભોંય ભેગા થયા.

'બાપુજી ધોતિયું...'

ત્રિશૂળની ટોચ અને જેઠાલાલની કેડ વચ્ચે પથરાઈ ગયેલું ધોતિયું કઈ ક્ષણે કયે છેડેથી છૂટી જશે તેનું ટેન્શન થઈ ગયું. સમયસૂચકતા વાપરી ટપુએ છલાંગ મારી ત્રિશૂળની અણીમાંથી ધોતિયું ખેંચ્યું અને અંધારામાં આળોટી રહેલા બાપની આબરૂ બચાવી.

'કૌન હૈ ?' ત્રાડ નજીકથી સંભળાઈ. શું જવાબ આપવો તે હજી અમે નક્કી કરીએ તે પહેલાં તો કોઈએ અમારી દિશામાં પિસ્તોલની ગોળીઓ છોડી હોય તેવો અવાજ આવ્યો. અમે ત્રણે ભોંય પર જ બેઠેલા હતા. ગોળી સનનન કરતી લોખંડી દરવાજામાં અથડાઈ, તેનો ખનનન અવાજ આવ્યો.

'મામા આ આ આ આ ...' ટપુએ ચીસ પાડી.

'સ... સ.. સુંઉઉઉદરલાઆઆઆલ..' પોક મૂકતા હોય તેમ જેઠાલાલે પોકાર કર્યો.

'બચાવો...' મારાથી બૂમ પડાઈ ગઈ. પિસ્તોલનો ધડાકો સાંભળીને બીકના માર્યા અમે ત્રણે જણ ભોંય પર ઢળી પડ્યા હતા.

સુંદરલાલના નામની ધારી અસર થઈ. પિસ્તોલવાળાએ

અમને ગોળી મારવાને બદલે અમારા પર બૅટરીનું અજવાળું ફેંક્યું. અમે ધ્રૂજતા ધ્રૂજતા બૅટરી ભણી જોઈ રહ્યા. જેઠાલાલે તો ધોતિયું ગળા સુધી ઓઢી લીધું હતું. ધોતિયું ધ્રૂજી રહ્યું હતું.

'અરે મુન્ના ! તું ઈધર ક્યા કરતા હૈ ?'

અંધારામાં ગોરીલા જેવા દેખાતા એ માણસે ટપુને ઓળખી કાઢ્યો. અમારા જીવમાં જીવ આવ્યો. આસ્તે આસ્તે અમે ઊભા થયા.

'સુંદરમામાને હમકો ઈધર બુલાયા હૈ.' ટપુએ ગપ્પું માર્યું.

'બૉસને હમકો બોલના માંગતા થા. અબી હમ અંધેરેમેં તુમારે પે ગોલી ચલા દેતા તો ?'

'માય ડિયર બનેવીલાલ, તમે અહીં શું કરો છો ?' જેઠાલાલના સ્મગલર સાળા સુંદરલાલનો અવાજ સંભળાયો. હાલતા ચાલતા તાડના ઝાડ જેવા એ આવીને ઊભા રહ્યા. ગભરાટ અને રઘવાટમાં જેઠાલાલે ધોતિયું લુંગીની જેમ વીંટાળી દીધું.

'અમે તમારા મહેમાનને જોવા આવ્યા છીએ.' જેઠાલાલે કહ્યું.

'માય ડિયર, તમને ક્યાંથી ખબર પડી ?'

જેઠાલાલ ટપુની સામે જોવા લાગ્યા. ટપુ નરવસ થઈને મારી સામે જોવા લાગ્યો.

'વાત એમ બની, સુંદરભાઈ, જે દિવસે છાપામાં ખબર આવ્યા કે... આ.. એ.. પેલા સાહેબ પકડાઈ ગયા છે તે દિવસે મેં જેઠાલાલને કહ્યું, આમાં કંઈ ભેદ છે. આવા બાહોશ બિરાદર આમ જાહેરમાં બિયર પીતાં પીતાં કંઈ પકડાઈ ના જાય. જેઠાલાલને મારી વાત ગળે ઊતરી. તો મને કહે, ચાલો સુંદરભાઈને મળીએ એટલે ખબર.' મેં કહ્યું, છાપામાં જ્યારે અહેવાલ આવેલા ત્યારે મને ખરેખર જ શંકા ગયેલી તેથી વાત ઉપજાવી કાઢતાં મને વાર ના લાગી.

સુંદરલાલ ચિંતામાં પડી ગયા હોય તેવો ભાસ થયો. મારા જેવા માણસને વહેમ પડી ગયો કે પકડાયેલો ચાર્લ્સ અસલી નથી તો પછી બીજા ઘણાને વહેમ પડ્યો હશે, એવી ચિંતા સુંદરલાલને

થાય તે સ્વાભાવિક હતું.

'માય ડિયર, તમારી વાત સાચી છે. એ તો અહીં આવ્યા પછી બહાર નીકળ્યો જ નથી. ગોવામાંથી એના જેવા દેખાતા એક હિપ્પીને અમે પકડી લાવેલા અને એને ટ્રેનિંગ આપીને ગોવા મોકલી આપ્યો. બીજા બધા જે પકડાયા તે જાણી જોઈને જ પકડાયા અને પેલા હિપ્પી પાસે પોલીસને મોકલી આપી. બધાને સારા એવા પૈસા આપી દીધાં છે, માય ડિયર.'

'પણ પૈસા ખાતર પેલો હિપ્પી ડુપ્લિકેટ ચાર્લ્સ ફાંસીએ ચઢવા તૈયાર થઈ ગયો ?' મેં આશ્ચર્યથી પૂછ્યું.

'માય ડિયર, તારક મહેતા, તમારી બુદ્ધિ અહીં સુધી ચાલી તો આગળ કેમ ના ચાલી ! આપણે અસલી થોડા દિવસમાં અહીંથી ભાગી જશે એટલે અમે ડુપ્લિકેટને ખબર પહોંચાડી દઈશું. ડુપ્લિકેટ તરત કહેશે, હું અસલી નથી. ફીનીશ. ખેલ ખતમ. હવે, માય ડિયર બનેવીલાલ, તમે લોકો જાવ. પેલો ઉપર બેઠો છે તે એક નંબરનો ડેન્જર છે. તમે એને મળવા આવ્યા છો તેવી ખબર પડશે તો એ માય ડિયર ક્યારે શું ખવડાવી-પીવડાવીને બધાને કાયમ માટે ઊંઘાડી રફુચક્કર થઈ જાય તે કહેવાય નહીં !'

'અમે આટલે સુધી આવ્યા છીએ તો અમને દૂરથી તો એનાં દર્શન કરાવો.' જેઠાલાલે હઠ કરી.

સુંદરલાલે ક્ષણેક વિચાર કર્યો.

'માય ડિયર, અત્યારે તમારી પાસે કેટલા રૂપિયા છે ?'

'લગભગ હજાર.'

'અં હં, એટલા ના ચાલે. તમે એક કામ કરો, અત્યારે તમને હું દસ હજાર આપું છું. ઉપર જઈને કહું છું, તમે ડૉલર ખરીદવા આવ્યા છો. પણ એની ઓળખાણ હું જુદા જ નામે કરાવીશ. ચાલો, પણ ધ્યાન રાખજો, એને વહેમ ના પડવો જોઈએ, માય ડિયર.'

અમે એમની પાછળ પાછળ ચાલવા લાગ્યા.

'સુંદરભાઈ, એની જોડે એક ડેવિડ પકડાયો–'

'એ પણ ડુપ્લિકેટ, માય ડિયર, ગોવામાં ફોરેન બ્રાન્ડના ડુપ્લિકેટ જોઈએ એટલા મળે છે. માય ડિયર. ત્યાં સાવ ઉઘાડા ફરતા હોય છે. કપડાં પણ આપણા ખર્ચે એમને પહેરાવવાં પડે. ગાંજા-ચરસ પાવા પડે. પૈસા આપો તો સાલાઓ ગમે તે કામ કરવા તૈયાર થઈ જાય. પોલીસોએ રિપોર્ટમાં લખ્યું છે ને એ લોકો ગોવા-મુંબઈ વચ્ચે આવ-જા કરતા હતા તે બંને નકલી અહીં અસલીઓ પાસે ટયૂશન લેવા આવતા હતા. અસલી ડેવિડ તો અહીંથી ક્યારનો રવાના થઈ ગયો પણ આને હજુ જતાં પહેલાં પેલી એની કોઈ પ્રેયસી છે ને હૈદરાબાદમાં – પેલી કોઈ વૈશાલી રેડ્ડી-તેને મળીને જવું છે તેથી રોકાયો છે. એને માટે ડૉલરો વેચે છે. તમે દસ હજાર એને આપજો અને એ ડૉલરો આપે તે મને પાછા આપી દેજો.'

ઊંચા વાંસડા જેવા સુંદરલાલ પાછળ અમે બંગલાનાં પગથિયાં ચઢીને ઉપરના માળે ગયા. ઉપર એક બંધ બેડરૂમના વેન્ટીલેટરમાંથી આછો પ્રકાશ આવી રહ્યો હતો. પાશ્ચાત્ય સંગીતની કૅસેટનો મંદ અવાજ સંભળાતો હતો. એ ઓરડા સિવાય ચારે બાજુ અંધારૂં હતું. અમને બહાર ઊભા રાખી સુંદરલાલ અંદર ગયા. થોડી વારે બહાર આવ્યા. બૅટરીવાળો લંગડો ચોકિયાત ચાલ્યો ગયો.

'માય ડિયર, અત્યારે એ જોઈએ તેવા મૂડમાં નથી. પીધેલો છે. લાંબી વાત ના કરતા. આવો.'

નરવસ હાલતમાં અમે અંદર પ્રવેશ્યા. ધૂમ્રપાનને કારણે બંધ એરકન્ડિશન્ડ બેડરૂમમાં ગાઢું ધુમમસ જામ્યું હતું. એક સોફા પર એ અને એની કોઈ સોનેરી વાળવાળી ગોરી વિદેશી સખી બેઠાં હતાં. ટિપાઈ પર પગ લાંબા કરીને પડ્યો હતો. કોઈ પણ ક્ષણે બહાર જવાની તૈયારી હોય તેવા નવાનકોર બુશશર્ટ-પાટલૂન, કમરપટો, બૂટ-મોજાં ચઢાવ્યાં હતાં. જેને કારણે હોય કે ત્યાંથી ભાગી છૂટવાને કારણે હોય પણ એનો ચહેરો પીળો પડી ગયો હતો, માથે વાળ ઓછા થઈ ગયા હતા અને પાકવા લાગ્યા હતા. પોતાની અસલી

સિકલ છુપાવવા એણે દાઢી મૂછ વધાર્યાં હતાં, તેની લીધે ગાલમાં પડેલા ખાડા ઢંકાઈ જતા હતા. ચશ્માં પહેર્યાં નહોતાં તેથી એની વિયેટનામી ચૂંચવી નાંખો વધારે ચૂંચવી લાગતી હતી.

એના ડાબા હાથમાં વ્હિસ્કીનો ગ્લાસ હતો. જમણા હાથમાં સિગારેટ હતી અને સિગારેટવાળા પંજા હેઠળ સોફા પર એક નાની રિવોલ્વર પડી હતી. એની બાજુમાં પહોળા ગળાનું, ઢીંચણ સુધીનું લાબું ફ્રોક પહેરીને બેઠેલી જાડી યુવતી પણ વ્હિસ્કી પી રહી હતી.

બીજા સોફામાં ચારેક દેશી લોકો બેઠા હતા. એ બધા સુંદરલાલની જમાતના હોય તેવું લાગ્યું.

અમે પ્રવેશ્યા તેની સાથે વાતચીત બંધ થઈ ગઈ. માત્ર કૅસેટ પર સંગીત ચાલુ રહ્યું. પહેલાં તો ચાર્લ્સ જાણે નશામાં હોય કે ઊંઘમાં હોય તેમ ડોકું ઢાળીને પડી રહ્યો. અમારા તરફ લક્ષ ના આપ્યું. સુંદરલાલ એની નજીક જઈને વાંકા વળી એના કાનમાં કંઈક ગણગણ્યા પછી એની પાતળી સુસ્ત કાયા સહેજ સળવળી. ડોકું ઊંચું કર્યું. ચૂંચવી આંખે અમારા ભણી જોયું. સિગારેટ ફગાવી દીધી અને રિવોલ્વર હાથમાં લીધી. રેલવેના પાટા પર પસાર થતી ટ્રેનના થડકારાની જેમ મને મારી છાતીના ધબકારા સંભળાવા લાગ્યા. મને શું કુબુદ્ધિ સૂઝી તે વળી જેઠા જોડે દરવાજા પરથી ઠેકીને મોત માગવા સામે ચાલીને ચાર્લ્સ શોભરાજ પાસે આવ્યો. જેઠાલાલની ધોતિયા લુંગી પણ થથરવા લાગી. ટપુ તંગ ચહેરે ટગર ટગર તાકી રહ્યો. વખત આવે તરાપ મારીને હિન્દી ફિલમના હીરોની જેમ રિવોલ્વર ઝૂંટવવાનો એ ત્રાગડો રચી રહ્યો હોય તેમ લાગ્યું. પણ અમારા આશ્ચર્ય વચ્ચે ચાર્લ્સે રિવોલ્વર સુંદરલાલ તરફ તાકી.

'ડુ યુ થીન્ક આઈ એમ એ ફૂલ, સુંદર ? આંય ? હમકો ઉલ્લુ બનાટા હય.. યુ રાસ્કલ.. આઈ વીલ શૂટ યુ રાઈટ નાઉ... યે લોગ ડૉલર પરચેજ કરનેકુ વાસ્તે યે બચ્ચે કો સાથમેં લે કે આયા. બચ્ચા ભી એક્સચેન્જ કા બિઝનેસ કરતા કયા ? યુ સ્કાઉન્ડ્રેલ, ટ્રાઇંગ ટુ ફૂલ મી ? નો બડી કેન ફૂલ ચાર્લ્સ શોભરાજ, યુ બાસ્ટર્ડ..

યે લોગ હમકુ દેખનેકું આયા હૈ.. આઈ નો.. આઈ નો.. નાઉ શેલ આઈ સ્ટાર્ટ વીથ યુ ?' કહીને રિવોલ્વરની નળી સુંદરલાલના ચપટા પેટમાં દબાવી.

સવા છ ફૂટ લાંબા વાંસડા જેવા સુંદરલાલ ડરના માર્યા તણાઈને સાડા છ ફૂટના થઈ ગયા. એમની મોટી દીવાલની રૂંવાદાર ટોપીમાંથી પરસેવાની ધારાઓ છૂટી. એમનું મોં ચાવી આપેલા રમકડાંની જેમ ઉઘાડ બંધ થવા લાગ્યું. પણ અંદરથી ફક્ત 'અ અ અ અ' એવો અવાજ નીકળી શક્યો.

સુંદરલાલના પેટ પર રિવોલ્વર દબાવી એ અમારી મુલાકાતનો ભેદ પામી ગયો છે તેવા ગર્વથી ખંધુ સ્મિત કરી રહ્યો હતો. કોઈ પણ ક્ષણે મલકતાં મલકતાં એ ઘોડો દબાવી દેશે એવા ભયથી દરેકના શ્વાસ થંભી ગયા. એને રોકવાની તો શું પણ સહેજ

હલનચલન કરવાની પણ કોઈનામાં હિમ્મત નહોતી.

'કમ ઑન, યુ બ્લડી સ્વાઈન, ટેલ મી, હું આર ધીઝ પીપલ.'

'ડોન્ટ શૂટ.. હી ઈઝ માય અંકલ.' ટપુએ બૂમ મારી.

'આ. આ. આ... હા આઆ ! સુંદર ઈઝ યોર અંકલ આંય !'

'યેસ.'

'ટો ટુમકો માલૂમ હાય. મૈં કોન હાય ?'

'આં ?'

'હાં, હમકો બહોત દિનસે માલૂમ થા લેકિન હમ પુલીસમેં નહીં ગયા.'

'કાયકુ નાઈ ગીયા ! પોલીસ ટોમકો ઇનામ ડેટા આંય ?'

'હમ નહીં ગીયા ક્યું કી તુ મેરા અંકલકા ફ્રેન્ડ, અંકલકા ફ્રેન્ડ તો તુમ હમારા અંકલ હો ગયા. હમ અંકલકો પોલીસમેં કૈસે પકડાતા ? નહીં પકડાતા. હમ તુમારા દર્શન કરનેકું આયા.'

'ગૂડ... ગૂડ.. સીટ ડાઉન બોય. સીટ ડાઉન, યુ આર એ નાઇસ કીડ. સીટ ડાઉન ઑલ ઑફ યુ.. સુંદર, યે સબકો વ્હિસ્કી પીલાવ...'

રિવોલ્વર પાછી સોફામાં મૂકી ચાર્લ્સે નવી સિગારેટ સળગાવી અને અમારા તરફ સ્મિત કર્યું.

'યુ નો, ધેર ઈઝ વન એન્ડ ઓન્લી વન ચાર્લ્સ શોભરાજ ઈન ધીસ વર્લ્ડ.'

'ઑફ કોર્સ, ધેટ ઈઝ વ્હાય વી કેમ ટુ સી યુ. નાઉ, ઈફ યુ ડોન્ટ માઇન્ડ વી વીલ ટેક યૉર લીવ. ચાલો, જેઠાલાલ આપણે જઈએ.'

'હેં ! હા.. ચાલો..'

'નો, નો, નો, વ્હેન ચાર્લ્સ સેઝ ડ્રિન્ક, યુ હેવ ટુ ડ્રિન્ક. તુમ ના નાઈ બોલ સકટા..' એણે સિગારેટવાળા હાથમાં રિવોલ્વર ઉપાડી.

જેઠાલાલ જરા પીગળ્યા હોય તેમ લાગ્યું.

'જેઠાલાલ, આણે દારૂમાં ઝેર પાઈ પાઈને લોકોને માર્યા છે, મારે મરવું નથી.'

'પણ ના પાડીશું તો એ સાલો ગોળી મારી દેશે.'

સુંદરલાલ સ્વસ્થ થઈને અમારા ગ્લાસ બનાવવા લાગ્યા.

'અંકલ, ગીવ મી યૉર ઓટોગ્રાફ પ્લીઝ.'

'ઓહ ! શ્યૉર, શ્યોર.. બટ ડોન્ટ શો ઈટ ટુ એની વન. હમ ઇન્ડિયા સે જાયેંગા બાદમેં સબ દીખાના.'

'અંકલ, ઓટોગ્રાફમેં કુછ અચ્છા અચ્છા લીખ કે દો.'

'પેપર માંગતા. ઑટોગ્રાફ વાસ્ટે પ્લેન પેપર... પેપર કીઢર હાય !'

ટપુએ અમને આંખ મારી આસ્તેથી કહ્યું, 'તમે જતા રહો, હું મામા સાથે જતો રહીશ.'

પીધેલો ચાર્લ્સ કાગળ પર એના હસ્તાક્ષર આપવામાં ગૂંથાયો. અમે આસ્તેથી બહાર સરક્યા. અંધારામાં પડતા આખડતા નીચે પહોંચ્યા. પરસાળમાં ચોકી કરી રહેલા લંગડા ગોરીલાને કહ્યું, 'દરવાજા પર બૅટરીનું અજવાળું ફેંક.'

એણે તાળુ ખોલી આપવાની તૈયારી બતાવી પણ એ લંગડો દરવાજે પહોંચે અને તાળું ખોલે ત્યાં સુધી રોકાવાની અમારી તૈયારી નહોતી. અમે તો જેમ આવેલા તેમ જ દરવાજે ચઢ્યા. આ વખતે જેઠાલાલે લુંગી કાઢીને બહાર ફેંકી. જાંઘિયાભેર ત્રિશૂળની અણીઓ ઓળંગી ગયા અને પાછી લુંગી વીંટાળી અમે દિશાનો વિચાર કર્યા વગર અંધારે રસ્તે આંખ મીંચીને દોડ્યા. ઘેર પહોંચતા સુધીમાં મારા મગજમાં બત્તી થઈ કે બનાવટી ધંધામાં પાવરધા સુંદરલાલે જેને આશરો આપ્યો છે એ પણ બનાવટી શોભરાજ જ હોય ને !

❑

ભગવાન પેઠે સર્વવ્યાપી ભ્રષ્ટાચાર

'મિસ્ટર મહેતા, તમે ના ન પાડો, આ મારી પ્રતિષ્ઠાનો પ્રશ્ન છે.'

અમારા માળાના માનનીય શિક્ષક હિમ્મતલાલે આજીજી કરીને મને ધર્મસંકટમાં મૂકી દીધો. એમના નાકમાં છીંકણી ભરાઈ ગઈ હશે કે શરદી જામી ગઈ હશે, એમનું મોં થોડું ખુલ્લું રહી ગયું હતું. ચશ્માં લસરીને નાકને ટેરવે આવી ગયાં હતાં.

એમની સાથે એમની શાળાના પ્રિન્સિપાલ વ્યાસ પણ આવ્યા હતા. શેષનના જેવો જ એમના માથાનો ટાલિયો ઘડો હતો. બે કાન પાછળ સફેદ વાળની ઝાલર હતી. માથાના ગુંબજ ઉપર વરસાદનાં પાણીનાં ટીપાં મીણનાં ટીપાંની જેમ સ્થિર થઈ ગયાં હતાં. કપાળ ઉપર ફૂટપટ્ટીથી દોરી હોય એવી બે લાંબી, ઊંડી કરચલીઓ હતી. પેપરવેટ જેવા વજનદાર નાક ઉપર પહોળી ફ્રેમનાં ચશ્માં હતાં. નાક નીચે મોટી સાઈઝના પૂર્ણવિરામ જેવો મૂછનો ગોળાકાર ડબકો હતો. તેની નીચે જાડા, પહોળા હોઠ હતા. લાગલાગટ વર્ષો સુધી વર્ગોમાં વ્યાખ્યાનો આપવાથી હોઠના સ્નાયુઓ વિકસીને વિસ્તર્યા હશે. એમણે સૂટ-બૂટ-ટાઈ પહેર્યાં હતાં.

બંને જણ ઉત્સુકતાથી મારી સામે જોઈ રહ્યા હતા. 'માસ્તરસાહેબ, હું ભાવ નથી ખાતો તેમ જ માન નથી માગતો. પણ શું છે કે હું કોઈ ઉત્તમ વક્તા નથી. વક્તૃત્વકલામાં મને બહુ રસ નથી. એ વિશે મને અનુભવ નથી અને મારી ખાસ જાણકારી નથી.

વક્તૃત્વ સ્પર્ધામાં નિર્ણાયક બનવાની મારી લાયકાત નથી.' મેં મારો નન્નો પકડી રાખ્યો.

'વ્યાસસાહેબ, આપ મિસ્ટર મહેતાને સમજાવો.' હિમ્મતલાલે થાકીને બોડિયા પ્રિન્સિપાલને મારો હવાલો સોંપ્યો.

પ્રિન્સિપાલે ખોંખારો ખાધો. તેની સાથે એમના બોડકા માથા પરથી વર્ષાબિંદુઓ ખરી પડ્યાં.

'જુઓ મિસ્ટર મહેતા, શાળાના વિદ્યાર્થીઓના વક્તૃત્વનું ધોરણ ઊંચું ન હોય, આપ જાણો છો. અમારી સ્પર્ધામાં કોઈ મોટા નેતાઓ કે અભિનેતાઓ કે સાહિત્યકારો નિર્ણાયકપદ સ્વીકારવા તૈયાર ન થાય. ઉપરાંત એવી મોટી પ્રતિભાઓને લાવવા-લઈ જવાના, એમની આગતા-સ્વાગતા કરવાના ઘણા ખર્ચા થાય. આપ મારી વાત સમજ્યા કે નહીં ? આપ તો અમારામાંના જ એક છો.'

ટકલુસનો ખુલાસો સાંભળીને હું સમસમી ગયો. બંને વેદિયાઓ અજાણતાં મારું અપમાન કરી રહ્યા હતા તેનું તેમને ભાન નહોતું. શાળા પાસે ભંડોળ હોત તો સુરેશ દલાલ જેવા સાહિત્યકાર કે કિરીટ સોમૈયા જેવા પોલિટિશિયન કે પરેશ રાવલ જેવા નામી એક્ટરને સ્પર્ધાના જજ તરીકે બોલાવત. એ વીઆઈપીઓની એમના વિસ્તારમાં મારા જેવી જ હાલત થતી હશે. તમે તો ઘરના જ કહેવાઓ. તમને અમારે કહેવાનું હોય જ નહીં, તમારે તો આવી જ જવાનું.

મારા અમદાવાદની તો આ ફિલોસોફી. મારો લંગોટિયો મિત્ર ભાર્ગવ પંડિત ઉર્ફે ભગલો પોલિટિશિયન માણસોને બાટલીમાં ઉતારવામાં ઉસ્તાદ. ભાર્ગવ પંડિત તો એક ઉદાહરણ છે. પણ અમદાવાદમાં ભાર્ગવ પંડિતને માથે સાબરમતીની રેતી ભભરાવે એવા અઠંગ ખેલાડીઓ તમને ખાડીઆથી ખોખરા મહેમદાવાદ અને સાંકડી શેરીથી સેટેલાઇટ સુધી ઠેર ઠેર મળે. અહીં હું ભૂતકાળનો એક જ અનુભવ રજૂ કરું છું.

થોડાં વર્ષો પહેલાંની વાત. ત્યારે મારો લંગોટિયો મિત્ર ભગલો કૉંગ્રેસમાં લીડર. આપણને એમ કે લીડર ભગલો આપણને અમદાવાદમાં હરવા-ફરવામાં મદદરૂપ બનશે. તો મેં એને કાગળ લખીને જણાવેલું, હું ને તારી ભાભી અઠવાડિયા માટે અમદાવાદ આવીએ છીએ. હું મારે ઘેર ઊતરવાનો છું પણ જૂના મિત્રોને મળવાની ઇચ્છા છે. સામો એનો કાગળ આવ્યો. તું તારે આવ, બધું ફિક્સ થઈ જશે.

ભગલાએ બરોબર ફિક્સ કરી નાખ્યું. સવારે સ્ટેશન ઉપર મને લેવા આવ્યો. જો, બધું ગોઠવાઈ ગયું છે. આપણો રણછોડ બાર મહિનાથી મારી પાછળ પડેલો, તારકને બોલાય, તારકને બોલાય. રણછોડીઆનું આખું ફેમિલી તને મળવા માગે છે. એટલે આજે રાતે આપણે રણછોડને બંગલે જમવાનું ગોઠવ્યું છે.

અમદાવાદ સ્ટેશને ઊતર્યો નથી ને ભાર્ગવ પંડિતે મને ચકરાવે ચઢાવ્યો. મારું અને શ્રીમતીજીનું બંનેનાં પિયર અમદાવાદમાં. પહેલે દિવસે તો સગાં-વહાલાંને મળવાનું ને રાત્રે ઘરનાં વડીલો સાથે જ જમવાનું હોય પણ ભગલાએ સાલાએ પહેલે જ દિવસે રાતે અમારા નાનપણના કોઈ મિત્ર રણછોડ ખડખડને ત્યાં મિત્રમિલન ગોઠવી દીધું.

મારે ત્યાં બધાં મારાં ફાધર-મધર સહિત આખું ફેમિલી ખિજાયું. તને અમારા કરતાં તારા ભઈબંધો વહાલા છે. એવું બધું ચાલ્યું. ભગલાએ ભારે ધર્મસંકટમાં મૂકી દીધો. એ તો રણછોડ ખડખડની ગાડીમાં અમને લેવા આવ્યો. ફેમિલીનું દિલ દૂભવીને અમે મિત્રોને મળવા ગયા. પણ ત્યાં મારા કોઈ જૂના મિત્ર તો હતા જ નહીં. ભગલાએ એના નવા મિત્રો એકઠા કર્યા હતા.

રણછોડને ત્યાં જલસો જામ્યો હતો.

'તારકભઈ, ભગુભઈએ કીધેલું, તારકભઈને ગુંદાનું શાક બહુ

ભાવે છે. ભાભી માટે ખાસ દારવડા બનાયા છે. પણ તમારે અમને બહુ હસાવવાનાં છે હાં કે..'

'તારકભાઈ, તમારે માટે એકસો વીસનાં પાન તૈયાર છે.'

'એ તારક, પીધા પછી તને ટુચકા કે'વાનું ફાવશે ને ! તને જેમ ફાવે તેમ હોં, અહીં તો બધી સગવડ છે....'

હું તો ડઘાઈ ગયો. અને સૌથી આઘાતજનક વાત તો એ હતી કે સુવ્વર ભગલાએ રણછોડને ઠસાવેલું, તારક તારે ઘેર પ્રોગ્રામ આપવા માગે છે. ભગલાએ મને કહેલું, રણછોડ તારી કલમ પર ખુશ છે ને તને એ જમાડવા માગે છે.

પોલિટિશિયન ભગલાએ મને ભેખડે ભેરવી દીધેલો. આવી રીતે ઓચિંતા મને કોઈ રમૂજી ટુચકાનો પ્રોગ્રામ આપવાનું કહે છે ત્યારે મારી જીભને લકવો લાગુ પડી જાય છે. ટુચકા તો બાજુ પર રહી જાય, મોં પણ ખૂલે નહીં. ઉપરથી ભાર્ગવ પંડિત મને ધમકાવે, સાલા, તારે માટે અમદાવાદની મોટી મોટી પાર્ટીઓ એકઠી કરીને તેં એમને હસાવ્યાં નહીં.

આ તો નમૂનારૂપે કિસ્સો ટાંક્યો. ફક્ત મારી બાબતમાં જ આવું બને છે એવું નથી. આપણા ગુજ્જુ ભાઈઓની મેન્ટાલિટી એવી તો ખરી જ કે લતા મંગેશકરને લીલાં મરચાં ભાવે છે એવી ખબર પડે તો લીલાં મરચાંની આખી છાબડી ધરી દે અને પછી મફતમાં એમના દીવાનખાનામાં લતા પાસે કવ્વાલી ગવડાવવાની કોશિશ કરે. માધુરીને મુરબ્બો ખવડાવીને દીદી તેરા દેવરનો ડાન્સ કરાવે.

એ બધાની એક જ સ્ટાઇલ : તમે તો યાર, ઘરના માણસ છો. ઘરના માણસને કંઈ આપવાનું હોય જ નહીં.

જો કે બધા એવા હોય છે એવું હું નથી કહેતો. કેટલીક સંસ્થાઓ સારો પુરસ્કાર આપે છે – પુરસ્કાર માગવાની વક્તામાં ત્રેવડ હોવી જોઈએ. એમાં પણ તકલીફ છે. કેટલાક વક્તાઓ સામે ચાલીને પોતાનાં વ્યાખ્યાન ગોઠવવાની પ્રયુક્તિ કરતા હોય છે. એવા

મફતિયા વક્તાઓ મળી રહેતા હોય તો પુરસ્કારવાંછુ વક્તાઓને કોણ બોલાવે ?

પણ અહીં તો મને નિર્ણાયક તરીકે જવાની ઑફર હતી.

'મિસ્ટર મહેતા, હજી તો અમારે બીજા નિર્ણાયકોની વ્યવસ્થા કરવાની છે.' હિમ્મતલાલ ગળગળા અવાજે બોલ્યા.

હિમ્મતલાલ લો બ્લડ પ્રેશરના વ્યાધિથી પીડાય છે. જ્યારે જ્યારે એમને સાધારણ આઘાત લાગે છે ત્યારે એ જ્યાં બેઠા હોય કે ઊભા હોય ત્યાં જ બેહોશ થઈને કોઈ પણ જાતની ઍડ્વાન્સ નોટિસ આપ્યા વગર કપાયેલા છોડની જેમ ઢળી પડે છે. હું ના પાડીશ તો મારા સોફામાં એ સૂઈ જશે એવો મને ભય લાગ્યો. શરદીને કારણે કાં પછી વધુ પડતી છીંકણીને કારણે એમના નાકનો ટ્રાફિક બંધ થઈ ગયો હતો. મોંએથી એ શ્વાસ લઈ રહ્યા હતા, એમનાં ચશ્માં સરકીને નાકને ટેરવે આવી ગયાં હતાં. કેડેથી એ વાંકા વળી ગયા હતા.

ટકલુસ પ્રિન્સિપાલ કહે :

'મિસ્ટર મહેતા, અમારા ટ્રસ્ટી મિસ્ટર ભુજંગદેવની બર્થ-ડે છે. તેના ફંક્શનમાં અમે આ સ્પર્ધા રાખી છે. ભુજંગદેવજી તરફથી શ્રેષ્ઠ વક્તા-વક્તીઓને પારિતોષિકો અપાશે. પ્રતિભાશાળી વક્તા-વક્તીઓને ઉત્તેજન મળશે. આ સત્કાર્યમાં આપ સહયોગ આપો એવી અમારી ઇચ્છા છે.'

શ્રીમતીજીથી રહેવાયું નહીં.

'જજોને ત્યારે. આપણા માળાના છોકરાઓ એ જ સ્કૂલમાં ભણે છે.'

'ભલે.' નાછૂટકે મેં હા પાડી.

બંનેના મોઢા પર હાઆઆઆશ છવાઈ ગઈ. ચાલો, એક બકરો તો મળ્યો. હિમ્મતલાલે બંડીના ખીસામાંથી છીંકણી રંગનો રૂમાલ કાઢી નાક ઉપર ઢાંક્યો. નાકનું બ્યૂગલ વગાડી શ્વાસનો

ટ્રાફિક ચાલુ કર્યો. ટકલુસ પ્રિન્સિપાલની પહોળી મોંફાડ હરખથી બંને કાનની બૂટ સુધી પહોંચી ગઈ. એમણે ઊભા થઈને મારા હાથનો પંજો બે હાથે પકડી થૅન્ક યુ થૅન્ક યુ થૅન્ક યુ થૅન્ક યુ... સાથે હાથ હલાવ્યા કર્યો.

'હિમ્મતભાઈએ મને કહેલું, મિસ્ટર મહેતા ના નહીં પાડે.'

પ્રિન્સિપાલે મારો હાથ હલાવ્યા કર્યો. એમણે હજુ બીજા બે બકરા ગોતવાના હતા. નહીં તો કદાચ પાએક કલાક સુધી મારા પંજાને હલાવ્યા કરત.

'મિસ્ટર મહેતા, શનિવારે ચાર વાગ્યે અમારા ટ્રસ્ટીસાહેબની ગાડી તમને લેવા આવશે. અનુકૂળ રહેશે ને ?' હિમ્મતલાલે પૂછ્યું.

'હાજી.'

'બહેન, તમારે પણ આવવાનું છે.' ખભા પર માથાની જગાએ ઊંધું માટલું મૂક્યું હોય તેવા દેખાતા પ્રિન્સિપાલે શ્રીમજીતીને આમંત્રણ આપ્યું. શ્રીમતીજીએ હસીને ફક્ત એક જ વાર થૅન્ક યુ કહ્યું.

પ્રિન્સિપાલ-શિક્ષકની જોડી બીજા શિકારની શોધમાં નીકળી.

'શનિવારે ઑફિસેથી ઘેર આવીને તમે કયો મીર મારવાના હતા તે કારણ વગર એ લોકોને ના પાડ્યા કરતા હતા !'

પત્નીની વાહિયાત ટકોરથી મારો મિજાજ ગયો.

'શનિવારની બપોર જ શું કામ ! રોજ સાંજે ઑફિસેથી આવ્યા પછી નવરો હોઉં છું. રવિવારે આખો દિવસ નવરોધૂપ હોઉં છું. કોઈ મને હજામતનું નિમંત્રણ આપશે તો તું કહેશે નવરા બેઠા માખો મારવાને બદલે હજામત કરી આવો – તો શું મારે હજામત કરવી ?' મેં મોટા અવાજ સાથે ડોળા પણ કાઢ્યા ને મૂઠીઓ પણ વાળી.

પત્નીને આઘાત લાગી ગયો. ફૂટપાથ પર ઊભાં હોય ને પસાર થતી ગાડીએ એમના પર રસ્તાનું પાણી ઉછાળ્યું હોય તેવું

એમનું મોં થઈ ગયું. પછી જાણે મેં એમના પર કાદવ ઉછાળ્યો હોય તેમ બગડ્યાં.

'નિર્ણાયકના કામને હજામતનું કામ સમજતા હો તો હજી પણ ના પાડી દો. હજી એ બે જણા માળાના ગેટની બહાર પણ નીકળ્યા નહીં હોય.'

એ તો હું કરું જ નહીં. હું ભૂંડો લાગું. પણ મેં ખાર તો કાઢ્યો જ.

'હજામત તો સારી. એ મહેનતનાં દોઢિયાં તો મળે. આ તો સાલું કલાકોના કલાકો સુધી મફતમાં બોર થવાનું. તને તો ખબર છે કે હું સતત ચાર કલાક એક જ જગાએ બેસી રહું છું તો મને પેટમાં ગૅસ ઉપર ચઢે છે. ઓડકાર, ઘચરકા, ઊબકા શરૂ થઈ જાય છે.' મેં કકળાટ કર્યો.

'તમે મક્કમતાથી ના ન પાડી શકતા હો તો કોઈ શું કરે ? માસ્તરસાહેબે રંજનબહેનને નિર્ણાયક બનવાનું કહ્યું તો રંજનબહેને ચોખ્ખી ના જ પાડી દીધી.'

'કેમ ?'

'રંજનબહેને તો કહી દીધું, માસ્તરસાહેબ, તમારી દીકરી વચલી મારી દીકરી જેવી છે ને એ ભાગ લેવાની હોય તો મારાથી પક્ષપાત થઈ જ જાય અને પક્ષપાત ન કરે તો ય એમના પર પક્ષપાતનો આરોપ આવે.'

'ઓઓઓઓહ !'

મને જોરદાર આંચકો લાગ્યો.

'શું થયું ?'

'રંજનને સૂઝ્યું તે મને કેમ ન સૂઝ્યું ? વચલી પ્રત્યે તો મને પણ પક્ષપાત છે. તેં મને કહ્યું કેમ નહીં ?' વાઇફ સાથે મને વાંકું પડ્યું.

'મને માસ્તરસાહેબની દયા આવી.'

'શું કામ ?

'બધા જ કોઈ ને કોઈ બહાને ના પાડ્યા કરે તો એ બિચારા સંકટમાં આવી જાય. વચલી તો ખરેખર જ સરસ ભાષણ કરે છે. તમે એને ઇનામ આપો તો કંઈ તમને અપજશ ન મળે. મેં તો રંજનબહેનને પણ કહ્યું પણ રંજનબહેન માન્યાં નહીં. મને કહે, નિર્ણાયક થવાને બદલે વચલીને મદદ કરવી વધારે સારી.'

થવાનું હતું તે થઈ ગયું. મારાથી હા પાડતાં પડાઈ ગઈ. શનિવારની સાંજ તો બગડવાની છે પછી એનો ક્લેશ ઍડ્વાન્સમાં કરીને બાકીના દિવસો શા માટે બગાડવા ? શાળાના વિદ્યાર્થીઓના ભલા માટે એકાદ સાંજનો ભોગ આપવો પડે. આમ તો અંગત મોજમજા માટે ઘણી સાંજો બરબાદ કરતા હોઈએ છીએ. મન મક્કમ કરીને મેં એ વિશે ચર્ચા બંધ કરી દીધી.

બીજે દિવસે સાંજે હું ઑફિસેથી આવ્યો ત્યારે એક ઘરોળી અમારા બેઠકખંડની ભીંત ઉપર શ્રીમતીજી સાથે સંતાકૂકડી રમી રહી હતી. ચોમાસાના દિવસોમાં વરસાદથી ત્રાસેલી જીવજંતુસૃષ્ટિ માનવ આવાસોમાં આશ્રય લેવા માંડે છે. બારીમાં કાગડા-કબૂતરાંનાં આક્રમણ વધી જાય છે. ઉંદરો-ઘરોળી-વાંદા વગેરે દાણચોરોની પેઠે ઘૂસી આવે છે. શ્રીમતીજી ચ્હા બનાવવા ગયાં ને મેં ઘરોળીને ઝાડુથી ડરાવીને બારીની બહાર ભગાડવાના પ્રયત્ન શરૂ કર્યા.

'કાકા....' બારણામાંથી પાડોશીમિત્ર જેઠલાલના ચિરંજીવી ટપુનો અવાજ સંભળાયો.

'અહ...' એના અવાજથી મને ખલેલ પહોંચી.

'ઘરોળીને બહાર કાઢવી છે ?'

'અહ.....'

'લાવો ઝાડુ, તમે આઘા જાવ.'

મેં એના હાથમાં ઝાડુ આપ્યું. ક્રિકેટરની જેમ બે હાથે ઝાડુ પકડીને ઘરોળી સામે તાકતો થોડી વાર ઊભો રહ્યો. પછી અચાનક

એણે એવી રીતે ઝાડુ ભીંત પર વીંઝ્યું કે એની ઝપટથી ઘરોળી સીધી બારીની બહાર ફેંકાઈ ગઈ.

'છી....છી...છી... એને મારી નાખી ?' મને ચચરાટ થયો.

'કોણે કહ્યું મરી ગઈ ' ઘરોળીઓ તો ગમે તેટલે ઊંચેથી પડે તો ય મરે નહીં, કાકા.' ઝાડુ એક ખૂણામાં ફેંકતાં એ બોલ્યો.

ચોકડીવાળા પીળા ખમીસ અને બદામી ચડ્ડીના સ્કૂલ યુનિફોર્મમાં એ હતો.

મારું છી છી છી સાંભળી હાથમાં સાણસી સાથે શ્રીમતીજી રસોડામાંથી બહાર ધસી આવ્યાં.

'શું છે ? શું છે ?' સાણસીમાંથી તપેલી છૂટી જતી રહી ગઈ. 'અરે ! ટપુ ! તું અહીં શું કરે છે ?'

'ઘરોળીને બારીની બહાર ફેંકી દીધી.'

'સારું કર્યું. અડધો કલાક પછી આવ, રસોડામાંથી ઘરોળીના આખા ફેમિલીને કાઢવાનું છે !'

'કાઢી આપીશ, કાકી. આ સાવરણો ક્યાં મૂકવાનો છે ?'

'બાથરૂમમાં.'

શ્રીમતીજી રસોડામાં ચાલ્યાં ગયાં. ટપુ બાથરૂમમાં સાવરણો મૂકી બહાર આવ્યો. એ મારા ઘરમાં પેધી પડેલી ઘરોળીઓનો નિકાલ કરવા નહોતો આવ્યો એટલી તો મને ખબર હતી. એના આગમનનો હેતુ જાણવા હું ઉત્સુક હતો.

'બેસ બેટા, કેમ ચાલે છે તારો અભ્યાસ ?' મેં અણગમતો પ્રશ્ન કરી નાખ્યો.

એણે નાકનું ટીચકું ચઢાવ્યું. કેડ પર બંને હાથ ટેકવી ઊભો રહ્યો અને મારો પ્રશ્ન જાણે સાંભળ્યો જ ન હોય તેમ એણે ભીંતો પર ઘરોળીઓ ખોળતો હોય તે રીતે ડાફરિયાં માર્યાં. જમણા પગના અંગૂઠાથી ડાબા પગના નળાને વલૂર્યો. ત્યાં શ્રીમતીજી ચ્હાની ટ્રે સાથે બહાર આવ્યાં.

'અરે, તું અહીં છે ? ચ્હા પીવી છે ?'

'ના, કાકી. મારે તો કાકાનું કામ છે એટલે આવ્યો છું.'

'મારાથી પણ ખાનગી ?' શ્રીમતીજી મૂંઝાયાં.

'ના, કાકી.' એના મગજમાં કંઈ ગડભાંજ ચાલી રહી હતી.

'તો ક્યારનો કહેતો કેમ નથી ?' હું અકળાયો.

'તમારે મને ભાષણ લખી આપવાનું છે, કાકા.'

'ઓહ !'

આ નવી ઉપાધિ.

'જો બેટા, તું જે વક્તૃત્વ હરીફાઈમાં ભાગ લેવા માગે છે તેમાં હું નિર્ણાયક છું એટલે મારાથી તારું ભાષણ ન લખાય.' મેં ચોખવટ કરી દીધી.

'બંકમ.' મારા ભણી તિરસ્કારથી એણે જોયું.

'હેં ?'

'મને બધી ખબર છે.' એણે અમારા બંને તરફ નાક ફુલાવ્યું અને દાંત પીસીને બોલ્યો.

'શેની ખબર છે ?' તેનું વર્તન જોઈ મને વિસ્મય થયું.

'પેલો હિમ્મતકાકો દર વરસે ડર્ટી પોલિટિક્સ કરીને એની વચલીને ઇનામ અપાવે છે. તમે ને રંજન ફોઈ ને બધા મારી વિરુદ્ધ છો.' એ સખતાઈથી બોલ્યો.

'ગાંડા જેવી વાત ન કર. મને તો ખબર પણ નથી કે તું હરીફાઈમાં ભાગ લેવાનો છે.'

'અરે કાકા, આખી સ્કૂલમાં ડર્ટી પોલિટિક્સ ચાલે છે.' ટપુના એ આક્ષેપનો મારી પાસે કોઈ જવાબ નહોતો. દરેકેદરેક ક્ષેત્રમાં ગરબડ ચાલતી હોય છે. આપણે તો વ્યક્તિના વિશ્વાસે ચાલતા હોઈએ. હિમ્મતલાલ પર અમને સંપૂર્ણ વિશ્વાસ પણ એમની શાળામાં શું સટરપટર ચાલે છે તેની પંચાત હું કરવા જઉં તો ચગડોળે ચઢી જઉં.

ભગવાન પેઠે સર્વવ્યાપી ભ્રષ્ટાચાર ૫૩

ધર્મગુરુઓ પણ ધોતિયાના ઢીલા નીકળવા માંડ્યા છે. અમેરિકામાં તો અચ્છા અચ્છા પાદરીઓની પોલ ખૂલી ગઈ છે. બ્રહ્મચર્યના અખતરા સમાજ માટે મોટા ખતરા ઊભા કરે છે. ગુરુકુળો હોય, ઉપાશ્રયો હોય, ખ્રિસ્તી ચર્ચ હોય કે... જવા દો મુસલમાનોના મૌલવીઓ વિશે હું કશું નહીં લખું. સલમાન રશદી સામે પાડ્યો છે એવો ફતવો મારી સામે પાડી દે તો આફત થઈ જાય. મારી હત્યા કરનારને દસ લાખનું ઇનામ આપવાની જાહેરાત થઈ જાય તો કદાચ આખો માળો મારું અટામણ કરીને દસ લાખ વહેંચી લે. આ તો હું મજાક કરું છું. મારી હત્યાથી હજાર રૂપિયા પણ ઊપજે નહીં. મોટી રકમ જાહેર થાય તો તો શ્રીમતીજીને પણ ગર્વ થાય. અમારા અમદાવાદના એક કવિએ લાગણીના આવેશમાં પયગંબરને વર્ષો પહેલાં પડકારેલા. પણ આપણી પોસ્ટલ સર્વિસ તો તમે જાણો છો. પયગંબરને પયગામ પહોંચતાં વર્ષો લાગે ને પછી એમનો ફતવો આપણા સુધી પહોંચતાં વર્ષો લાગે.

હું તો કોઈની ધાર્મિક તો શું સાંસારિક, સામાજિક, સાહિત્યિક કે આર્થિક લાગણીઓ સાથે ચેડાં કરતો નથી.

'જો ટપુ, તારી સ્કૂલમાં જે કંઈ ચાલે છે તેની સાથે મારે કોઈ નિસ્બત નથી. મને કોઈ જાતના પક્ષપાતમાં રસ નથી. મારે તો જેવો તું એવી વચલી. વળી હું એકલો નિર્ણાયક નથી. મારી સાથે બીજા બે હશે એટલે મારે પક્ષપાત કરવો હોય તો ય હું ન કરી શકું. આવી બધી પંચાત કરવાની છોડીને તું સરસ ભાષણ તૈયાર કર.'

'એ તો હું જોઈ લઈશ.'

ધમકી આપીને એ ચાલ્યો ગયો અમારે માટે એ નવું નહોતું.

'આ છોકરો કોમ્પિટિશનના દિવસે ધમાલ કરાવશે.' શ્રીમતીજી બોલ્યાં.

'જેવાં જેમનાં નસીબ. આ દેશમાં ધમાલની કોઈ નવાઈ નથી.

વિધાનસભાઓમાં જો હાથોહાથની મારમારી થતી હોય તો પછી બીજે તો પૂછવું જ શું ?'

વક્તૃત્વકલાના વર્ગો ચાલે છે. અનુભવી શિક્ષક તમને જાહેરમાં ભાષણ કેવી રીતે કરવું તે શિખવાડે. ઘણી વાર મને ઇચ્છા થઈ છે, મારે એ વર્ગોમાં જોડાવું જોઈએ. પણ પછી પાછો મને વિચાર આવે, મારે એ શીખીને શું કામ છે ? હા, રોજેરોજ ભાષણ કરવાનાં હોય તો અલગ વાત છે. બાકી આપણા કેટલા નેતાઓ પબ્લિક સ્પીકિંગના ક્લાસમાં જઈને તૈયાર થાય છે ? પોલિટિશિયનોમાં તો એવી કુદરતી બક્ષિસ હોય છે, કલાકો સુધી બોલે પણ કહે કશું નહીં. અજાણ્યા પેસેન્જરને રિક્ષાવાળો ગોળ ગોળ ફેરવીને કોઈ ભળતે ઠેકાણે ઉતારી દે તેવું. મારે એનાથી ઊંધું થાય છે. કહેવાનું ઘણું બધું હોય છે પણ બોલી શકતો નથી. સડક પર તાજો ડામર પાથર્યો હોય અને પગ ચોંટી જાય તેમ માઇક સામે ઊભો રહું છું તેની સાથે તાળવે જીભ ચોંટી જાય છે. જાગતા કે ઊંઘતા માણસનું મગજ સતત કામ કરતું રહે છે પણ હું જાહેરમાં બોલવા ઊભો થાઉં છું ત્યારે મારા મગજનું મશીન ખોટકાઈ જાય છે. અંદરથી અવાજો આવવા શરૂ થાય છે : ભાષણ કર્યા વગર શું રહી ગયો'તો, ગધેડા ? વટાણા વેરાઈ જશે, હુરિયો બોલાઈ જશે, બહાનું કાઢીને બેસી જા, નહીં તો બેભાન થઈ જઈશ, મૂરખા.

નરવસનેસના જીવલેણ આક્રમણ સામે થોડી વાર ઝીંક ઝીલ્યા પછી આબરૂ બચાવવા મરણિયો થઈને હું ગળામાંથી અવાજનો ધક્કો મારું છું. ઘેર ગોખી રાખેલું ભાષણ જ્યારે બહાર આવવા લાગે છે ત્યારે મારા જીવમાં જીવ આવે છે. ખાટલે મોટી ખોડ એ છે કે મારી યાદશક્તિ પણ નબળી છે. એટલે કલાક સુધી બોલી શકું એટલું ગોખી રાખું છું જે પા કલાકમાં પતી જાય છે. જે કાર્યક્રમમાં હું એકલો જ વક્તા હોઉં છું તેમાં શ્રોતાઓ મારા ટૂંકા પ્રવચનથી નિરાશ

થઈ જાય છે. જે કાર્યક્રમમાં વધારે વક્તાઓ હોય છે તેમાં શ્રોતાઓ ખુશ થઈ જાય છે. કહે છે, સૌથી સારું તમે બોલ્યા. કહેવાનો અર્થ એ હોય છે કે તમે અમને બોર ન કર્યા.

બધા વક્તાઓ આવી કડાકૂટમાં પડતા નથી. પહેલેથી એમનું લેક્ચર લખી કે લખાવીને જ કાર્યક્રમમાં આવે. જેવો એમનો વારો આવે કે ખીસામાંથી કાગળની ઝૂડી કાઢીને શરૂ થઈ જાય. નરવસ થવાનો સવાલ જ નહીં. સિવાય કે કોઈ કારણસર ભાષણના કાગળ હાથમાંથી ઊડી જાય. એવો વક્તા જ્યારે ખીસામાંથી કાગળની ઝૂડી કાઢે છે ત્યારે શ્રોતાઓ નરવસ થઈ જાય છે. ઓડિયન્સમાંથી સામૂહિક હાયકારો નીકળી જાય છે. ભાષણ ગમે તેટલી ઊંચી કોટિનું હોય પણ વાંચતો વક્તા શ્રોતાઓને ગમતો નથી. મને મોંએથી ભાષણ ફાડતાં ફાવતું નથી ને વાંચવાનું મને ગમતું નથી.

મારી પ્રામાણિકતાને કારણે હું નિર્ણાયક થવાનું નકારું છું. પણ કોઈ પણ ક્ષેત્રે નિષ્ફળ ગયેલો સર્જક જેમ ઉત્તમ વિવેચક થઈ શકે છે તેમ નબળો વક્તા પણ ઉત્તમ નિર્ણાયક નીવડી શકે.

મારા સદ્ભાગ્યે મારી સાથે મારા સાથી નિર્ણાયક તરીકે લત્તાના લીડર એસઈએમ ચંદુલાલ હતા. કાળા ખડકમાંથી એમને કોતરી કાઢ્યા હોય એવી એમની આકૃતિ છે. એમની કાળમીંઢ તોતિંગ કાયા ઉપર એ સફેદ ખાદીના બૂશકોટ અને ખોખલું પાટલૂન પહેરે છે. બૂશકોટના ઉપલાં બે બટન ખુલ્લાં હોય છે. ખડક ઉપર જામેલી લીલમાંથી ઊગેલી વનસ્પતિના જેવા વાળનાં ગૂંચળા ખુલ્લી છાતી પર દેખાય છે. જન્મ્યા પછી એમના માથા પર કાંસકો ફર્યો નથી. વાળંદ પણ એમના કાબરચીતરા વાળના ઘટ્ટ જથ્થાને સમારી શકતો નથી. ખડક ઉપર કાચબો બેઠો હોય તેવું પ્રચંડ પેટ છે. ચંદુલાલ ખાવાના શોખીન છે. એટલું જ નહીં, એ સતત કંઈ ને કંઈ ખાદ્યપદાર્થો ઘરઘંટી જેવા પેટમાં ઓર્યા કરતા હોય છે.

ટ્રસ્ટી ભુજંગદેવની ગાડીમાં હું હિમ્મતલાલની શાળાએ પહોંચ્યો અને બોડકા પ્રિન્સિપાલે મૂછાળા, ગોળમટોળ ભુજંગદેવ સાથે મારો પરિચય કરાવ્યો. રેશમી કુરતા-ચુડીદારમાં સજ્જ ભુજંગદેવને ભમ્મરોની જગાએ પણ મૂછો હતી અને બંને કાનમાંથી મૂછો નીકળતી હતી. માથા પર રેશમી, કેસરિયા ટોપી પહેરી હતી. હજી તો હું હાથ જોડીને નમસ્કાર કરું છું ત્યાં ચંદુલાલે મારી સામે પડીકું ધર્યું.

'લ્યો, મે'તાભાય, ગરમાગરમ સમોસા ખાવ.'

'અત્યારે જવા દો, ચંદુભાઈ.'

'અટાણે જ ખાવાના ઓય, મે'તા ભાય. ભૂયખે પેટે ભાષણું હાંભળીએ તો કંટાળી જઈએ ને ઈ કંટાળામાં કો'ક બચાડા વિદ્યાર્થીને અન્યા કરી બેહીએ. એકાદ બે સમોસા દબાવો અટલે પેટમાં હાઉ થાય.'

સમોસાં જોઈને જ મને હાઉ થઈ ગયું. મેં એમનું મન રાખવા સમોસું લીધું.

'હાલો ભુજંગભાય, હવે ચાલુ કરાવો તમારું કોમ્પિટિશન અને હિમતભાય, વચમાં ઇન્ટરવલ રાખજો, ભાય, ખાધા વગર લાબું નો હાલે.'

હિમમતલાલે અમને સમાચાર આપ્યા, ત્રીજા નિર્ણાયકની તબિયત બગડી ગઈ છે. આવી શકે તેમ નથી.

'અરે હિંમતભાય, અમે બે શીએ પછી તીજાનું હું કામ છે ? ફટાફટ તમારું કોમ્પિટિશન પૂરું થઈ જાહે.'

મૂછાળાએ બીજા ટ્રસ્ટીઓનો પરિચય કરાવવા માંડ્યો.

'અરે ભાય, આમાં એકેય મારો અજાણ્યો નથ્ય. હાલો હવે હાલો. હું તો મારી દુકાને દીકરાને બેહાડીને આયવ્યો સું. હાલો.. હાલો.'

છેલ્લું સમોસું ગળી જઈને એમણે કાગળનો ડૂચો ફેંક્યો અને શાળાના સભાખંડ તરફ ચાલવા માંડ્યું.

શાળામાં કાર્યક્રમ હોય ત્યારે સ્ટેજ કરતાં ઓડિયન્સમાં જાતજાતનાં કોમ્પિટિશનો ચાલતાં હોય છે. એક ભાગમાં છોકરીઓ, બીજા ભાગમાં છોકરાઓ. છોકરીઓ સામે વટ પાડવા છોકરાઓ રાગડા તાણતા હોય છે. બાલિશ કોમેન્ટો કરવી, કૂદાકૂદ કરવી, મારામારી કરવી એ સામાન્ય ગણાતું હોય છે. ઠરેલ છોકરાઓ પણ આવે દિવસે ખીલી ઊઠીને નાનાં નાનાં પરાક્રમો કરવાની કોશિશ કરતા હોય છે. આજકાલની છોકરીઓ પણ શરમાળ ને ડરપોક રહી નથી. એ પણ કાગળના તીર સામે તીર છોડતી હોય છે.

લત્તાના લીડર ચંદુલાલ હૉલમાં દાખલ થયા કે તરત તોફાની ટોળાએ હર્ષનાદ કર્યો. ચંદુલાલે બે હાથ ઊંચા કરી એમને શાંત રહેવાનો ઇશારો કર્યો. કલબલાટ ચાલુ રહ્યો. અમે બંને આમંત્રિત મહેમાનો વચ્ચે પહેલી હરોળમાં ગોઠવાયા. રંજનદેવી સાથે આવેલાં શ્રીમતીજી એમની સાથે પાછલી હરોળમાં હતાં.

અમને લાકડાના પેડ ઉપર દબાવેલી હરીફાઈમાં ભાગ લેનારાઓની નામાવલિ આપવામાં આવી. ત્રીસેક જેટલાં છોકરાં-છોકરીઓ ત્રણત્રણ મિનિટ બોલવાનાં હતાં. હિંદી, મરાઠી સ્પર્ધાઓ અલગ દિવસે હતી.

શરૂઆતમાં શિક્ષક હિમ્મતલાલે સંભાષણ કર્યું જે કોઈએ સાંભળ્યું નહીં. એક કાગળનું તીર મને વાગ્યું. મને કશી અસર થઈ નહીં. પણ સ્વયંસેવક વિદ્યાર્થીઓ અને શિક્ષકોએ દોડાદોડી કરી કેટલાક તોફાનીઓને બહાર કાઢ્યા પછી કોલાહલ થોડો નરમ પડ્યો.

પછી સ્પર્ધા શરૂ થઈ. કોઈ ગોખેલું ગબડાવી જતું હતું તો વળી કોઈ ગોખેલું ભૂલી જઈ, અડધે અટકી તતપપ તતપપ કરવા માંડતું. ત્યારે ટોળું એનો હુરિયો બોલાવી એને સ્ટેજ પરથી ભગાડી

મૂકતું. કોઈ કોઈ છોકરા-છોકરી આત્મવિશ્વાસથી બોલતાં ત્યારે ટોળું ટાઢું પડી જતું.

હું પ્રધાન મંત્રી હોઉં તો...., રેલવેની મુસાફરી, સ્વચ્છતાનું મહત્ત્વ, જીવનમાં શિસ્તનું સ્થાન વગેરે વિષયો ઉપર ભાષણો થવા લાગ્યાં.

છેવટે ચંદ્રિકા ઉર્ફે વચલીનું નામ એનાઉન્સ થયું. ઓડિયન્સમાં તાલીઓના ગડગડાટ. બધાને ખાતરી, પ્રથમ ઇનામ તો એ જ લઈ જવાની.

'જીવનમાં હૉબી હોવી જોઈએ, કંઈક શોખ. મનપસંદ ઇતર પ્રવૃત્તિ, એવું ન હોય તો આપણું જીવન સાવ નીરસ અને ડલ થઈ જાય, બધી હૉબી ખર્ચાળ નથી હોતી. પાઈનો પણ ખર્ચ કર્યા વિના તમે તમારું જીવન સુંદર અને રસમય બનાવી શકો. સમયનો સદુપયોગ થાય. હૉબી આપણા સ્વાસ્થ્ય માટે પણ ઉપકારક છે વગેરે.' વચલી ખૂબ ઘડાયેલી પુખ્ત વક્તાની જેમ બોલી. વચ્ચે વચ્ચે રમૂજ કરી સૌને હસાવ્યા.

'મે'તાભાય, આપણો હિંમત પોતે ભલે ભગાભાય જેવો રિયો પણ એની આ છોડી જતે દિ નામ કાઢશે – લખી રાખો.'

ચંદુલાલ સાથે હું સહમત થયો. બીજા ત્રણેક જણ પછી છેલ્લે ટપુનું નામ એનાઉન્સ થયું. જુદા કારણસર તાળીઓના ગડગડાટ થયા. એ ટી-શર્ટ ઉપર ભૂખરું જીન્સ ચઢાવીને આવ્યો હતો.

'વડીલો, ભાઈઓ-બહેનો,

આજે આખો દેશ ભ્રષ્ટાચારથી ખદબદી રહ્યો છે ત્યારે તમે અહીં બેઠાં બેઠાં તાળીઓ પાડી રહ્યા છો ? શરમાવ જરા શરમાવ...'

હું સમજી ગયો, એના ભાષણમાં પત્રકાર પોપટલાલની ભાષા છવાયેલી છે.

'આજે દર મિનિટે ક્યાંક ખૂન થાય છે તો ક્યાંક બળાત્કાર. એક નેતા એની વહુનું ખૂન કરી એને ભઠ્ઠીમાં બાળી મૂકે છે અને

આપણે તાળીઓ પાડીએ છીએ. આપણી જિંદગી એ કોઈ ટીવી સિરિયલ નથી જે મૂગા મૂગા આપણે જોયા કરીએ. ભ્રષ્ટાચાર એક હકીકત છે. ભ્રષ્ટાચાર ભગવાનની પેઠે સર્વવ્યાપી થઈ ગયો છે. બધા એની ભક્તિ કરવા લાગ્યા છે.

'આ આપણી સામે ઊજળાં કપડાં પહેરીને બેઠા છે એમની પાસે શાળાનો હિસાબ માગો. ખબર પડે કે કેટલા ગરબડ ગોટાળા ચાલે છે. પૂછો કે ક્યાં જાય છે ડોનેશનના પૈસા ? એમના છોકરાઓ પેપરો ફોડે છે. માસ્તરો ટ્યુશનોમાં પડ્યા છે. જો શિક્ષણના આ સૂત્રધાર બેનંબરી, સડેલા હોય...'

પાછળ તો તાળીઓ પર તાળીઓ. વાહ વાહ, જીઓ પ્યારે, ભ્રષ્ટાચાર મુર્દાબાદ આગલી હરોળમાં ગણગણાટમાંથી ઘાંટાઘાંટ શરૂ થઈ. કેટલાક ટ્રસ્ટી ઊભા થઈ ગયા. કોઈકે ટપુના ચાલુ પ્રવચને સ્ટેજનો પડદો પાડી દીધો. તરત જ ટોળું વિફર્યું. પડદા ઉઠાવ, પડદા ઉઠાવની બૂમો પડી. ટપુએ બંધ પડદે બોલવું ચાલુ રાખ્યું. તો માઇક બંધ કરવામાં આવ્યું. પછી ટોળું ઝાલ્યું રહે ? પાછળ કોઈએ બારીના કાચ ફોડ્યા. ટ્રસ્ટીઓ પર કાચ, ખાસડાં, નોટબુકો ફેંકાવા લાગ્યાં જે બધા જ મહેમાનો ઉપર પડવા લાગ્યા. સ્વયંસેવકો અને શિક્ષકો બચાવો... પોલીસ.. બચાવો.. પોલીસના પોકારો કરવા લાગ્યા.

નાસભાગ મચી ગઈ.

'મે'તાભાય, હાલો તંયે જાંઈ. પહેલું ઇનામ ટપુને આપવું જોઈએ પણ ઓલ્યો ભુજંગ ઇનામને બદલે છોકરાને કાઢી નો મૂકે તો સારું.' ચંદુલાલ ગયા.

મેં શ્રીમતીજીને ખોળી કાઢ્યાં. રંજનદેવીની ગાડીમાં અમે માળાભેગા થઈ ગયાં.

❑

...તો આવતી સાલ રાખડી બંધાવજો !

'કહું છું, તમારે અમારી સાથે આવવું છે ?' સાંજે ઘરમાં દાખલ થયો ત્યાં શ્રીમતીજી જાણે ગિલ્લી-દંડા રમી રહ્યાં હોય તે રીતે મારા ભણી સવાલની ગિલ્લી ફેંકી જે મારા લમણામાં વાગી.

હું તો શું મારી જગાએ કોઈ પણ નોકરિયાત મુંબઈગરો હોય તેને સાંજે ઘેર ગયા પછી એની પત્ની તરત બહાર જવાની વાત કરે તો લમણામાં લાકડાની ગિલ્લી વાગે અને તરત પહેલો વિચાર એને સામો દંડો ફેંકવાનો આવે.

'ક્યાંઆઆઆ ?' ચોમાસામાં સતત શરદીથી પીડાતો મારો અવાજ બાલી બ્રહ્મભટ્ટ અને આલિશા ચિનોયના મિક્સચર જેવો નીકળે છે. ચોમાસામાં મારા અવાજ માટે હું ઓડિશન ટેસ્ટ આપું તો મારો અવાજ કદાચ સેક્સીમાં ખપી જાય.

'ન આવવું હોય તો કંઈ નહીં. તમારી ચ્હા મૂકીને હું જાઉં છું.'

'અરે પણ ક્યાં ?'

માખ પજવતી હોય અને એને ફટકારવાનો લાગ જોતો હોઉં તે રીતે મેં એની દિશામાં ભીની છત્રી હલાવી.

'આ શું ? આ શું ? તમારી જાતને સુશીલ શર્મા સમજો છો ? છત્રી આઘી રાખો. મને ખબર છે, ઑફિસેથી ઘેર આવ્યા પછી તમને બહાર જવાનું ગમતું નથી. પણ તેને માટે આટલા ઉશ્કેરાવાની જરૂર નથી. તમારો જે ભઈબંધ હૉસ્પિટલમાં પડ્યો છે ને અમે એની ખબર

કાઢવા જઈએ છીએ. આવવું હોય તો ચાલો. રંજનબહેનની ગાડીમાં જવાનું છે ને રંજનબહેનની ગાડીમાં પાછાં આવવાનું છે. તમને કોઈ વાતે કષ્ટ નહીં પડે ને હૉસ્પિટલમાં કંઈ બહુ બેસવાનું હોય નહીં ને બેસવું હોય તોય વિઝિટિંગ અવર્સ પછી કોઈ બેસવા ન દે.'

'અરે પણ મોંમાંથી એ તો ફાડ કે મારો કયો ભઈબંધ હૉસ્પિટલમાં પડ્યો છે જેને તું ને તારી રંજન જોવા જાવ છો ?'

'સૉરી, એ તો કહેતાં જ ભૂલી ગઈ. રંજનબહેનના સાખપાડોશી પોપટલાલ વેલકમ હૉસ્પિટલમાં છે.'

'ઓહ !'

'હા.'

'શું થયું છે પોપટને ?'

'થવાનું શું હતું એમને ? ગઈકાલે દારૂ પીને એમણે ગટર અમાસ ઊજવી અને પછી ક્યાંક ગટરમાં ગબડી પડ્યા. એમને તો બધા ઓળખે તે જઈને વેલકમ હૉસ્પિટલમાં સુવાડ્યા.'

'એ માણસ ગટર અમાસ ઊજવે ને આપણે ત્રાસ ભોગવવાનો ? અને તારે એમાં લાંબા થવાની શી જરૂર છે ?' પોપટલાલ ઢીંચીને ગટરમાં પડે તેને લીધે મારી સાંજની ચ્હા લંબાય તેની મને અકળામણ થવા લાગી.

'વહેલી પરોઢે પોપટલાલના સમાચાર આવ્યા એટલે એમની વહુ પોક મૂકીને રડવા લાગી. આડોશ-પાડોશમાં તો એમ જ ધ્રાસકો પડ્યો, પોપટભઈ ગયા. મંગળાને સમાચાર આપવા આવેલા પોપટલાલના મહારાષ્ટ્રીયન મિત્રો ઘણું સમજાવે, પોપટલાલ સિરિયસ નથી, બેભાન છે પણ મંગળા મરાઠી સમજે નહીં. પછી બાજુમાં રંજનબહેન જાગી ગયાં. એમણે મંગળાને ધમકાવી, હૉસ્પિટલે જઈને ધણીની ચાકરી કરવાને બદલે કૂઠવા શેની મૂકે છે ? મંગળાને રંજનબહેન એમની ગાડીમાં હૉસ્પિટલે મૂકી આવ્યાં. બપોરે રંજનબહેન મને કહે, મંગળાને ખાતર આપણે હૉસ્પિટલે આંટો

મારવો જોઈએ. પોપટલાલના બાબા-બેબીને પણ લઈ જવાનાં છે. આમ તો છોકરાઓને હૉસ્પિટલમાં એલાઉડ નથી કરતા પણ અમે એમને સરકાવવાની ટ્રાય કરવાનાં છીએ. ટૂંકમાં, અમે મંગળા માટે જવાનાં છીએ. તમારે પોપટભાઈની ખબર કાઢવા આવવું હોય તો ચ્હા પીને નીકળી જઈએ.'

હું પીગળી ગયો. જવા-આવવાની સગવડ છે તો પછી પોપટલાલની ખબર કાઢવી જોઈએ. પત્રકાર પોપટલાલ પીઅક્કડ માણસ છે. પત્રકારોને મફતમાં પીવાનું મળતું હોય છે તેમાંથી કેટલાક બંધાણી થઈ જતા હોય છે. પોપટલાલ એમાંના એક છે પણ બીજી બધી રીતે અચ્છા માણસ છે. નશામાં કોઈ કોઈ વાર ઉપદ્રવ કરે છે. મંગળા ઉપર એ છત્રી ચલાવતા પણ માળાની સ્ત્રીઓએ એક-બે વાર પાઠ ભણાવ્યા પછી છત્રીપ્રયોગ બંધ થઈ ગયા છે. સરવાળે પોપટ સારો માણસ છે.

'ચલ, ઝટ ચ્હા મૂક. જઈ આવીએ.' મેં કહ્યું.

અષાઢ મહિનાની અમાસનો મહારાષ્ટ્રમાં ખાસ મહિમા છે. ગુજરાતમાં એ પવિત્ર દિવસ ગણાય છે કારણ કે ગુજરાતમાં સખ્ખત પ્રોહિબિશન છે. ખાનગી ખૂણે જેટલું પીવું હોય તેટલું પીઓ પણ પીને બહાર સાર્વજનિક ગટરમાં ગબડી પડવાનું એલાઉડ નથી. ગુજરાતમાં આજકાલ ગટરોમાં આળોટવાનું કામ જ કેટલાક ધર્મગુરુઓએ શરૂ કર્યું છે. મહારાષ્ટ્રીયનો જેને ગટારી અમાસ કહે છે તેને ગુજરાતીઓ ગટર અમાસ કહે છે.

અષાઢી અમાસ યાને કે ગટર અમાસ કોઈ રાષ્ટ્રીય તહેવાર નથી પણ મહારાષ્ટ્રીયન દિવસ છે. એ દિવસે એટલે કે રાત્રે સ્કૉચ વ્હિસ્કીથી માંડીને દેશી, લઠ્ઠો, બેવડો, ખોપડી કે જે કંઈ નામે ઓળખાતા હોય તેવા દારૂ સાથે માંસ-મટન-મચ્છી ખાવાની બેધડક છૂટ. બલ્કે એક વર્ગ એવો છે કે જે એને ધાર્મિક પ્રસાદીરૂપે ઠઠાડે છે. જેમ એક વર્ગ એવો છે જે શ્રદ્ધાપૂર્વક માને છે, જન્માષ્ટમીની

રાત્રે તો જુગાર રમવો જ પડે.

આપણા અસલના ઋષિ-મુનિઓ અને વૈદોએ જોયેલું કે શ્રાવણ મહિનામાં આડું-અવળું ડૂચવાથી પચતું નથી ને સુરતીઓ તેમ જ અકરાંતિયાઓ માંદા પડે છે. પણ તમે કોઈને તંદુરસ્તીની દૃષ્ટિએ સલાહ આપો કે શ્રાવણ મહિનામાં તમે અમુક અમુક ખાશો તો તમને નડશે, તો એ નહીં માને. તમારે એમ જ કહેવું પડે, શ્રાવણમાં એકટાણાં કરવાથી પુણ્ય મળશે. શ્રાવણમાં ખબરદાર જો માંસ-મચ્છી-મટન-દારૂ ઠઠાડ્યાં છે તો રૌરવ નરકમાં જશો.

મહારાષ્ટ્રની પ્રજા શ્રદ્ધાળુ છે. શ્રાવણ મહિનો બેસે એ પહેલાં અષાઢી અમાસે કરાય એટલા જલસા કરી લો. થવાનું હોય તે થાય, પછી આખો મહિનો દારૂને કે આડાઅવળા ખાદ્યપદાર્થોને ટચ નહીં કરવાનો.

મનુષ્ય સ્વભાવ એવો છે જે દિવસે ઉપવાસ ઉપર ઊતરવાનું હોય તેને આગલે દિવસે અકરાંતિયાની પેઠે ઝાપટે. સિગારેટ છોડવાને આગલે દિવસે પોતે આખો ચીમની થઈ જાય ને ધુમાડા કાઢે. એ જ રીતે શ્રાવણ મહિના પૂરતું મદ્યપાન છોડતાં પહેલાં અષાઢી અમાસે બરોબરનું ઠઠાડે. તેમાં પણ કોઈ કોઈ તો એટલી હદે ઠઠાડી દે કે એક ભાદરવામાં ભાનમાં આવે. એકલદોકલ કેસમાં તો ગટરનો કેસ ગટરમાંથી ઊભો થતો જ નથી.

ગુજરાત સરકાર ગટરોની સગવડ આપતી નથી. તમારા ઘરની ખાળ કે મોરીઓમાં આળોટો, જે કરવું હોય તે કરો પણ ખબરદાર જો સાર્વજનિક ગટરોમાં ગુલાંટો ખાધી છે તો. પ્રોહિબિશનની આમન્યા તો રાખવી જ જોઈએ. એ કોઈ મજાકનો વિષય નથી. ગટર અમાસની ગુજરાતમાં વાત જ નહીં કરવાની. અમાસની રાતે તો સોબર માણસો પણ ગટરમાં પડી જતા હોય છે. સરકારને બીજું કંઈ કામ નથી ? અને ગટરો સાફ રાખવાની જવાબદારી નગરપાલિકાની છે.

ઉત્તર ગુજરાતના પટણી વાઘરીઓ અષાઢી અમાસના દિવસોને શોકના દિવસો તરીકે ઊજવે છે. એ લોકોમાં સ્વજનોને કબરોમાં દાટવાનો રિવાજ છે. એટલે એ લોકો એમના સ્વજનોની કબરો પાસે એકઠા થઈ રોકકળ કરે છે.

બાકીના ઘણા બધા ગટર અમાસ ઊજવવા દેતા નથી તેથી રોકકળ કરે છે.

ગુજરાતીઓ આ અમાસને દિવાસા તરીકે ઊજવે છે. વેઢમી અને કારેલાંનું શાક ખાય છે. શ્રાવણ મહિનામાં ખાવા-પીવામાં પરેજી પાળતા ઘણા ગુજરાતીઓ એ દુઃખ વિસારે પાડવા માટે આખો શ્રાવણ મહિનો પાનાંનો જુગાર રમે છે. જે ધર્મમાં આવી બધી છૂટછાટ મળતી હોય તે ધર્મ આપણને વહાલો લાગે તે સ્વાભાવિક છે. પણ આપણે એ બાબતમાં બહુ બેદરકાર છીએ. ખરી રીતે તો આપણે ખ્રિસ્તી અને ઇસ્લામની પેઠે આપણા ધરમ તરફ બિનહિન્દુઓને આકર્ષવા જોઈએ કે, જુઓ ભઈ, અમારા ધરમમાં કેટકેટલી છૂટછાટ મળે છે. તેને બદલે મંદિર-મસ્જિદની તોડફોડમાં રચ્યાપચ્યા રહીએ છીએ. શ્રાવણ મહિનામાં જુગટું રમવાની છૂટ કયો ધર્મ આપશે ? કયા ધર્મમાં શિવરાત્રિએ ને ધુળેટીએ ભાંગ પીવાની છૂટ મળશે ?

જવા દો, ધર્મની બાબતમાં હું કંઈ પણ લખું છું તો વાચકો ઉશ્કેરાઈને મારા ઉપર ગમ્મે તેવા કાગળો લખે છે. એક વાચકે મને પગે લંગડો કરી નાખવાની ધમકી આપેલી. હું ધર્મિષ્ઠ માણસ છું પણ ધર્મને ખાતર મારી એકાદ ટાંગનો ભોગ આપવા હું તૈયાર નથી. ધર્મની બાબતમાં ઘણું અંધેર પણ ચાલે છે. દાખલા તરીકે કદી દારૂ ન પીનારા માણસો ગટર અમાસના દિવસે પ્રસાદી તરીકે છાંટોપાણી લે છે. કદી જુગાર નહીં રમનારાઓ જન્માષ્ટમીની રાત્રે એક ધાર્મિક ક્રિયા તરીકે જુગાર રમે છે.

અમે ચ્હા પીને પોપટલાલની ખબર કાઢવા નીકળી પડ્યાં.

પોપટલાલનાં બાબા-બેબીને રંજનદેવી સાથે લઈ જવા માગતાં હતાં પણ બાબા-બેબીએ એમના બાપા ગુજરી ગયા હોય તેવી કાગારોળ મચાવી હતી એટલે એમને પાડોશીને ત્યાં જ રહેવા દઈને અમે વેલકમ હૉસ્પિટલ પહોંચ્યાં.

હૉસ્પિટલના જનરલ વૉર્ડમાં પોપટલાલ સૂતેલા હતા. એમની બે આંખોથી ઉપરનો ભાગ પાટાપિંડીથી ઢંકાયેલો હતો. તેમના ચહેરા ઉપર પણ ઈજાઓનાં નિશાન હતાં. એક પગ ઉપર પણ પાટો હતો. ઘાયલ સૈનિક જેવા એ દેખાતા હતા. બીજા કેટલાક માળાવાસીઓ પણ એમની ખબર કાઢવા આવ્યા હતા. જનરલ વૉર્ડમાં ઘણી ગિરદી થતી હોય છે. પેશન્ટ પાસે રોકાવું હોય તો ય રોકાઈ ન શકો. જે થોડી મિનિટો અમે ત્યાં ઊભાં રહ્યાં તેમાં એટલું જાણવા મળ્યું કે આગલી રાત્રે પોપટલાલે અમારા લત્તામાં આવેલા પબ કહેતાં પીઠામાં ખાસું એવું ચઢાવ્યા પછી કોઈ ગેંગ સાથે ગાળાગાળી કરી હતી. એ બહાર નીકળ્યા ત્યારે પેલી ગેંગ એમના ઉપર તૂટી પડી હતી. પોપટલાલના સદ્‌ભાગ્યે પાઉડર ગલીના કેટલાક ઘાટીઓ ત્યાં ફૂટપાથ ઉપર મહેફિલ જમાવીને બેઠા હતા. તેમણે પોપટલાલને બચાવી લીધા. એમાંનો એક ઘાટી પોપટલાલની બાજુના બિછાનામાં જ હતો. પોપટલાલની ખબર પૂછવા આવતા દરેક જણ એ ઘાટીને શાબાશી આપતા હતા. એ ન હોત તો કોણ જાણે પોપટલાલનું શું નું શું થયું હોત. ઘાટી ખુશ નહોતો. બેવડાની અસરમાં પોપટલાલનો ઝઘડો વહોરી લીધો હતો પણ હવે એ પસ્તાઈ રહ્યો હતો. ગટર અમાસ એને મોંઘી પડી ગઈ હતી. એનો હૉસ્પિટલનો ખર્ચો પોપટલાલે ભોગવવાનો વાયદો કર્યો હતો. પણ એણે પોપટલાલને ખાતર જે માર ખાધો હતો તેની પીડા તો ઓછી થાય જ નહીંને. એને તો એની નોકરીની ચિંતા હતી. બિછાનામાં પડ્યો પડ્યો એ પસ્તાઈ રહ્યો હતો અને કકળાટ કરી રહ્યો હતો. પોપટલાલ એમની છત્રી ગુમાવ્યાનો અફસોસ કરી રહ્યા હતા.

ખેર, અમે તો અમારો પાડોશી ધર્મ બજાવીને પરત આવી ગયાં.

પોપટલાલને કામચલાઉ જનરલ વૉર્ડમાં એકલા છોડીને મંગળા એમને માટે રંજનદેવીને ત્યાંથી ટિફિન લઈ જવા અને છોકરાઓને મળવા અમારી સાથે ઘેર આવી. ડૉક્ટર તો પોપટલાલને જ ઘેર મોકલવા માગતા હતા પણ રંજનદેવીએ ડૉક્ટરને સમજાવ્યા હતા કે પોપટલાલને ચાર-છ દિવસ હૉસ્પિટલમાં જ રહેવા દો. ઘેર આવશે તો વળી પાછું પીવાનું ચાલુ થઈ જશે. મંગળાએ પણ ડૉક્ટરને એ જ વિનવણી કરેલી. ટૂંકમાં પોપટલાલની ચિંતા કરવા જેવું નહોતું.

પણ રાત્રે ધમાલ મચી ગઈ. પાડોશીમિત્ર જેઠાલાલનો પુત્ર ટપુ દોડતો અમારે ત્યાં આવ્યો :

'કાકા, કાકા, પોપટકાકા ભાગી ગયા.'

'હેં ?'

'હા, હૉસ્પિટલમાંથી ગુમ થઈ ગયા. એમની સાથે ઘાટી હતો એ પણ ગુમ થઈ ગયો.'

'હાય, હાય !' શ્રીમતીજીનો ઉદ્દગાર.

'તને કોણે કહ્યું ?' મેં પૂછ્યું.

'અમે તો નીચે કેરમ રમતા'તા. ત્યાં રંજનફોઈ ને મંગળાકાકી હૉસ્પિટલેથી આવ્યાં. એમને એમ કે પોપટકાકા હૉસ્પિટલથી ઘેર આવતા રહ્યા હશે પણ પોપટકાકા ઘેર તો આવ્યા જ નથી.'

'આહો !'

'મંગળાકાકી બિચારાં રડે છે.'

'તાર બાપાને તેં કહ્યું ?'

'મારા બાપુજી તો આજકાલ પત્તાં રમવા જાય છે. રોજ હારીને આવે છે ને પછી અમારી જોડે લડે છે. દાદાજી કે' છે, શ્રાવણ મહિનામાં તો રમવું જ પડે. કાકા, હું જઉં છું. બધા નીચે

ભેગા થયા છે એટલે હું તમને કહેવા આવ્યો.'

ટપુ ભાગી ગયો. હું કંઈ વિચાર કરું તે પહેલાં શ્રીમતીજીએ ચંપલ ચઢાવીને ચાલવા માંડ્યું.

'હું જરા તપાસ કરી આવું.'

મેં ટીવીમાં જીવ પરોવ્યો. લગભગ કલાક પછી શ્રીમતીજી સમાચાર લાવ્યાં :

'પોપટભઈ તો પેલા ઘાટીના ઉપકારનો બદલો વાળવા એને દારૂ પાવા લઈ ગયા હતા. બંને જણ હૉસ્પિટલમાંથી છટકીને કોઈક જગાએ દારૂ પીતા બેઠા હતા. આપણા મોહનભઈને તો ખબરને કે પોપટભઈ ક્યાં દારૂ પીવા જાય છે એટલે જઈને પોપટભઈને પકડી લાવ્યા.'

'ચાલો, શાંતિ.' મેં કહ્યું.

અને આ રીતે ગટર અમાસનો અધ્યાય સમાપ્ત થયો. પણ તેમાંથી એક નવા અધ્યાયની શરૂઆત થઈ. બન્યું એવું કે એ દુર્ઘટના પછી મંગળાએ પોપટને ખૂબ ઠમઠોર્યો. સગી બહેન પણ જેટલી સેવા ન કરે એટલી રંજનબહેને કરી. બળેવને દિવસે રંજનબહેન પાસે રાખડી બંધાવવી જ પડશે. પોપટલાલે હા પાડી. તેમાંથી રંજનને વિચાર આવ્યો : માળામાં સામૂહિક રક્ષાબંધનનું પર્વ ઊજવવું. સગાં ભાઈ-બહેનોએ પણ એ સામૂહિક કાર્યક્રમમાં ભાગ લેવાનો.

શ્રીમતીજીએ મને કાર્યક્રમની વિગતો આપી. 'માળામાં અમુક પુરુષો એવા છે જે કોઈને ગાંઠતા નથી. એવા બધાનું અમે લિસ્ટ તૈયાર કર્યું છે અને એ લોકોને આ કાર્યક્રમ માટે વહેમ ન પડે તે માટે કેટલાક સારા માણસોનાં પણ અંદર નામ લખ્યાં છે. એ જ રીતે છોકરાઓની પણ યાદી કરી છે. કોઈને કહેતા નહીં, પણ રંજનબહેનની ઇચ્છા જાહેરમાં જેઠાભઈને રાખડી બાંધવાની છે જેથી એ જરા સખણા ચાલે.'

'પણ એ બંધાવે તો ને ?' મેં શંકા વ્યક્ત કરી.

'ના શું બંધાવે ?' બધાએ બંધાવવાની જ છે.'

'મારે પણ ?' મને ધ્રાસકો પડ્યો.

'હાસ્તો વળી. તમને મંગળા રાખડી બાંધવાની છે. બીજાઓને દાખલો બેસાડવા આવું કરવું પડે.'

મને ચચરાટ થયો.

'તમે લોકો કઈ જાતનું ડીંડવાણું લઈને બેઠાં છો. રક્ષાબંધન એ ભાવનાનો તહેવાર છે. ભાઈ-બહેન વચ્ચેના વિશુદ્ધ પ્રેમનું પ્રતીક એટલે રાખડી. એમાં કંઈ લાકડે માંકડું વળગાડી દો તે કંઈ ચાલતું હશે ? પોપટલાલની મંગળા સાથે મારે સામાન્ય વાતચીતનો પણ વહેવાર નથી...' મેં વિરોધ કર્યો.

'તમે સમજતા કેમ નથી ? તમારા જેવા આમાં સહકાર આપે તો બીજા ના ન પાડી શકે. એમ તો દર બળેવે ઘણી બહેનો જેલના કેદીઓને રાખડી બાંધે છે તે શું કેદીઓને ઓળખતી હોય છે ? ના. પણ કેદીઓને સુધરવાની પ્રેરણા મળે તેવો એમાં હેતુ હોય છે. રાખડી બાંધવા માટે પરિચયની જરૂર નહીં. ઘણા તિજોરીને રાખડી બાંધે છે કે જેથી ચોરી ન થાય. ઘણા પોતાની ગાડીને રાખડી બાંધે છે જેથી એક્સિડંટ ન થાય. આ દલીલબાજીનો વિષય નથી, સમજ્યા ?'

'હું તો સમજ્યો પણ તું સમજતી નથી. બહેન રાખડી બાંધે તો એને પસલી આપવી પડે. એનું મોં મીઠું કરાવવું પડે. જેઠો ને રસિક ને પોપટ ને મોહન ને એવા બધાને ખાતર દર વર્ષે મારે પસલીનો દંડ ભોગવવો ? અને મારા પૈસા એ તારા પૈસા તો કહેવાય જ ને ? આજની મોંઘવારીમાં સગી બહેનને પસલી આપવાનું ભારે પડતું હોય છે ત્યાં વળી વગર લેવાદેવાએ વધારાનો ટૅક્સ શું કામ વેંઢારવો ?'

'એનો વિચાર કરી રાખ્યો છે. પસલીના પૈસા એકઠા કરીને અમે તેમાંથી લહાણી કરવાનાં છીએ. આખા માળામાં નહીં પરંતુ

જેમણે રક્ષાબંધનમાં ભાગ લીધો હોય તેમને ત્યાં લહાણી જશે. એક જાતની યાદગીરી. એટલે પસલી તો લહાણીમાં પાછી આવશે.'

'હા, પણ..'

'ભઈસા'બ, તમારું આ જ દુઃખ છે. કેમ જાણે તમને એકલાને જ રાખડી બાંધવાનો પ્રોગ્રામ હોય તેમ કટકટ કર્યા કરો છો. બીજા બધાને વાંધો ન હોય તો પછી તમારે અમારા પ્રોગ્રામમાં પથરો નાખીને શું કામ છે ? નણંદ સાથેના બધા વહેવાર હું જ સાચવું છું ને ! નાતજાતમાં કોને ત્યાં કેટલો ચાંલ્લો કરવાનો હોય છે તેની તમને ક્યાં ખબર છે ? તમારે ફક્ત રાખડી બંધાવવાની છે. બાકીની બધી ચિંતા મારી ઉપર છોડી દો. અને અત્યારથી કહી દઉં છું, ફસકી જવાનું નથી. તમે જો છટકી જશો તો માળામાં મારું નાક કપાશે.' શ્રીમતીજીએ ચીમકી આપી. સમય વર્તીને મેં પણ વિરોધ પાછો ખેંચી લીધો. શ્રીમતીજીની વાત તો સાચી હતી. જો બીજા બધાને વાંધો ન હોય તો મારે ઉંબાડિયું શા માટે નાખવું ! રક્ષાબંધન પાછળ રહેલી પવિત્ર ભાવનાને અમુક પુરુષો સામે હથિયાર તરીકે વાપરવાનો ત્રાગડો ઘડાયો. પણ એમાં કંઈ આઘાત પામવા જેવું નથી. આપણા બધા જ ધાર્મિક તહેવારોમાં આવું જ ચાલતું હોય છે. ધર્મની ભાવના કોરે રહી જાય છે ને ઉજવણીનું મહત્ત્વ વધી જાય છે. નવરાત્રિમાં માતાજીને કોણ યાદ કરે છે ? નવી પેઢીના કોઈને પણ પૂછશો તો કહેશે નવરાત્રિ એટલે ડિસ્કો દાંડિયાનો તહેવાર. આપણે તો ક્રિસમસ પણ ધામધૂમથી ઊજવીએ છીએ. છાકટા થઈને નાચીએ છીએ. ઈસુ ખ્રિસ્ત તો બિચારા આમે દુઃખી માણસ હતા. આવા બધા વિચારો કરીને મારે જીવ બાળવાની જરૂર નહીં. શ્રીમતીજી મંગળાને નણંદ તરીકે અપનાવતાં હોય તો છો અપનાવે.

બીજાઓનો પ્રતિભાવ જાણવાનું મને કુતૂહલ તો હતું જ એટલે એક રાત્રે જમ્યા પછી હું પોપટપાન ક્લબમાં હાજરી આપવા રવાના થયો. માળાના ગેટની સામે પાનની દુકાન પાસે ફૂટપાથ ઉપર

૭૦ મામાએ ભાણાને મામો બનાવ્યો

પત્રકાર પોપટલાલના પ્રમુખપદે જાહેર સભા ભરાય છે. વક્તા એ એકલા જ હોય છે. શ્રોતાઓની સંખ્યાનું કંઈ નક્કી નથી હોતું. આજકાલ તો શ્રોતાઓની સંખ્યાનો આધાર વરસાદ પર હોય છે. ઉઘાડ હોય એ દિવસે સહેજે દસ-બાર શ્રોતા હોય. વળી એમાં પણ આવનજાવન ચાલતી રહે, વધઘટ થતી રહે.

જમણા ગાલમાં પાનનો ડૂચો ને ડાબા કાંડા પર છત્રી. પોપટલાલે કેટલી પીધું છે એ જાણવું હોય તો છત્રીનું નિરીક્ષણ કરવું. છત્રી લગાર લગાર ઝૂલતી હોય તો જાણવું, આજે ખાસ ચઢાવ્યું નથી. જે દિવસે બરાબર ઢીંચયું હોય એ દિવસે એ અને છત્રી બંને ઝૂલતા હોય. રોજની આદતને કારણે એ સારું પચાવી જાય છે અને હોશમાં હોય છે. વધારે પડતું પીવાઈ ગયું હોય તે દિવસે એમનો પિત્તો ઠેકાણે નથી હોતો. આ વખતે મેં જોયું, છત્રી સહેજ સહેજ ઝૂલતી હતી. રોજિંદા શ્રોતાઓ – રસિક સટોડિયો, જેઠાલાલ, ભોંયતળિયાનો છગન, સિંધી ચંદીરામાની ઉપરાંત પાંચમા માળનો પિતાંબર અને કેટલાક અમારી પાઉડર ગલીના રહેવાસીઓ હતા. આમ તો કરાચી અને કાશ્મીરથી માંડીને તંદૂરી ખૂન કેસ સુધીના ટૉપિક ચર્ચાતા હોય છે પણ આજે તો સામૂહિક રક્ષાબંધનની ચર્ચા થતી હશે એમ મેં ધારેલું અને મારી અટકળ સાચી પડી. જેઠાલાલ ગિન્નાયેલા હતા.

'સાલી એ રંજન ફાટી છે. દિવસે દિવસે એની દાદાગીરી વધતી જાય છે. રાખડી બાંધવાની થઈ ગઈ હોય તો બાંધ તારા ચામાચીડીઆને. ગામના ભાયડાઓને ભાઈ બનાવવાનું શું કામ છે ?'

ત્યાં રસિક એની જાત ઉપર ગયો.

'(ગાળ) આ પોપટાએ લાખડી બંધાવવાની હા પાડી તેમાંથી (ગાળ) બધાં બૈરાં ઊખડી પયડાં છે.'

'જો એ સટોડિયા, તારી જબાન પર કાબૂ રાખ. મારે કોની

પાસે રાખડી બંધાવવી અને કોની પાસે નહીં એ મારી મુનસફીની વાત છે.'

'(ગાળ), રંજનને બેન બનાવવાથી તને હું ફરક પડવાનો ?'

'એવું મને પૂછનાર તું કોણ, મગતરા ? રંજન મારા ફેમિલીનું કેટલું ધ્યાન રાખે છે ? તમને કંઈ ભાન છે ?'

'પોપટ, તું એક નંબરનો સ્વાર્થી છે. રંજન તારાં બૈરી-છોકરાંની કાળજી લે છે એટલે તું આરામથી બહાર ભટક્યા કરે છે. ઢીંચ્યા કરે છે. રંજનને મસકો મારવા તું રાખડી બંધાવવા તૈયાર થયો છે. નરી લુચ્ચાઈ કહેવાય. ભાઈ-બહેનના સંબંધને માથે તું કલંક છે. મ્હેતાસાહેબ, તમે શું કહો છો ?' જેઠાલાલે મને એમની ચર્ચામાં સંડોવી દીધો.

'એ તારો મ્હેતાસાહેબ શું કહેવાનો છે ? એ પોતે જ મારી મંગળા પાસે રાખડી બંધાવવાનો છે.' પોપટલાલ ખંધું હસ્યા.

'જાવ, જાવ, હેંએંએં ?' જેઠાલાલને આઘાત લાગ્યો.

'હા, એવું નક્કી થયું છે.'

'હું તો મારી બૈરીને લઈને હુરતભેગો થઈ જવા. એ (ગાળ) કોઈ ભલતા હલતા માણહને રાખડી બાંધી આવે એ મારા ઘેરમાં ની ચાલે. આજકાલના માણહોનો ભરોહો ની મલે. કેમ છો બેન, કેમ છો બેન કરતો આપણા ઘેરે ચાલુ થઈ જાય. તો કાલનો દુકાલ આજે પડે. એ લાખડી-બાખડીના લફરાં જોઈએ જ નીં.'

'રંજન કહે છે આજકાલનાં મૉડેલો અજગર વીંટાળીને નાગા ફોટા પડાવવા માંડ્યા છે. લોકોના મગજમાં સેક્સનું ઝેર ફેલાઈ રહ્યું છે. એ ઝેરની સામે ઝુંબેશ ચલાવવા એમણે રક્ષાબંધનનો પવિત્ર કાર્યક્રમ ગોઠવ્યો છે.' પોપટલાલે સ્પષ્ટતા કરી.

સોપો પડી ગયો. સામાન્ય રીતે પોપટલાલ લેટેસ્ટ ટૉપિક ઉપર લવારા કરતા હોય છે. તેને બદલે એમણે અચાનક ભાવનાશીલ ટૂંકું ભાષણ આપ્યું તેનાથી થોડા શ્રોતા ગદ્ગદ થઈ ગયા.

'હું ચો ચાયલો. હહરીનું આ બધું આપણને ની ચાલે....'

રસિક સટોડિયો તો દોડતકને માળાભેગો થઈ ગયો.

'પોપટ, તું એ તારી બહેનને કહી દેજે, હું એની પાસે રાખડી નહીં બંધાવું.' જેઠાલાલ બોલ્યા.

'તો ન બંધાવતો. મારા કેટલા ટકા ? હું શું કામ કહું ? તું જાણે ને રંજન જાણે. આખા માળામાં પ્રોગ્રામ થવાનો છે. તું એકલો થોડો છે કે હું તારે માટે મગજમારી કરું !'

જેઠાલાલને ધોતિયામાં મંકોડા ચટકતા હોય તેમ ઊછળવા લાગ્યા.

'ચાલો, હું તો જઉં છું.' એ પણ ભાગ્યા.

પાન ક્લબની જાહેર સભા વિખરાઈ ગઈ. બળેવના કાર્યક્રમની જાહેરાત સાથે જ આખા માળામાં ઉત્તેજના ફેલાઈ ગઈ. આવા કાર્યક્રમ ઘણી જગાએ યોજાતા હોય છે પણ અમારે માટે એ પહેલી જ વાર હતો. જેઠાલાલ અને રસિક જેવા બે-ચાર જણને બાદ કરતાં બાકીના માળાવાસીઓ કાર્યક્રમની તરફેણમાં હતા. મજાની વાત એ હતી કે આખો કાર્યક્રમ બે-ચાર વિરોધીઓને ઠેકાણે લાવવા જ ગોઠવાયો હતો. બાકીના બધા ભાગ લે – ન લે તેનું મહત્ત્વ નહોતું.

બળેવને દિવસે સવારે નવ વાગ્યે માળાના ભોંયતળિયે સૌએ મળવાનું હતું. ભોંયતળિયાવાસીઓએ પોતપોતાનાં પાથરણાં તેમ જ થોડી ખુરશીઓની વ્યવસ્થા કરી હતી. ફક્ત રક્ષાબંધન સિવાય બીજો કોઈ કાર્યક્રમ નહોતો. પણ બધા ભેગા થાય ત્યારે થોડી વાર ગપસપ તો ચાલે જ એમ માનીને બેસવાની વ્યવસ્થા કરવામાં આવી હતી. કેટલાક ઉત્સાહીઓ ગાંઠને ખરચે આસોપાલવ લઈ આવ્યા હતા. તેનાં તોરણ લટકાવવામાં આવ્યાં. કોઈ ઉત્સાહીએ રક્ષાબંધનનાં ગીતોની કૅસેટો મોટા અવાજે મૂકી હતી.

શ્રીમતીજી વહેલી સવારથી પહોંચી ગયાં હતાં. એ મંગલ

વાતાવરણમાં મંગળા પાસે રાખડી બંધાવવા હું સમયસર પહોંચી ગયો. શિક્ષક હિમ્મતલાલ, જીવણ દરજી, હાથીકાય ડૉક્ટર હંસરાજ, રામલાલ મોદી, કનુ માકાણી, ચ્હાની જગાએ દારૂ પીને દિવસની શરૂઆત કરતો ભોંયતળિયાનો પંજાબી જસબીર અને એનો સાખપાડોશી છગન, પત્રકાર પોપટલાલ વગેરે માળાવાસીઓ ઉપરાંત મહિલાઓ, છોકરા-છોકરીઓનું ધાડું જમા થયું હતું. કિલ્લોલ, કલબલાટ અને શોરબકોરના વાતાવરણમાં રાખડીઓ બંધાઈ રહી હતી ત્યાં ટપુએ સમાચાર આપ્યા.

'રસિકકાકા તો બહેન પાસે રાખડી બંધાવવા સુરત જતા રહ્યા છે.'

'વાંધો નહીં.'

'ચંદીરામાની સવારથી બાંદરા જતો રહ્યો છે.' મટકાકિંગ મોહનલાલે કહ્યું.

'ટપુ, તારા પપ્પા કેમ નથી આવ્યા ?'

'બાપુજીની તબિયત સવારથી ખરાબ છે.' ટપુએ કહ્યું.

ટપુ સારા મૂડમાં હતો કારણ કે રાખડી બાબતમાં એને સમાધાન થઈ ગયું હતું. હિમ્મતલાલની પુત્રી વચલી એને રાખડી બાંધે એવી બધાની ઇચ્છા હતી. પણ ટપુએ તોડ કાઢ્યો, 'રંજનફોઈ મારા બાપુજીને રાખડી બાંધશે તો હું ફોઈની છોકરી પાસે જ બંધાવું ને ?' એની સામે દલીલ નહોતી.

'ચાલો તારક મહેતા, ચાલ છગન, ચાલો છોકરાઓ, આપણે જેઠાલાલને લઈ આવીએ.' પત્રકાર પોપટલાલે સૌને તૈયાર કર્યા.

અમે ત્રીજે મજલે એમને ત્યાં પહોંચ્યા. બેઠકખંડમાં એમના પિતા ચંપકલાલ બીડી પીતા બેઠા હતા.

'કાકા, ક્યાં છે જેઠાલાલ ?' પોપટલાલે પૂછ્યું.

'અલ્યા, આ શેની મારે ત્યાં ચઢાઈ કરી છે ? મારા જેઠાની ધોલાઈ કરવા આયા છો ?'

'દાદાજી, નીચે રંજનફોઈ રાખડી બાંધવા માટે રાહ જુએ છે.'

'હંઅઅ, હવે હમજ પડી કે જેઠો એની હુવાની ઓયડીમાં કેમ હંતઈ રહ્યો છે. કોઈ પણ પૂછતું આવે તો કે'જો જેઠાલાલ બહાર ગયા છે એવું કહીને એની ઓયડીમાં ભરાયો છે. કોણ જાણે એના પેટમાં એવું શું પાપ છે તે પેલી રંજન પાહે રાખડી બંધાવવા તૈયાર નથી.'

પોપટલાલે જેઠાલાલના બેડરૂમના બારણાં પર છત્રીથી ટકોરા માર્યા.

'જેઠાલાલ, ખોલો.'

જેઠાલાલે જવાબ ન આપ્યો, પછી તો બધાએ બારણાં ઠોકવા માંડ્યાં.

'એ જેઠીઆ ડફોળ....' ચંપકલાલે રાડ પાડી : 'આ બધા તારું બાયણું તોડી નાખશે. અક્કલના અધૂરા, રાખડી બંધાવવામાં તારા ડોહાનું શું લૂંટઈ જવાનું છે ? આમ પરાણે રાખડી કોઈ બાંધે

તેથી કંઈ એ બહેન ન થઈ જાય, હાળા અડબંગ.'

બારણું ખોલીને ધૂંઆપૂંઆ થતા જેઠાલાલ બહાર આવ્યા. 'આ તે કંઈ તમારી રીત છે ?' એવું બોલે છે એટલામાં તો દારૂડિયા જસબીરે એમના ટાંટિયા ખેંચ્યા ને છગને એમની બગલોમાં હાથ ખોસી ઉપરથી ઊંચક્યા. જેઠાલાલની ટાંગાટોળી થઈ. તાળીઓના ગડગડાટ અને હર્ષનાદ વચ્ચે જેઠાલાલનું જુલુસ નીકળ્યું. દાદરમાં પડતા, આખડતા સૌ નીચે પહોંચ્યા. જેઠાલાલને રંજનદેવી સામે ઊભા કરવામાં આવ્યા. ફુંગરાયેલા જેઠાલાલ વિરોધ કરે તે પહેલાં રંજને સુણાવી દીધું :

'તમારા જેવા માણસને પરાણે ભાઈ બનાવીને મારે મારી રાખડી અભડાવવી નથી. જાવ જતા રહો. હૃદય પરિવર્તન થાય તો આવતી સાલ આવજો.'

રક્ષાબંધનની સામગ્રી ભરેલી ચાંદીની થાળી સાથે રંજનદેવી ઠસ્સાભેર દાદર ચઢી ગયાં. બધાએ તાળીઓ પાડી.

અપમાનિત જેઠાલાલ ઊતરેલા ચહેરે મૂછો ચાવતા ઊભા રહ્યા.

'રંજનફોઈ ઝિંદાબાદ.' ટપુએ પોકાર કર્યો.

ચારે બાજુ હસાહસ થઈ ગઈ.

❑

પ્રવચનની પીડા વળગી !

જાહેરમાં ભાષણ કરવું એ એક કલા છે. અચ્છા અચ્છાના ટાંટિયા ધ્રૂજી જાય છે અને ફેલ્ડિંગ ખુરશીની પેઠે વસાઈ જાય છે. ખાનગીમાં ખિસકોલીની જેમ દોડાદોડ કરતી જીભ જાહેરમાં ભાષણ કરતી વખતે તાળવે ટપાલ ટિકિટની જેમ ચોંટી જાય છે. જાહેરમાં ભાષણ કરવા ઊભા થનારની દશા વિષે કોઈકે સરસ લખ્યું છે, 'માણસનું મગજ અદ્‌ભુત યંત્ર છે. માણસના જન્મની સાથે જ એ યંત્ર કામ કરવા લાગે છે. સતત રાતદિવસ કામ કરતું જ રહે છે. જ્યારે માણસ જાહેરમાં ભાષણ કરવા ઊભો થાય છે ત્યારે જ એ યંત્ર એકાએક કામ કરતું બંધ થઈ જાય છે.'

શાણા માણસો ભાષણો કરવાની લપછપમાં પડતા નથી. સંજોગવશાત્ ઘણાંને નાછૂટકે ભાષણ કરવા પડતાં હોય છે. રાજકારણી નેતાઓની વાત જુદી છે. એ તો ઊંઘમાં પણ બોલતા હોય છે અને જાહેરમાં બક બક કરવાની તક ખોળતા હોય છે.

કેટલાક ભાષણવીરો ઘેરથી ભાષણ ગોખીને જતા હોય છે. મોટી મોટી રકમનું દાન કરીને સામાજિક સમારંભોના પ્રમુખ બની બેસતા લોકોથી માંડીને અમેરિકાના રાષ્ટ્રપતિઓ સુધીના નેતાઓ પારકાઓનાં લખેલાં ભાષણો ગોખીને બોલતા હોય છે. ગોખણકલામાં નબળા વક્તાઓ ભાષણો વાંચી સંભળાવતા હોય છે. કેટલાક ડરપોક નેતાઓ ઇન્દિરાજીનાં ભાષણો વાંચી સંભળાવતા હોય છે. જાહેરમાં ભાષણો વાંચી સંભળાવતા વક્તાઓ વિષે ઘણાં રમૂજી ટુચકાઓ છે.

એક વક્તાએ ભાષણ વાંચવું શરૂ કર્યું તે જ વખતે કોઈએ સ્ટેજ ઉપર પંખો ચાલુ કર્યો. પવનનો સપાટો આવ્યો. વક્તાના હાથમાંનાં પ્રવચનનાં પાનાં ઊડી ગયાં. ફક્ત છેલ્લું પાનું એમના હાથમાં રહી ગયું. એ પાના ઉપર એક જ લીટી હતી, 'આપ સૌએ મને શાંતિથી સાંભળ્યો તે બદલ આપ સૌનો આભાર.' વગર પ્રવચને શ્રોતાઓનો આભાર માની વક્તા બેસી ગયા. શ્રોતાઓએ તાળીઓના ગડગડાટથી પંખાનો આભાર માન્યો.

એક નેતાના ટાઇપિસ્ટે પોતાના બોસનું ભાષણ ટાઇપ કરેલું. ભાષણની ૩ નકલ ટાઇપ કરેલી. એણે નેતાજીને ભાષણ વાંચવા આપ્યું ત્યારે ભૂલથી એમાં એક પાનાની નકલ પણ આપી દીધી. નેતાજી અસલ પાનું તો વાંચી ગયા પણ તે પછી તેની કોપી પણ વાંચી ગયા. એમને ખબર ના પડી કે પોતે એનું એ ભાષણ ફરીથી વાંચી રહ્યા છે પણ શ્રોતાઓને ખબર પડી. શ્રોતાઓનું મનોરંજન થયું.

રાજકારણી નેતાઓ, ધાર્મિક ઉપદેશકો, પ્રોફેસરો, વકીલો જેવા માણસોને તમે ઊંઘમાંથી જગાડીને બોલવાનું કહો તો એકાદ કલાક તો સહેજે એ લોકો ખેંચી નાખે. કુદરની બક્ષિસની વાત છે. ગઢવી લોકો રાતોની રાત સુધી વાતો કહી શકતા હોય છે. મને કોઈ ઊંઘમાંથી જગાડીને કંઈ બોલવાનું કહે તો મારા ગળામાંથી એકાદ કલાક બગાસાં નીકળે પણ વાણી ના ફૂટે. હા, કોઈ મને કંઈ લખવાનું કહે તો પાંચ-પંદર પાનાં ચીતરી નાખું. હું તો ભાષણ તૈયાર કર્યું હોય તોપણ બોલવા ઊભો થાઉં ત્યારે મારી ગાડી પાટા ઉપરથી ઊતરીને કઈ દિશામાં જતી રહેશે તેની મને જ ખબર ના હોય.

આવી પરિસ્થિતિને કારણે હું ભાષણનાં નિમંત્રણ બહુ ઓછાં સ્વીકારું છું. ભાષણમાં પણ મહેનત પડે છે તેની બહુ ઓછાને ખબર હોય છે. નિમંત્રણ આપનારાઓ પણ એવા મળે છે કે આપણો

ઉત્સાહ દબાઈ જાય એક પ્રતિષ્ઠિત સંસ્થાના સજ્જન મને મળવા આવ્યા.

'અમે તમારું વડોદરામાં સન્માન કરવા માગીએ છીએ.'

'થૅન્ક્યુ, સન્માનમાં શું કરશો ?'

'તમારે અતિથિવિશેષ તરીકે પધારવાનું, અડધો કલાક બોલજો. અમારા સભ્યોને આનંદ થશે.'

'તે તો બરોબર છે, પણ સન્માનમાં મને શું મળશે ?'

'એટલે ?'

'એટલે કે વક્તાઓને તમે પુરસ્કાર આપો છો કે નહિ ?'

'ના જી, અમે આવવા જવાનું ભાડું આપીએ, ઉતારાની વ્યવસ્થા કરીએ, ફૂલહાર કરીએ અને એકાદ ભેટ આપીએ – યાદગીરી તરીકે, રોકડ રકમ નથી આપતા.'

'એવું છે સાહેબ, હું વડોદરા આવું-જઉં, એક દિવસ રહું એટલા સમયમાં ઘેર બેસીને કાંઈક લખું તો મને બે પૈસા મળે. તમારે ત્યાં ભાષણ કરવા માટે પણ મને એટલી જ મહેનત કરવી પડે છે.'

'પણ તમારું નામ થશે ને !'

'નામ તો થાય પણ મારા નામે દૂધવાળો દૂધ મફત નથી આપતો, શાકવાળો શાક કે રેશનવાળો અનાજ સસ્તું નથી આપતો. મારાં પત્ની મને કહ્યા કરે છે, હવે નામ કમાવાનું બંધ કરીને દામ કમાવા માંડો નહિ તો તમારા પગારમાં એક ટાણું કરવાનો વખત આવશે. હવે તમે જ કહો સાહેબ, મારે શું કરવું ? વડોદરામાં આવીને તમારી સંસ્થાના સભ્યોનું મનોરંજન કરવું કે ઘેર બેસીને બે પૈસા કમાવાનો ઉપાય કરવો ?'

એમને મારી વાત રૂચી નહિ. ઘણી સંસ્થાઓને પુરસ્કારની વાતથી આઘાત લાગે છે. મોટા મોટા નેતાઓ મફતમાં કલાકોના કલાકો સુધી ભાષણો ભરડતા હોય તો લેખકોએ શા માટે એમના વક્તવ્યનો મફતમાં લાભ ના આપવો જોઈએ ! મુંબઈની એક

પ્રતિષ્ઠિત સંસ્થાવાળા કહે, અમારે ત્યાં રોકડ પુરસ્કાર આપવાની પ્રથા નથી. અમે તમને સરસ મઝાની પ્રેઝન્ટ આપીશું. ઠીક છે. અમે જઈને ભાષણ કર્યું. પછી સંસ્થાના એક મોવડીએ મારા કાનમાં કહ્યું કે એમના મંત્રી પ્રેઝન્ટ લાવવાનું કહી ગયા છે. પ્રેઝન્ટ ઘેર પહોંચાડીશું. એમની પ્રેઝન્ટની હું ત્રણ વર્ષથી રાહ જોઉં છું.

ગુજરાતના એક ગામમાં એક મોટો મેળાવડો થયો. મને મોટે ઉપાડે અતિથિવિશેષ બનાવ્યો. પુરસ્કાર આપવાની વાત થઈ ગયેલી પણ મેળાવડો પતી ગયો ત્યારે મને કહે, અમારે એ રકમ કમિટીમાં મંજૂર કરાવવી પડશે. આજે ૩ મહિના થઈ ગયા કમિટી મળી નથી. મળે તો પુરસ્કાર મંજૂર થાય ને !

એ પછી મેં ગાંઠ વાળી, ભાષણ કરવાના મોહ છોડી દેવા. જવું જ નહિ. ભાષણ કરવાથી નેતાઓના શુકરવાર વળતા નથી અને અભિનેતાઓ જીતી જાય છે. આપણે તો બંનેમાંથી એકે પંગતમાં બેસી શકીએ તેમ નથી.

ત્યાં વળી દમણથી 'લીઓ ક્લબ'ના બે યુવાન કાર્યકર્તાઓ મને એમની સભામાં અતિથિવિશેષનું આમંત્રણ આપવા આવ્યા. મેં તો તરત ના પાડી. આજે પૈસા ઠરાવીને રમૂજી કલાકાર તરીકે ટુચકા કહેવા જનારા અથવા મિમિક્રીનો કાર્યક્રમ કરનારા વધારે સુખી હોય છે, પરંતુ ગળામાં ફૂલહાર પહેરીને મફતમાં ભાષણ કરનારા અતિથિવિશેષો ખાલી હાથે પાછા આવે છે.

મેં એ બે લીઓ ક્લબના સભ્યોને મારો છેલ્લો લાયન ક્લબનો કડવો અનુભવ કહી સંભળાયો. લીઓ ક્લબો એ લાયન ક્લબોના બચ્ચા છે. લીઓ સભ્ય જ્યારે મોટો થાય ત્યારે લાયન બને. આ બંને લીઓ હજી કાચા હતા. મેં બરછટ રીતે ના પાડી દીધી એટલે ચાલુ બસમાંથી બંનેને ઉતારી મૂક્યા હોય તેવા એમના ચહેરા થઈ ગયા. હાસ્યલેખક ૨૪ કલાક રમૂજી ભાષામાં જ વાત કરતો હોય છે એવી એક પ્રચલિત માન્યતા છે પણ મારી કડવી

વાણી સાંભળીને એમને થયું કે એ ખોટા સરનામે આવી ચઢ્યા હતા. બેમાંથી એક જણે તો ખાતરી કરવા પૂછ્યું પણ ખરું, 'તમે પોતે જ તારક મહેતા છો ને ?'

'હા, તમને કંઈ શંકા છે ?'

'ના જી, પણ કોઈ બીજી ક્લબવાળા તમને વચન આપીને ફરી જાય તેમાં અમારો શો વાંક ? અમે તમને પુરસ્કાર આપીશું.'

તેમ છતાં પણ હું ના પાડી દેવાના મૂડમાં હતો. ત્યાં રસોડામાંથી શ્રીમતીજીનો અવાજ સંભળાયો.

'કહું છું. જરા અંદર આવો તો. આ તપેલી છાજલી પરથી મને ઉતારી આપો ને !'

એવી કઈ તપેલી હતી જે શ્રીમતીજીથી ઊતરી નહોતી તેનો વિચાર કરતો હું રસોડામાં ગયો.

રસોડાના બારણે કાન ચોંટાડીને અમારી વાતચીત સાંભળી રહેલાં શ્રીમતીજીએ તપેલીના બહાને રસોડામાં બોલાવી ઊધડો લેવા માંડ્યો.

'ક્યારના પૈસા-પૈસાની શું રડ લઈને બેઠા છો ?'

'તેં જ તો મને કહ્યું છે કે હારતોરા પહેરવાથી કાંઈ ઘર ના ચાલે. મફત ભાષણ કરવાનાં વૈતરાં છોડી દો.'

'હા, પણ આ છોકરાઓ બિચારા પૈસા આપવાની હા પાડે છે. પછી શેના કકળાટ કરો છો ?'

'હા પાડીને પણ લોકો ફરી જતા હોય છે. મને માણસજાત ઉપરથી વિશ્વાસ ઊઠી ગયો છે.'

'પણ આવું કરો તો લોકોનો વિશ્વાસ આપણા પરથી ઊઠી જાય. સંસ્થાઓ ભલે વિશ્વાસઘાત કરે, આપણે એવા નહિ થવાનું. નહિ તો આપણામાં અને એવી સંસ્થાઓમાં ફેર શો ?'

'ભલે, તું કહે છે તો જઈશું.'

લીઓ યુવાનોને મેં હા પાડી દીધી. બંને રાજી થયા.

પ્રોગ્રામની તારીખ અને કાર્યક્રમની વિગતો બધું જાણી લીધું. એમણે આપેલા પૈસામાંથી મારાં પત્ની એક શનિવાર બપોરની ફ્લાઇંગ રાણીના ફર્સ્ટ ક્લાસની બે ટિકિટ લઈ આવ્યાં અને એ શનિવારે અમે ફ્લાઇંગના ફર્સ્ટ ક્લાસમાં જઈને ગોઠવાયાં. શ્રીમતીજીને ચાલુ ટ્રેનનો તાલબદ્ધ અવાજ હાલરડા જેવો લાગે છે. તરત જ એ ટ્રેનના ખટાખટ તાલમાં પોતાનાં નસકોરાંના સૂર મિલાવવા લાગે છે. ટ્રેનની મુસાફરી દરમિયાન મને એમની કંપનીનો લાભ ઓછો મળે છે.

દહાણુ સુધીમાં શ્રીમતીજીએ ખાસી એવી ઊંઘ ખેંચી નાખી. સ્ટેશનમાં ગાડી અટકી ત્યાં એમણે આંખ ખોલી, સ્ટેશનનું પાટિયું જોયું.

'કહું છું યાદ છે ? દહાણુની ચણાની દાળ બહુ સરસ મળે છે.'

'સીધેસીધું કહી દેને કે ખાવી છે.'

'ઝટ ઊતરો તો પછી.'

પ્લૅટફૉર્મ ઉપર ઊતરી મેં ચણાની દાળનાં બે પડીકાં બંધાવ્યાં. લીંબુ છાંટેલી દાળ અને કાંદા અમે કાયમ મુસાફરીમાં ખાતા પણ ભાવ વધવા લાગ્યા અને પડીકાં નાનાં થવા લાગ્યાં તે પછી અમે એ ખાવાનું બંધ કરેલું.

હવે એવો વખત આવશે કે એ લોકો દાળના દાણા ગણીગણીને આપશે.

પડીકાં બની રહ્યાં હતાં તે દરમિયાન મારી નજર દૂર એક વ્યક્તિ ઉપર પડી. એણે સફેદ ઝભ્ભો, ધોતિયું અને ટોપી પહેર્યાં હતાં. બિલકુલ અમારા પાડોશી જેઠાલાલ જેવો જ એ લાગતો હતો. જેઠાલાલની જેમ જ એ મૂછો ચાવી રહ્યો હતો અને સિગારેટ પીતો પીતો ડાફરીઆં મારી રહ્યો હતો. એ વિષે હું વધુ ખાતરી કરું તે પહેલાં તો મારા બંને હાથમાં દાળનાં પડીકાં આવ્યાં અને ગાડી ઊપડવાની તૈયારી થઈ. હું તરત ડબામાં દાખલ થઈને અમારી બેઠક ઉપર ગોઠવાયો.

દાળ ખાતાં ખાતાં ખાતાં પણ મારા મગજમાં જેઠાલાલ
ચકરાવા લેતા હતા. અમે આ વખતે પહેલી જ વાર અમારી
બહારગામની મુસાફરી વિષે એમને જણાવ્યું ન હતું. એમનો
દાણચોર સાળો સુંદરલાલ થોડા દિવસ પહેલાં પોલીસના પંજામાંથી
બચવા સોનાના બિસ્કિટોથી ભરેલી એક પેટી તથા પોતાનાં બૈરી-
છોકરાંને જેઠાલાલને ત્યાં મૂકીને અંડરગ્રાઉન્ડમાં અલોપ થઈ ગયો
હતો. ગભરાયેલા જેઠલાલ એ પેટી મારે ત્યાં સંતાડી ગયા હતા. સારે
નસીબે જેઠાલાલના પિતાશ્રી ચંપકલાલ અને પુત્ર ટપુએ કોઈને પણ
પૂછ્યા-ગાછ્યા વગર એ દાણચોરીના સોનાનો સોદો અમારા
માળાના મટકાકિંગ મોહનલાલ સાથે કરી નાખ્યો, તેમાં અમે એ
સંકટમાંથી ઊગરી ગયા હતા. પણ હજી દાણચોર સુંદરલાલનું કુટુંબ
જેઠાલાલને ત્યાં જ હતું. કદાચ પોલીસને એ બાતમી મળી હોય અને
જેઠાલાલની હિલચાલ ઉપર નજર રાખતી હોય તો જેઠાલાલની જોડે

હરવા ફરવામાં હું નિર્દોષ માણસ પણ કારણ વગર ધક્કે ચઢી જાઉં એ બીકે મેં જેઠાલાલ સાથે અમારો સંબંધ કામચલાઉ તોડી નાખ્યો હતો. એમના જેવા શખ્સને જોઈને મને ચટપટી થઈ.

મેં શ્રીમતીજીને વાત કરી. દાળનું પડીકું સફાચટ કરી હું ટ્રેનમાં જેઠાલાલ જેવા દેખાતા શખ્સની ખોજમાં નીકળ્યો. મેં એને જે ડબા નજીક જોયેલો એ અમારા ડબાની અડોઅડ આવેલો ડાઇનિંગ કારનો ડબો હતો. રિઝર્વેશન વગરના ઘણા ઉતારુઓએ ડબામાં ચડી જઈ ચહા-નાસ્તો કરતાં કરતાં મુસાફરી કરતા હોય છે. ડાઇનિંગ કારમાં પણ ઊભા રહેવાની જગા નહોતી. મેં મારા પગના પંજા ઉપર ઊંચા થઈ ફાંફાં મારવા માંડ્યા. બારણા નજીક ખૂણામાં લપાઈને એ શખસ ચહા પી રહ્યો હતો. એણે કપમાંથી ઘૂંટડો ભર્યો તે જ વખતે મારી અને એની નજર મળી. જાણે ચોરી કરતાં પકડાઈ ગયા હોય તેમ જેઠાલાલના મોંમાંથી ચહાનો ઘૂંટડો કોગળાની જેમ બહાર નીકળી ગયો. એમની આસપાસ ઊભેલા ઉતારુઓ સુરતીઓ હોવા જોઈએ. તરત જ એમણે પોતાના શહેરની શાખ પ્રમાણે એક એકથી ચઢિયાતી ગાળ ચોપડાવી. જેઠાલાલ માફી માગવાને બદલે ખાંસી ખાવા લાગ્યા. બાજુમાં ઊભેલા એક જણે જેઠાલાલને બરડે ગડદો મારી હડસેલ્યા. ચહાનો કપ છલકાવતા, પોતાના ઝભ્ભા ઉપર રેલા પાડતા એ મારી પાસે આવ્યા. ખાંસીને કારણે એ સ્પષ્ટ બોલી શકતા ન હતા.

'મ્હેતા છાહેબ..... તમે ?'

'જેઠાલાલ, તમે શું કરો છો ?'

'હું..હું..હું..' પછી એ બોલતા અટકી ગયા અને ભયભીત નજરે આજુબાજુ જોવા લાગ્યા. પછી ગળું ખોંખારી મારા કાનમાં ગુસપુસ અવાજે બોલ્યા, 'હું દમણ જાઉં છું.. સાંભળ્યું છે પેલો મારો સાળો દમણમાં છે. પણ તમે..'

મેં એમને લીઓ ક્લબની કોન્ફરન્સની વિગતવાર વાત કરી.

'મહેતાસાહેબ, સારું થયું તમે મળી ગયા તે. હવે તમે મને તમારી સાથે ને સાથે ફેરવજો. હું તમને બિલકુલ ડિસ્ટર્બ નહિ કરું. મને, સાલી, બહુ ચિંતા હતી. એક તો મેં દમણ કોઈ દહાડો જોયું નથી. અજાણ્યા ગામમાં ઊતરીને હું મારા ડામીસ સાળાની પૂછપરછ કરવા માંડું અને પોલીસને કાને વાત પહોંચી જાય.. તો એ મારા બેટાઓ ક્યાંક મારી પાછળ પડી જાય. તમારી સાથે હોઉં તો બધા મને એ તમારી 'લી... લી...લી...' ક્લબનો મહેમાન સમજે.'

મારા પેટમાં તેલ રેડાયું. નમાજ પઢતાં મસીદ કોટે વળગી હોય તેવી મારી હાલત થઈ.

'જેઠાલાલ, તમને કોણે કહ્યું'તું આવું જોખમ લેવાનું ! ઉપરથી પાછા તમે મને સંડોવવા માગો છો.'

'પણ મહેતાસાહેબ, એ હરામખોર સુંદરીઓ એના ફેમિલીને મારે માથે ઠોકીને ગાયબ થઈ ગયો છે. એ લોકને હું કેટલા દિવસ સંતાડી રાખું !'

'તમારો સાળો એક નંબરનો ડામીસ દાણચોર છે.'

'ધીમો બોલોને, યાર !'

'શું કામ ધીમે બોલું ! તમે એની સાથે વ્યવહાર રાખ્યો ત્યારે આ ઉપાધિ થઈને ! હવે તમે મારું તો નામ જ લેતા નહિ. ત્યાં હું અતિથિવિશેષ તરીકે લીઓ-લાયનો સામે ભાષણ કરવા જઈ રહ્યો છું. એ વખતે તમે મારી સાથે આવીને દાણચોરની તપાસ કરતા હો અને એ વાત ક્લબવાળાઓને કાને જાય તો મારો કેવો રકાસ થાય ! એ લોકો શું વિચારે ! કે આ લેખક અહીં ભાષણ કરવા આવ્યો છે કે દાણચોરોના ખબરઅંતર પૂછવા આવ્યો છે ?'

'પણ—'

'પણ-બણ કંઈ નહિ, જેઠાલાલ, આપણે મુંબઈમાં મળીશું.'

હું ડાઇનિંગકારમાંથી ભાગી છૂટ્યો. શ્રીમતીજીને મેં સમજાવી દીધાં કે જેઠાલાલ ધંધાને કામે દમણ જઈ રહ્યા છે. જો હું સ્મગલર

સુંદરલાલની વાત શ્રીમતીજીને કરું તો એ મારું ભાષણ ચાલતું હોય ત્યારે મને સાંભળવાને બદલે ઓડિયન્સમાં સુંદરલાલને શોધવા ફાંફાં માર્યા કરે. દમણમાં ૨૪ કલાક મને ઝંપવા ના દે. માંડ માંડ મેં મગજમાં ભાષણના મુદ્દા ગોઠવી રાખ્યા હતા તે જેઠાલાલે ઠેસ મારીને રમણભમણ કરી નાખ્યા. શ્રીમતીજીએ જેઠાલાલ વિષે પૂછપરછ કરવાના પ્રયત્ન કર્યા પણ મેં છણકો કર્યો, 'જેઠાભઈ-જેઠાભઈ ના કર. જેઠાભઈ તો કાયમના લમણે લખાયા છે. મને જરા મારું ભાષણ વિચારવા દે. તું મૂગી મૂગી ઊંઘી જા. મારા ભાષણમાં જો કાલે ભમરડો થશે તો તારી ખેર નથી. ફરી કોઈ દિવસ મારી સાથે બહારગામ નહિ લઈ જાઉં.'

છેલ્લી ધમકી અકસીર નીવડી. હવાના ધક્કાથી બારણું દેવાઈ જાય અને સ્પ્રિંગવાળું તાળું ઓટોમેટિક વસાઈ જાય તેમ મારી ધમકીના ધક્કાથી પત્નીનું પહોળું મોં ઓટોમેટિક બિડાઈ ગયું.

વાપી સ્ટેશન આવ્યું ત્યાં સુધી મારા મગજમાં જેઠાલાલ અને સુંદરલાલ સંતાકૂકડી રમતા રહ્યા. અમે વાપીના પ્લૅટફૉર્મ ઉપર ઊતર્યા. લીઓ ક્લબના કર્તાહર્તાઓ અમારી રાહ જોતા જ ઊભા હતા. અમને એમણે ઉમળકાભેર આવકાર્યા અને અમે બહાર જઈ રહ્યા હતા ત્યાં ચહાના ડાઘાવાળા ઝભ્ભાધારી જેઠાલાલ હાથમાં નાની પેટી સાથે આવી પહોંચ્યા.

'મહેતાસાહેબ, તમે કેવી રીતે દમણ જાવ છો ?'

જવાબ આપવાને બદલે મેં જેઠાલાલ સામે ડોળા અને દાંત જોરજોરથી કચકચાવ્યા. પણ શ્રીમતીજીએ ભોળા ભાવે ભરડી નાખ્યું. 'અમને તો આ ભાઈઓ લેવા આવ્યા છે. તમે પણ અમારી સાથે જ ચાલો, જેઠાભઈ.'

તરત જ મેં કહ્યું, 'ના, ના, જેઠાલાલે તો પોતાની વ્યવસ્થા કરી નાખી છે. એ તો જાય છે.'

જડભરત જેઠાલાલે મારા આડકતરા સૂચનનો અનાદર કર્યો.

'ના હોં, હું તો પહેલી જ વાર દમણ જઉં છું. મને તો ખબર પણ નથી દમણ ક્યાં આવ્યું.'

'અમે તો બે ગાડી લાવેલા છીએ, ચાલો.' અમારા ભાવિક યજમાનોમાંથી એક જણે કહ્યું તેની સાથે જ જેઠાલાલ અમારી બાજુમાં ગોઠવાઈ ગયા. મને દાઝ તો એવી ચઢી જેઠાલાલને ચાલુ ગાડીએ બારણું ખોલીને બહાર ધકેલી દઉં. પણ જેઠાલાલ બહાર પડ્યા પછી પાછા છલાંગ મારીને ગાડીમાં ઘૂસી જાય તેવા માણસ છે. વળી મને મારો મૈત્રીધર્મ નડ્યો. મારું ભાષણ સારું જાય તે ખાતર એક મિત્રને મારે આટલી હદે હડધૂત કરવા ના જોઈએ.

'જેઠાલાલ, આવતી કાલે સવારે મારું ભાષણ છે. મહેરબાની કરીને મને તમે સવારે ડિસ્ટર્બ ના કરતા.' મેં એમના કાનમાં કહ્યું.

એમ કરતાં અમારો સંઘ દમણ પહોંચ્યો ત્યારે તો રાત પડી ગઈ હતી. અમારો ઉતારો ત્યાંની એક જાણીતી હોટલમાં હતો. યજમાનોએ જેઠાલાલને એક અલગ રૂમમાં વ્યવસ્થા કરી આપી. મને જરા રાહત વળી, સદ્ભાગ્યે જેઠાલાલ પણ તે રાત્રે દેખાયા નહિ એટલે મને મારા ભાષણ વિષે વિચારવાની તક મળી ગઈ.

દમણ ખૂબ શાંત ગામ છે. ઘણું વગોવાઈ ગયું છે. હું જો કાન્તિ ભટ્ટ હોત તો રાતોરાત નોંધપોથી લઈને નીકળી પડત અને દાણચોરોનાં ઇન્ટરવ્યૂ લઈ નાખત, પણ મને એ જાતની ફાવટ નથી. મને તો ફક્ત એટલું યાદ છે કે બ્રિટિશ લોકો આપણો દેશ છોડીને ગય પછી પણ ફિરંગી લોકો દીવ, દમણ અને ગોવાને વળગીને બેઠા હતા. આપણે એમને મારીને કાઢવા પડેલા. સાપ જાય અને લિસોટા રહ એમ ફિરંગીઓ ગયા પણ ફિરંગી પ્રવૃત્તિઓ ચાલુ રહી ગઈ. દમણ ભૌગોલિક રીતે ગુજરાતમાં છે પણ એ ગુજરાત સરકારને હસ્તક નથી. એ દિલ્હી સરકારના કબજામાં છે. કેન્દ્ર સરકારે ગુજરાતીઓની દયા ખાઈને દમણમાં દારૂબંધી રાખી નથી. દમણમાં વીરડી હોય અને તરસ્યાઓ દોડે તેમ ગુજરાતીઓ ગાડીઓમાં અહીં

આવ-જા કરતા હોય છે.

ઇમરજન્સીના ગાળામાં ઇન્દિરાજીએ સુકર બખીઆને અમિતાભ બચ્ચન જેટલો પોપ્યુલર બનાવી દીધો હતો. સુકર બખીઆએ પણ ગોવાની જેલમાંથી આસાનીથી છટકીને દમણનું નામ રોશન કર્યું તેને લીધે એવો ભ્રમ પેદા થયો કે દમણ એટલે દાણચોરીનું ગામ. તેમાં ય જો તમે હિન્દી ફિલમો જોતા હશો તો એમ જ માનતા હશો કે દમણમાં દરેક ઘરની નીચે ભોંયરાં હશે જેમાં સોનેરી વીગ, રંગીન ચશ્મા, રંગબેરંગી કપડાં પહેરેલા 'બોસ' એક હાથમાં વ્હિસ્કીનો ગ્લાસ અને બીજા હાથમાં અર્ધનગ્ન સુંદરી લઈને બેઠા બેઠા એમના ચમચાઓને ચારે બાજુ દોડાવતા હશે. રસ્તાના ઉપર ફોરેન બનાવટની ગાડીઓ રાતદિવસ એકબીજાની પાછળ દોડાદોડ કરતી હશે, ટાયરોની ચિચિયારીઓ અને રિવોલ્વરના ધડાકાથી આખું ગામ ગાજ્યા કરતું હશે, હેટલોમાં કેબરે નૃત્યોની રમઝટ આખી રાત ચાલ્યા કરતી હશે.

આવાં બધાં દૃશ્યો જોવાની આશા સાથે તમે દમણ જશો તો નિરાશ થશો. આ તો બીજાં ગામો જેવું જ સાદુ-સીધું-શાંત ગામ છે.

અહીંના લોકો તો કહે છે, અહીં હવે દાણચોરી બંધ થઈ ગઈ છે, હવે એ બધું કસ્ટમવાળાઓએ સંભાળી લીધું છે. કસ્ટમવાળા કહે છે અમે દાણચોરોને સંભાળી લીધા છે. મારા જેવા જે અહીં ૨૪ કલાક માટે આવતા હોય તેમને ખબર ના પડે કે કોણે કોને સંભાળી લીધા છે.

લીઓ ક્લબે પોતાની છઠ્ઠી જિલ્લા પરિષદ માટે અહીંનું એક સિનેમા ભાડે રાખ્યું હતું. સવારે ભાષણો અને સાંજે મનોરંજક કાર્યક્રમ હતો. સિનેમાના પ્રાંગણમાં ચહા-નાસ્તો પતાવી ભાષણો શરૂ થવાનાં હતાં. હું અને શ્રીમતીજી હોંશેહોંશે ત્યાં પહોંચી ગયાં. લીઓ-લાયન ક્લબોના હોદ્દેદારો-કાર્યકરો સાથે અમારા પરિચય થયા. જિલ્લાના મોટા મોટા માણસોને મળીને અમે ફુલાઈ ગયાં. હું મારા

ભાષણ માટે થનગનવા લાગ્યો પણ કાર્યક્રમ ચાલુ થવાનાં કોઈ ચિહ્નો દેખાયાં નહિ.

હું સિનેમામાં દાખલ થયો તો અંદર અંધારું હતું. મને થયું, કદાચ ક્લબવાળાઓ એકાદ ફિલ્મ દેખાડવાના હશે. પણ પછી ક્લબના અધ્યક્ષે મને કહ્યું 'આખા એરીઓની લાઇટ ગઈ છે. લાઇટ આવે ત્યાં સુધી રાહ જોવી પડશે.'

એક જણે મને ખાનગીમાં કહ્યું, 'અમારા દમણના ઇલેક્ટ્રિક ડિપાર્ટમેન્ટવાળાને વખતસર પ્રોગ્રામના પાસ ના પહોંચે તો એ લોકો આવી રીતે અંધારું કરી નાખે છે. માણસ પાસ આપવા જ ગયો છે.'

મેં મોડી રાત સુધી ઉજાગરો કરીને ભેજામાં ભાષણનું અજવાળું કર્યું હતું પણ બે કલાક સિનેમામાં અંધારું રહ્યું તેમાં ભાષણ ભુલાઈ ગયું અને ભેજામાં અંધારું થઈ ગયું.

છેવટે સિનેમામાં અજવાળું થયું. બૂમાબૂમ શરૂ થઈ. મને ખાનગીમાં સૂચના મળી — 'પાછું અંધારું થાય તે પહેલાં ભાષણ પતાવો.'

સિનેમાના પરદાને ઢાંકીને આગળના ભાગમાં ખુરશી-ટેબલો ગોઠવાયાં હતાં. તેના ઉપર લીઓ અને લાયન ક્લબના મોવડીઓ, હું અને મારાં શ્રીમતીજી ગોઠવાયાં. સ્ટેજ ઉપર હાલવા-ચાલવાની જગા નહોતી તેમ છતાં પણ બધાનું ફૂલહારથી સ્વાગત કરવામાં આવ્યું. પ્રવચનો શરૂ થયાં. જોકે માઇક્રોફોન જોઈએ તેવો સહકાર આપતાં ન હતાં, પરંતુ શ્રોતાઓ ઘણા સહનશીલ હતા. કેટલાક તો વીજળીની રાહ જોતા જોતા ઊંઘી ગયા હતા. ક્યારેક તાળીઓના અવાજથી કેટલાક ઝબકીને જાગી જતા અને તાળીઓ પાડીને ઊંઘી જતા. કોઈ કોઈ તો ઊંઘમાં જ તાળીઓ પાડતા હતા.

પ્રવચનમાં લીઓ અને લાયન ક્લબોના ધ્યેયોનો ઉલ્લેખ થયો. લાયનવાદ શું છે તેની છણાવટ થઈ. કાર્યક્રમ શરૂ થયો તે અગાઉ મને એક સભ્યે પૂછેલું, 'લાયનવાદ વિષે તમારો શો અભિપ્રાય છે ?'

ત્યારે મેં કહેલું, 'હું પોતે પલાયનવાદી છું, રમૂજ કરીને છટકી જાઉં છું. લાયનવાદ વિષે અભિપ્રાય આપવાનો મને અધિકાર નથી. તમે દેશના ગરીબો, અપંગો, પીડિતોની સેવા કરો છો તેની સાથે સાથે લેખકો અને કલાકારોના કલ્યાણનો પણ વિચાર કરો તો સમાજની ઉન્નતિ થાય.'

સ્ટેજ ઉપર પ્રવચનોનો કાર્યક્રમ ચાલી રહ્યો હતો તે જ વખતે સિનેમાના છેક છેલ્લે દરવાજેથી ઝભ્ભા-ધોતિયાધારી જેઠાલાલ પ્રવેશ્યા. એમને જોઈને મારો જીવ કબજિયાતથી પીડાતા દેડકાની જેમ ઊછળવા લાગ્યો. મને સ્ટેજ ઉપર બેઠેલો જોઈને એમણે હાથ ઊંચા કરીને ના સમજાય તેવા ઇશારા કર્યા. મેં તેમને બેસી જવાનો ઇશારો કર્યો. એ બેસી ગયા, એમને કોણે દાખલ થવા દીધા તેને વિષે હું અટકળો કરી રહ્યો હતો ત્યાં તો મારો બોલવાનો વખત આવી ગયો.

માંડ માંડ મગજ ઠેકાણે રાખી મેં હાસ્યરસ વિષે અને હાસ્યલેખકના ધર્મ વિષે હળવું ભાષણ કર્યું. જોકે માઇક્રોફોન એવું હતું કે મારું હળવું ભાષણ મારા જ કાનમાં ખૂબ ભારે લાગતું હતું. શ્રોતાઓ હસ્યા, તાળીઓ પાડી એટલે મને સંતોષ થયો.

કાર્યક્રમ પૂરો થયો કે તરત જેઠાલાલ તોપના ગોળાની જેમ મારી પાસે ધસી આવ્યા.

'જેઠાલાલ, તમે તે કાંઈ માણસ છો ? મેં તમને ચોખ્ખું કહેલું, તમે મને સાંજે મળજો, મારે સવારે ભાષણ કરવાનું છે, તમે હાથ ઊંચા-નીચા કરીને મારું અડધું ભાષણ ભુલાવી નાખ્યું.'

'તમે કહેલું સવારે ભાષણ છે, બપોર થઈ ગઈ એટલે મને એમ કે પતી ગયું હશે.'

'અહીં બે કલાક લાઇટો ગઈ હતી, તેમાં મોડું થઈ ગયું, હવે ઝટ કહો શું છે, મારે આ લોકો સાથે લંચ લેવા જવાનું છે.' મેં દાંત કચકચાવીને એમના કાનમાં કહ્યું.

'જાવ, સાહેબ, જાવ, આજે તમારો વટ છે. આ[illegible] અમારો હિસાબ નથી.' જેઠાલાલ બોલ્યા. સાંભળીને હું જરા થઈ ગયો. એમને ટોળામાંથી દૂર લઈ જઈને મેં કહ્યું :

'જુવો, જેઠાલાલ, તમે જાણો છો કે તમને લીધા વગર હું ક્યાંય જતો નથી. પણ તમે અહીં તમારા સ્મગલર સાળાને મળવા આવ્યા છો એ જો કોઈને કાને પડી જાય તો મારી ને તમારી આબરૂની ધૂળધાણી થઈ જાય.'

'સાળાનો પતો લાગી ગયો, સાહેબ, એ ખબર આપવા જ હું અહીં આવ્યો છું.'

'ચાલો, સારુ થયું.'

'જો કે એ બદમાસ મને મળ્યો નથી. પણ સવારે મને એક ભાઈ દરિયાકાંઠે મળી ગયો. તેમણે મને કહ્યું સુંદરલાલ મોટી દમણમાં જઈને છુપાયો છે. એ ભાઈ સુંદરીઓને સારી રીતે ઓળખે છે. મને કહે, સાંજે તમે મને અહીં મળજો. તમારો સાળો જો મને હા પાડશે તો હું તમને એની પાસે લઈ જઈશ. મહેતાસાહેબ, તમને એ જ કહેવા હું આવ્યો. તમે મારી ફિકર ના કરતા. હવે આપણે રાતે મળીશું, બધું પતી ગયું હશે તો સવારે તમારી સાથે હું પણ નીકળી જઈશ.'

જેઠાલાલ ગાયબ થઈ ગયા. અમે ક્લબના સભ્યો સાથે સમૂહ-બુફે લીધું અને બપોરે હોટલની રૂમ ઉપર જઈને આરામ કર્યો. સાંજે ક્લબ તરફથી સિનેમાના સ્ટેજ ઉપર મનોરંજનનો કાર્યક્રમ હતો. સિનેમામાં મનોરંજન ચાલતું હતું ત્યારે બહાર કમ્પાઉન્ડમાં ક્લબના કોઈ હોદ્દા માટે ચૂંટણી ચાલી રહી હતી. તેનો બહાર કોલાહલ એટલો બધો હતો કે અંદર ભજવાઈ રહેલા કોમિક નાટકનો એક શબ્દ પણ સંભળાતો નહોતો. અમારે બેમાંથી કયું મનોરંજન માણવું તે પણ નક્કી થાય તેમ ન હતું. અધૂરામાં પૂરું સિનેમાના સાંજના શો માટે બહાર એકઠા થયેલા પ્રેક્ષકો પણ અંદર પેસવા માટે

બૂમરાણ મચાવી રહ્યા હતા. ચૂંટણી પતી તેની સાથે લીઓ ક્લબની પરિષદની પૂર્ણાહુતિ થઈ.

સાંજે ક્લબ તરફથી સભ્યો માટે નૌકાવિહારનો કાર્યક્રમ હતો. દમણના દરિયામાં નૌકાવિહાર માટે અમે ઉત્સુક હતા. છ મહિના પહેલાં દુબઈનો દરિયાકાંઠો અમે જોઈ આવ્યા હતા પરંતુ આ છેડો જોવાનો બાકી હતો. ક્લબના કાર્યકર્તાઓ સાથે અમે દરિયાકાંઠે પહોંચ્યા.

સામે કાંઠે મોટી દમણ તરીકે ઓળખાતો ટાપુ આવેલો છે. બંને દમણ વચ્ચે સ્ટીમલોંચ દોડતી રહે છે. આ કાંઠે ફિરંગીઓની સત્તાના અવશેષ રૂપે એક કિલ્લો ઊભો છે. બે દમણ વચ્ચે એક ખાડી જેવું છે. ખુલ્લા દરિયામાં વિહાર કરવા અમારે દૂર જવાનું હતું.

મોટી દમણથી આવતી લોંચ ખાલી થયા પછી આ કાંઠેથી ઉતારુઓ તેમાં ચઢી જતા હતા. અંતર ઓછું છે એટલે મોટાભાગે ઉતારુઓ ઊભા ઊભા જ સામે કાંઠે પહોંચી જાય છે.

ઓવારા ઉપર આ બધું હું નિરીક્ષણ કરતો હતો ત્યાં મેં જેઠાલાલને કોઈ અજાણ્યા માણસ સાથે લોંચમાં ગોઠવાતા જોયા. એ સામે કાંઠે જઈ રહ્યા હતા એટલે મેં એમને બોલાવ્યા નહિ. અમે સાગરવિહાર કરવા દૂર જવાના હતા.

બીજી લોંચ પાછળ અમારી લોંચ ચાલુ થઈ. પાણીમાં આગળ વધતાંની સાથે લોંચ મોજાંઓ ઉપર હિલોળા લેવા લાગી. સ્થિર ઊભા રહેવાનું મુશ્કેલ હતું.

અમારી આગળની લોંચમાં જેઠાલાલ મોટી દમણ પહોંચવા અધીરા થઈ ગયા હતા. એમનું ચાલે તો એ દરિયામાં કૂદીને તરતા તરતા સામે કાંઠે પહોંચી જાય તેવી ઉત્સુકતાથી દરિયા ઉપર ઝૂકીને ઊભા હતા, સામે કાંઠેથી એક લોંચ આવી. જેઠાલાલની લોંચ નજીક એ લોંચ આવી ત્યાં અચાનક સામેની લોંચમાંથી બૂમાબૂમ સંભળાઈ.

'બાપુજી ઈ ઈ ઈ ઈ.'

જેઠાલાલ એ પરિચિત બૂમથી ચોંક્યા, ઊછળ્યા અને લોંચનો હિલોળો આવતાં શરીરનું સમતોલપણું ગુમાવી દરિયામાં ઊથલી પડ્યા. 'બચાવો બચાવો'ના પોકારો સાથે એ ડૂબકાં ખાવા લાગ્યા.

સારે નસીબે અમારી લોંચ પાછળ જ હતી. જેઠાલાલ ડૂબે તે પહેલાં અમારી લોંચ ત્યાં પહોંચી ગઈ અને અમારા લોંચવાળાઓએ નીચા નમૂને જેઠાલાલને મારી લોંચમાં ખેંચી લીધા. જેઠાલાલ આઘાતથી અધમૂઆ થઈ ગયા હતા. બેબાકળી હાલતમાં એમણે 'બચાવો-બચાવો'ની ચીસાચીસ ચાલુ રાખી.

નાછૂટકે અમારે નૌકાવિહારનો કાર્યક્રમ રદ કરવો પડ્યો અને લોંચને પાછી નાની દમણના કિનારે લેવડાવી. અનુભવી લોંચવાળાએ ભીના જેઠાલાલને દબાવી દબાવીને એમના પેટમાંથી પાણી બહાર કાઢ્યું.

અમે ઓવારે પહોંચ્યા ત્યારે જેઠાલાલના પિતાશ્રી ચંપકલાલ અને પુત્ર ટપુ અમારી રાહ જોતા ઊભા હતા. અધમૂઆ જેઠાલાલ

પ્રત્યે સહાનુભૂતિ દાખવવાને બદલે ચંપકલાલે એમને ધમકાવ્યા, 'જેઠા, ડફોળ, તરતાં આવડતું નથી તો હોડકામાંથી બહાર શું કામ લટકતો'તો ?'

મુડદાલ અવાજે જેઠાલાલ સામા ઝઘડવાનો પ્રયત્ન કરવા લાગ્યા.

'બાઆઆપુઉઉજી, તમે અહીં...'

'તારા હાળાને મળવા આયા'તા.'

'તમારે મળીને શું કામ હતું ?'

'ડોબા, મુંબઈમાં તારી આજુબાજુ સીઆઈડીના માણસો ફર્યા જ કરે છે. તને એમ કે તું અહીં આવવા નીકળ્યો છે તેની કોઈને ખબર નથી ? એ તો હારું છે કે મટકાકિંગે અમને ખબર આલી. એને ખાનગીમાં ખબર પડી કે તું હાળાને મળવા દમણ જવા નીકળ્યો છે ને પાછળ શીઆઈડીવાળાનું ઝુંડ છે. હાળો તો પકડાત, ભેગો તું યે પકડાત.'

આખે શરીરે તરફડી રહેલા જેઠાલાલ હજી પણ જાણે દરિયામાં ડૂબી રહ્યા હોય તેમ ગળચિયાં ખાઈ રહ્યા હતા.

'પણ તમે સુંદરલાલને મળી આવ્યા ?' મેં બધાની વચ્ચે બેધડક પૂછી નાખ્યું.

'હાસ્તોક,' ચંપકલાલ બોલ્યા.

'તમને એ કેવી રીતે જડ્યા ?'

ટપુ કહે, 'મોહનકાકાએ અમને એમના કોઈ અહીંના માણસનું એડ્રેસ આપેલું એટલે અમે એની પાસે ગયા. એણે તપાસ કરી પછી અમને મામા પાસે લઈ ગયો. પછી મેં મામાને કહ્યું-મામા તમે આજે પકડાવાના છો. મારા બાપુજીની પાછળ સીઆઈડીના માણસો આવશે અને તમને પકડશે તો સરકારે તમારે માટે ઇનામ બહાર પાડ્યું છે એ સીઆઈડીવાળા ખાઈ જશે, તેના કરતાં તમે અમારી સાથે મુંબઈ આવીને અમારે હાથે પકડાવ તો ઇનામ મને મળે.'

'પછી ?' આશ્ચર્યનું ડચકું ખાતાં મેં પૂછ્યું.

'મામા કહે – માય ડિયર ભાણા, તું મને મામો ના બનાવ. ઇનામ માટે મને જેલમાં મોકલવો છે ! પછી અમને થેન્ક્યુ કહીને એ તો જતા રહ્યા-જતાં જતાં કહે, માય ડિયર બનેવીલાલને કહેજે- ડોન્ટ વરી, ગોઇંગ ટુ દુબઈ.'

ક્લબના કાર્યકર્તાઓની હાજરીમાં દમણના દરિયાના ઓવારે તમાશો જોઈ મને શરમ આવી એટલે મેં જેઠાલાલને કહ્યું, 'ચાલો, તો અમે જઈએ.'

'ક્યાં દુબઈ ?' સાનભાન ગુમાવી બેઠેલા જેઠાલાલે પૂછ્યું.

'ના, નૌકાવિહાર કરવા.'

'ચાલો, કાકા, અમે પણ આવીએ.' ટપુએ ઉત્સાહથી દરિયા ભણી ચાલવા માંડ્યું, અસલી મૂડમાં આવી ગયેલા જેઠાલાલે એની પાછળ ફાળ ભરીને એનો કાન પકડ્યો અને જોરથી આમળ્યો.

'હરામખોર, મને ડુબાડી દીધો તે ઓછું છે તે તારે દરિયામાં રખડવા જવું છે ?'

ચંપકલાલે જેઠાલાલનો કાન પકડ્યો અને અમે ઓવારેથી ઊતરીને લોંચ પકડી.

❑

વિરામવાડીનો અલ્પવિરામ !

માણસે જીવનમાં સુખરૂપ ટકી રહેવું હોય તો નાના મોટા આઘાત પચાવતાં શીખી જવું જોઈએ. સાધુઓ શેતાન પણ નીકળતા હોય છે, શેતાનોમાં કોઈક સાધુ નીકળતા હોય છે. ઇન્દિરાજી ચૂંટણી હાર્યાં અને ફેંકાઈ ગયાં ત્યારે મને આઘાત લાગેલો. એ પાછાં વડા પ્રધાન થયાં ત્યારે પણ આઘાત લાગેલો. તે પછી હું ઘણી બાબતમાં જાપાનીસ ઘડિયાળ જેવો શોક-પ્રૂફ થઈ ગયો છું. અમેરિકાના એક અલેલટપ્પુએ એની ચોપડીમાં છાપી માર્યું – મોરારજીભાઈ સી. આઈ. એ.ના એજન્ટ છે ત્યારે મને આઘાત લાગવાને બદલે હસવું આવ્યું.

મને સી. આઈ. એ. સંસ્થા વિશે ઘણું માન હતું. સી. આઈ. એ.નો એજન્ટ એટલે બ્રિટિશ જાસૂસ જેમ્સ બોન્ડ જેવો હોય તેવી મારી કલ્પના હતી. જેમ્સ બોન્ડ એકસામટા ડઝનબંધ દુશ્મનોને ધૂળ ચાટતા કરી નાખે, દુશ્મનો એના પર બૉમ્બમારો કરે તો યે એ મરે નહિ, શરાબ પચાવી જાય અને ભલભલી સુંદરીઓના મોહપાશમાં લપટાઈ, મોજમજાહ કરી, સિફતથી સરકી જાય. આ ચિત્ર મોરારજીભાઈ સાથે મેં બંધબેસતું કરવાનો પ્રયત્ન કર્યો પણ તેમાંથી કોઈ જાસૂસની સાહસકથાને બદલે ગાંધીવાદી નેતાની કાર્ટૂનકથા જેવું ચિત્ર દેખાવા લાગ્યું. મોરારજીભાઈ પાસે હથિયારમાં એક ડંગોરો હોય છે. માણસોને એ ધૂળ ચાટતા કરે છે પણ તે દુશ્મનોને નહિ, પોતાના જ માણસોને ! શરાબને બદલે શિવામ્બુ પીએ છે અને

સુંદરીઓ તો એમની આસપાસના સો ફૂટના ઘેરાવામાં ફરકવાનું સાહસ કરતી નથી. મોરારજીભાઈએ એમનાં તેમ જ બીજાઓનાં ઘણાં અંગત રહસ્યો પૈસા લીધા વગર બહાર પાડી જ દીધાં છે. એમને બાર મહિને વીસ હજાર ડૉલર જો સી. આઈ. એ. આપતી હોય તો જગતની સૌથી મૂર્ખ ગુપ્તચર સી. આઈ. એ. હોવી જોઈએ.

આપણે ત્યાં રહસ્ય જેવું ક્યાં કંઈ રહે છે જ. છાશવારે અરૂણ શોરી જેવાઓ કંઈ ને કંઈ ભાંડા ફોડતા હોય છે. મૂર્ખા સી. આઈ. એ.વાળા મોરારજીભાઈને આટલા બધા રૂપિયા આપવાને બદલે આપણા દેશનાં છાપાં-ચોપાનિયાંનાં લવાજમ ભર્યા કરે તો યે એમને સસ્તામાં ઘણાં રહસ્યો વાંચવા મળે.

આપણા વડા પ્રધાનની કચેરીના એકાદ કારકુને મોરારજીભાઈના નામે ગપગોળા લખીને સી. આઈ. એ.ને ઉલ્લુ બનાવી પૈસા પડાવી લીધા હશે. સી. આઈ. એ.ને એવું છે કે તમે જો કોઈ ગુપ્ત બાતમી મફત મોકલાવો તો એમને વિશ્વાસ ના બેસે. એમની પાસે લાખો રૂપિયા માગો તો એ ગમે તે ગપગોળા ખરીદી લે કારણ કે અમેરિકાને દરેક વસ્તુ ખરીદવાની આદત છે.

ઇન્દિરાજીએ અમેરિકા પાસેથી લોન માગવાને બદલે પોતાનાં રહસ્યો વેચવાં જોઈએ તો ઘણા નાણાકીય પ્રશ્નો ઊકલી જાય. જોકે એ મારા કરતાં વધારે હોશિયાર છે જ. એમની પાસે ઍક્સ-રે દૃષ્ટિ પણ છે. દેશમાં ઠેર ઠેર વિદેશીઓના હાથ દેખાતા હોય છે. પણ એમનો હાથ ક્યાં ક્યાં ફરી વળે છે તે કોઈ જોવા પામતું નથી. ત્યારે તો પેલા મૂર્ખાઓએ મોરારજીભાઈને વર્ષાસન બાંધી આપ્યું હશે. આમે આપણા જ લોકોને ધૂતીને પૈસા એકઠા કરી ટ્રસ્ટો ઊભાં કરનારા નેતા કરતાં વિદેશીઓને ઉલ્લુ બનાવીને વિદેશી હૂંડિયામણ અહીં ઢસડી લાવે તેવા દેશભક્ત નેતાઓની આપણને તાતી જરૂર છે. પરંતુ બને છે એવું કે મોટા આઘાત માટે આપણી માનસિક તૈયારી હોય છે પણ નાના આઘાત માટે આપણી તૈયારી હોતી નથી.

એક સાંજે હું નોકરી પરથી નંખાઈ ગયેલી હાલતમાં ઘેર આવ્યો. સાપ કાંચળી ઉતારે તેમ પસીનાથી ચોંટી ગયેલાં વસ્ત્રો મેં ઉતાર્યાં. સભ્યતા ખાતર લેંઘો ચઢાવ્યો અને બેઠકખંડનો પંખો પૂરઝડપે ચાલુ કરી સોફાની સગડીમાં હું શીંગોડાની જેમ શેકાવા લાગ્યો. શ્રીમતીજીએ ચહાનું પૂછ્યું પણ મેં ના પાડી. તંદ્રાવસ્થામાં કેટલો સમય પસાર થઈ ગયો તેની મને ખબર ના પડી.

બારણામાં પગરવ સંભળાતાં મારા પેપરવેઈટ જેવાં પોપચાં પ્રયત્નપૂર્વક ઊંચાં કરી મેં પગરવની દિશામાં જોયું. ટી શર્ટ અને તદ્દન ટૂંકી તરણચડ્ડી પહેરેલો એક આધેડ ઉમ્મરનો માણસ મેં બારણામાં ઊભેલો જોયો. મારા ઘરમાં ઉઘાડા સાથળવાળા આધેડ માણસને જોવાનો અગાઉ મને કદી અનુભવ થયો ના હતો. એક ક્ષણ મને થયું, તાપને કારણે મારા માથામાં પિત્ત ચઢી ગયું છે તેથી મને દરિયે નહાવા જઈ રહેલા અડધા ઉઘાડા પુરુષો દેખાવા માંડ્યા છે. ધીમે ધીમે મારી નજર એ વ્યક્તિના ચહેરા ઉપર ઠરી અને હું સોફામાંથી સફાળો કાટખૂણે બેઠો થઈ ગયો. ટી શર્ટ અને ટૂંકી ચડ્ડીમાં બીજું કોઈ નહિ પણ મારા પાડોશી મિત્ર જેઠાલાલ ઊભા હતા. મોરારજીભાઈ ઉપર મુકાએલા આક્ષેપથી મને આઘાત નહોતો લાગ્યો પણ જેઠાલાલના આ નવા સ્વરૂપથી લાગ્યો. આશ્ચર્યથી મારું નીચલું જડબું લપટું પડીને લટકવા લાગ્યું. જેઠાલાલ ફૅશન મૉડેલની જેમ મરક મરક ચહેરે મારી સામે જોઈ રહ્યા. જેઠાલાલને દારૂની લત નથી. ક્યારેક વધારે પીવાઈ જાય ત્યારે લવારા કરે છે ખરા, પરંતુ કદી આ રીતે ચાલીમાં ચટુકડી ચડ્ડી ચઢાવી ચક્કર મારતા મેં એમને જોયા નથી. એ ધંધાને કામે એક અઠવાડિયું મદ્રાસ તરફ ગયા છે એની મને ખબર હતી. પરંતુ મદ્રાસ કોઈ એવું સ્થળ નથી જ્યાં માણસો ધોતિયાં ત્યજીને ચડ્ડીઓ ચઢાવવા માંડે. ત્યાંના લોકો તો લુંગીમાં ફરતા હોય છે. અમે વિલાયત ફરવા ગયેલા ત્યારે પણ જેઠાલાલ આખી પાટલૂન પહેરતા હતા. અચાનક આ કઈ જાતનો

ફેરફાર ? મને યાદ આવ્યું. થોડાં વર્ષો પૂર્વે એ માનસિક સમતુલા ગુમાવી બેઠા હતા અને એમને પાગલખાનામાં દાખલ કરાવવા પડેલા. મદ્રાસમાં એમને લૂ લાગી હશે, તેમાં ધોતિયાં અને ચડ્ડી વચ્ચેનો તફાવત એ ભૂલી ગયા હશે.

એ વિશે હું એમને કંઈ પ્રશ્ન કરું તે પહેલાં તો મેં મારા શ્રીમતીજીનો ઉદ્‌ગાર સાંભળ્યો, 'હાય ! હાય !' રસોડામાંથી બહાર આવેલાં શ્રીમતીજી અર્ધનગ્ન જેઠાલાલને જોઈને પાછાં રસોડામાં ભાગી ગયાં. શ્રીમતીજીનું 'હાય હાય' સાંભળી જેઠાલાલ પણ છોભાયા.

હું પણ મૂંઝાયો. મને સમજ ના પડી કે મારે જેઠાલાલ સાથે કઈ રીતે વર્તવું.

'જેઠાલાલ, તમને કદાચ ખ્યાલ નહિ હોય પણ તમે એક ચીજ ભૂલી ગયા લાગો છો.' મેં છેવટે કહ્યું.

'કઈ ચીજ ?'

'તમે ધોતિયું પહેરવાનું ભૂલી ગયા છો.'

'તમે પણ, યાર, તદ્દન મારા બાપુજી જેવા બેકવર્ડ છો. અરે યાર, ધોતિયા પહેરવાના જમાના ગયા.'

'હેં ! હવે બધે આવી રીતે ફરવાના છો ?' મારા ગળામાં જાણે હાથરૂમાલ ફાટ્યો હોય તેવો અવાજ નીકળ્યો.

'હોય કાંઈ ! આવી ચડ્ડી પહેરીને તે કાંઈ દુકાને જવાતું હશે !'

'તો પછી !'

'મહેતાસાહેબ, આ તો ઘરમાં પહેરવાનો ડ્રેસ છે. મોટા મોટા માણસો ઘરમાં આવી ચડ્ડી પહેરીને ફરે છે...'

'હા, પણ તમે અત્યારે એ પહેરીને મારા ઘરમાં ફરી રહ્યા છો.'

'આવી જુદાઈ રાખો છો, મહેતાસાહેબ ? તમને એવું લાગતું

હોય તો હું તમારે ત્યાં નહિ આવું.'

'જુઓ જેઠાલાલ, મને તો વાંધો જ નથી. તમે આથી ઓછું પહેરીને તમારી દુકાને જાવ તેમાં પણ મને વાંધો નથી પણ તમે જોયું ને ! તમારાં ભાભી કેવાં શરમાઈ ગયાં ! આવી રીતે તમે ચાલીમાં તમારા દીકરાથી પણ ઓછા કપડાં પહેરીને જાણે ગિલ્લી-દંડા રમવા નીકળ્યા હો તે રીતે નીકળી પડો તો ચાલીનાં બૈરાં બીચારાં શરમના માર્યાં એમના રૂમનાં બારણાં ખોલી ના શકે.'

'જહાન્નમમાં જાય ચાલીનાં બૈરાં !'

'ભલે !' મને લાગ્યું કે ચડ્ડીના બચાવમાં એ આખા જગતને જહાન્નમમાં મોકલવા તૈયાર થઈ જશે. ચૂપ રહેવામાં શાણપણ હતું.

'મહેતાસાહેબ, આપણે તો કૂવામાંના દેડકા છીએ દેડકા.'

'આ જ્ઞાન તમને મદ્રાસમાં થયું લાગે છે.'

'ના.'

'તો ?'

'મહાબલિપુરમ્માં.'

'પણ તમે તો મદ્રાસ ગયેલા ને !'

'હા, તે મહાબલિપુરમ્ મદ્રાસ પાસે જ છે ને ! મોટરમાં જઈએ તો કલાક લાગે. મારો વેપારી ફ્રેન્ડ મને ત્યાં લઈ ગયેલો. ત્રણ દિવસ અમે ત્યાં રહેલા.'

'જેઠાલાલ, મહાબલિપુરમ્ તો મંદિર છે. તમે મંદિરમાં રહેલા ?'

'અરે યાર, તમને ખબર નથી. એ તો એક ગામ છે. મંદિર બંદિર બધું હમજ્યા. બારસો તેરસો વરસ પહેલાં કોઈ રાજાઓએ બધાં જાતજાતનાં મંદિરો ત્યાં બંધાવ્યાં છે. કોતરણી-બોતરણી બધું સારું છે. તમારા જેવાને ગમે પણ મને તો દરિયાકાંઠે મજા આવી ગઈ. ઓહોહોહો !'

'સમજી ગયો, ત્યારથી તમે આ ડ્રેસમાં આવી ગયા છો.'

    'હા, યાર, આ ટી શર્ટ પર લખ્યું છે ને 'સિલ્વર સેન્ડઝ'
એ હોટલનું નામ છે. જોકે એ લોકો એને હોટલ નથી કહેતા પણ
કંઈ રિસોર્ટ કે એવું કંઈ કહે છે. શું સાલી જગા છે. ત્યાં જઈને તમો
રહો તો મુંબઈ પાછા આવવાનું મન જ ના થાય. જાતજાતના કોટેજ
એ લોકોએ બાંધ્યાં છે અને બધું બિલકુલ દરિયાકાંઠે-રેતીમાં !
બિલકુલ આંગણામાં જ દરિયો. તે પાછો આપણા ચોપાટી-જુહુ જેવો
ફાસફુસિયો દરિયો નહિ હોં ! જબરજસ્ત ! પણ મહેતાસાહેબ, શું
એ લોકોએ સરસ ઝૂંપડાં જેવી બંગલીઓ બાંધી છે ! કહેવું પડે !
ખાવા-પીવાની બધી સગવડ ! તમે માનશો, અમે ત્યાં દાળ ઢોકળી
યે ખાધી અને બાજરાના રોટલા યે ખાધા. મજા આવી ગઈ યાર !
આપણા સાલા ગુજરાતીઓની જાત ઘેટાં જેવી છે. બધા અમુક
જગાએ જ દોડ્યા કરશે, કાં તો મહાબળેશ્વર જશે કાં તો ગોવા

દોડશે. એ જગાઓ સારી છે, ના નહિ, પણ સાલી ગિરદી કેટલી હેં ! ઉનાળામાં મુંબઈ કરતાં મહાબળેશ્વરમાં વધારે ગિરદી હોય. આપણા ને આપણા ઓળખીતાઓ ત્યાં ટીચાતા હોય તે સાલી, મજા શું આવે ? અહીં તો યાર, એકદમ શાંતિ, બસ આરામ. સવાર-સાંજ દરિયામાં નહાવ, રાત્રે ખાવ, પીઓ અને દિલમાં આવે તો ડિસ્કો કરો. એક અમેરિકન બાઈ ત્યાં રહે છે. મફત યોગ શીખવાડે છે, બોલો, મહેતાસાહેબ, ત્યાં મેં સમડી જોઈ.'

'શું જોયું !'

'સમડી...સ...મ...ડી.... સમડી નામનું પક્ષી.'

હું જેઠાલાલ સામે આશ્ચર્યથી જોઈ રહ્યો. એમના મગજની સ્થિરતા વિષે મારા મગજમાં નવેસરથી શંકા જાગી. એ પોતે જ મને મૂછાળા પક્ષી જેવા દેખાવા લાગ્યા.

'મહેતાસાહેબ, નાનપણમાં પેટલાદમાં તો મેં ઘણાં પક્ષી જોયેલાં પણ મુંબઈમાં તો સાલા, કાગડા, કબૂતર, ચકલાં સિવાય બીજાં પક્ષી જ ક્યાં જોવા મળે છે, હેં ! આકાશ તરફ જોવાનો ટાઇમ જ ક્યાં છે ! ત્યાં તો રેતી પર સૂતાં સૂતાં મેં સમડી જોઈ... પાંખ ફેલાવીને ઠાઠથી આકાશમાં તર્યા કરે. ગરૂડ જોવા ગયા ત્યારે સાલી, આફત થઈ ગઈ.'

'કેમ ?'

'ત્યાં પક્ષીતીર્થ નામની જગા છે. ઊંચી ટેકરી પર મંદિર છે. કહે છે રોજ બપોરે બાર વાગે બે ગરૂડ પક્ષી મંદિરનો પ્રસાદ ખાવા છેક કાશીથી આવે છે. આપણને થયું આટલે સુધી આવ્યા છીએ તો એ ગરૂડનાં દર્શન પણ કરી નાખીએ. અમે તો ટૅક્સી કરીને પહોંચી ગયા. ચારસો પગથિયાં ચઢીને ઉપર જવાનું હતું. તે ય પાછું નીચે ચંપલ ઉતારીને. ચઢતાં તો ચઢી ગયા પણ પછી તડકો ચઢવા લાગ્યો. ટાલકું તપવા લાગ્યું. બારને ટકોરે એક જ ગરૂડ આવ્યું. અમારી નજર સામે પૂજારીના હાથમાંથી એણે પ્રસાદ ખાધો અને ઊડી ગયું.

દેખાય છે એટલે એણે પુરુષને છાજે તેવાં રંગીન ટીશર્ટ અને જીન્સ પહેર્યાં હતાં. તાજ જેવી હોટલેને છાજે તેવી રીતે એ સિગારેટ પી રહી હતી. કાળી સ્લેટ ઉપર કોલસાથી ચિતરામણ કર્યું હોય તેમ કાળા ચહેરા પર ભમ્મરો અને પાંપણો ચીતરી હતી. હોઠ ઉપર રંગની લિપસ્ટિક લગાડી હતી. મદ્રાસી સેક્સ ફિલ્મના પોસ્ટર જેવી તે લાગતી હતી. થોડી થોડી વારે તે અંગ્રેજીમાં કંઈ રમૂજી ટુચકો બોલીને સુંદરલાલના ઢીંચણ સાથે ઢીંચણ ટકરાવીને કિલકિલાટ કરતી હતી.

અમારા જેઠાલાલ કાયમ ઝભ્ભો-ધોતિયું-ટોપી પહેરે છે પણ ફાઇવ સ્ટાર હોટલમાં પીવા જવાનું હોય ત્યારે સફારી સુટ ચઢાવી ખુલ્લે માથે નીકળી પડે છે. એમને અંગ્રેજીના વાંધા છે પણ જેમ જેમ જઠરમાં વ્હિસ્કી ઊતરતો જાય છે તેમ તેમ એ ગુજરાતી ભાષાનો ત્યાગ કરતા જાય છે અને 'યસ....યસ...યસ... નો...નો...નો.. થેન્ક યુ.. થેન્ક યુ.. થેન્ક યુ....સૉરી... સૉરી...સૉરી... ગૂડ..ગૂડ..ગૂડ..' એવા શબ્દો છાંટ્યા જ કરે છે. અંગ્રેજી ભાષા પ્રત્યે એમને ખૂબ પક્ષપાત છે. તેમાં ય હાથમાં સિગારેટ અને વ્હિસ્કી પીતાં પીતાં અંગ્રેજી બોલતી અને સુંદરલાલ સાથે ઢીંચણ ટકરાવતી કાળી ભાયડાછાપ સ્ત્રીથી જેઠાલાલ મોહિત થઈ ગયા હતા. જેટલી વાર એ બાઈ હસતી હતી એટલી વાર જેઠાલાલ સમજ્યા વગર હસતા હતા. જેટલી વાર એ બાઈ સુંદરલાલ સાથે ઢીંચણ ટકરાવતી હતી એટલી વાર જેઠાલાલ મારા સાથળ પર જોરથી થપાટ મારતા હતા.

મને અશ્લીલ રમૂજ ગમે છે. મેં દ્વિઅર્થી સંવાદવાળાં નાટકો પણ લખ્યાં છે. તેમ છતાં અમુક બાબતોમાં હું જુનવાણી છું. મને સ્ત્રીઓ સિગારેટ પીએ તે રૂચતું નથી. તેમાં ય અંગ્રેજીમાં અશ્લીલ ટુચકા બોલીને ઢીંચણથી અડપલાં કરતી સ્ત્રીઓ જરા પણ પસંદ નથી.

સાળા સુંદરલાલે અમારી ઓળખાણ કરાવી ત્યારે એ બાઈનું

નામ મિસ રોમોલા કે એવું કહ્યું પણ સુંદરલાલ વાતચીત દરમિયાન એને 'માય ડિયર પાર્ટનર' કહેતા હતા. કઈ બાબતમાં મિસ રોમોલા એમની ભાગીદાર હતી તેની મને ખબર નહોતી પડતી પરંતુ જેઠાલાલ ટેબલ નીચે જે રીતે ઢીંચણ ઉછાળી રહ્યા હતા તે પરથી લાગતું હતું કે એ પણ ભાગીદારીમાં જોડાવા અધીરા થઈ રહ્યા હતા. હું બેઠો બેઠો બોર થતો હતો.

'જેઠાલાલ, તમને વાંધો ન હોય તો હું ઘેર જવા માગું છું.' મેં આસ્તેથી જેઠાલાલના કાનમાં કહ્યું પણ જેઠાલાલ મારા ઉપર તપી ગયા.

'વ્હોટ... વ્હોટ.... વ્હોટ... નો... નો... નો... ઘેર-બેર... એન્જોય... યુ.... ડોન્કી...'

જેઠાલાલે મને અંગ્રેજીમાં ધમકાવી નાખ્યો. આજુબાજુના ટેબલો પર બેઠેલા ફોરેનરો પણ ચોંકી ગયા.

સાળા સુંદરલાલ સ્વસ્થ હતા.

'માયર ડિયર તારક મહેતા, શું પ્રોબ્લેમ છે ?'

'કંઈ નહિ, સુંદરલાલ, તબિયત ઠીક નથી. તમે લોકો આરામથી બેસો, હું જાઉં એમ જેઠાલાલને કહેતો હતો.'

'તમારા મહેતા બૈરીથી ડરતા હશે.' રોમોલાએ મારે વિષે અંગ્રેજીમાં ટકોર કરી અને સુંદરલાલના ઢીંચણ સાથે ઢીંચણ ટકરાવ્યો.

'યસ, યસ.... માય ડિયર પાર્ટનર.' સુંદરલાલે રોમોલાના ગાલે ટપલી મારી. એ દૃશ્ય જોઈને ઉત્તેજિત થઈ ગયેલા જેઠાલાલે મારા માથા ઉપર ટાપલો માર્યો અને જોરથી 'વ્હોટ... વ્હોટ....વ્હોટ... વ્હોટ' કર્યું. માથા પર જોરદાર ટાપલો પડતાં મારો નશો ઊતરી ગયો. વ્હિસ્કીને બદલે મને એમના પર દાઝ ચઢી.

'ગળામાં ગટર ઊભરાઈ હોય તેવા અવાજો કર્યા વગર સખણા બેસો, જેઠાલાલ. તમે મને કહેલું તમે અહીં બીઝનેસની વાતો

કરવાના છો. તેને બદલે ક્યારના કારણ વગર ટપલા માર્યા કરો છો. મને જવા દો ને, ભલા માણસ, મારું કામ શું છે ?'

'નો, નો, નો, નો...'

'માય ડિયર તારક મહેતા, શું ઉતાવળ છે ? બનેવીલાલની વાત સાચી છે. બીઝનેસની વાત કરવાની છે. માય ડિયર રોમોલા બ્યુટીની શોપ ચલાવે છે... તેમાં આપણી પાર્ટનરશીપ છે.. મેં બનેવીલાલને કહ્યું કે મારી સિસ્ટર દયા.. તમારાં મિસિસ અને બીજાં બે-ચાર લેડીઝ રોમોલા પાસે બ્યૂટીનું કામકાજ શીખી લે તો એ ધંધામાં જબરો તડાકો છે.'

'યસ.... યસ... યસ.. ટોપ બીઝનેસ.. મેરેજ સીઝન... ધૂમ બીઝનેસ... રોમોલા ટીચ.. માય વાઇફ... પુટિંગ મેંદી ઓન હેન્ડ ઑફ કન્યા પક્ષ... વર પક્ષ .. ટીચીંગ અંબોડા.. ફેસ ઉપર પફ પાવડર ... ઓલ બ્યુટીફૂલ વર્ક...' જેઠાલાલે ધંધાની વાત કરી.

'માય ડિયર, આપણા પોતાના માણસો એ કામ શીખી લે તો આપણે તમારા એરીઆમાં બ્યુટીની શોપ ચાલુ કરીએ. લેડીઝ બપોરે નવરાં બેસી રહે તેને બદલે આવું કામ કરે તો એમને બે પૈસા મળે. સુંદરલાલે વ્યવસ્થિત વાત કરી. એમની વાતમાં વાજૂદ તો હતું જ કારણ કે આજકાલ મુંબઈની મહિલાઓ સૌન્દર્ય પ્રસાધન બાબતમાં ઠીક ઠીક સભાન થઈ ગઈ છે. પૈસાદાર સ્ત્રીઓ બારે મહિના ટાપટીપ પાછળ ખાસા ખર્ચા કરે છે. જ્યારે મધ્યમ વર્ગની સ્ત્રીઓ કુટુંબમાં કંઈ મંગલ પ્રસંગ હોય ત્યારે શરીર સુશોભન પાછળ ખર્ચા કરે છે. લગ્ન પ્રસંગે નવવધૂને શણગારવાનો એક ઉદ્યોગ આ શહેરમાં ચાલી રહ્યો છે. લગ્નગાળામાં તો નવવધૂના શણગારની પુષ્કળ જાહેરખબર આવતી હોય છે. તમે એમને ત્યાં ટેલિફોન કરીને તમારા પ્રસંગની તારીખ અને સમય જણાવી દો એટલે બ્યુટીશીયનોનો સ્ટાફ તમારે ત્યાં સમયસર હાજર થઈ જાય, મહેંદી મુકાઈ જાય, અંબોડા વળાઈ જાય, ચહેરા ચીતરાઈ જાય.

ચામાચીડીઆ જેવી કન્યાની કાયાપલટ થઈ જાય. લગ્ન પ્રસંગે એ રૂપાળી રાજકન્યા જેવી લાગે. જેમને ઉમંગ હોય અને પોષાતું હોય તેમને માટે કંઈ ખોટું નથી. સુંદર દેખાવાનો પ્રયત્ન કરવો એ અપલક્ષણ તો નથી જ. ઘણી પૈસાદાર સ્ત્રીઓ રોજ નવવધૂ જેવી સજાવટ કરીને નીકળી પડે છે. તેથી તો આ શહેરમાં રોમોલા જેવી શણગાર-નિષ્ણાતો નભે છે.

જેઠાલાલનાં પત્ની દયાબહેન જો આ સૌંદર્ય પ્રસાધનની કલા શીખવા તૈયાર થાય તો કદાચ મારી પત્ની પણ તૈયાર થઈ જાય. આમે અવારનવાર એને કંઈક પાર્ટ ટાઇમ કરવાના ધગારા ઊપડે છે. થોડા વખત પહેલાં એણે એક વેપારીના ચિરંજીવીને ટ્યૂશન આપવા માંડેલું પણ પછી વેપારીએ પોતે પણ ટ્યૂશન લેવાનો અત્યુત્સાહ દેખાડ્યો તેથી મૂંઝાઈને પત્નીએ એ પાર્ટટાઇમ કામ પડતું મૂકેલું. મારા પગારવધારા કરતાં મોંઘવારી વધારે ઝડપથી વધે છે. એ બાબતમાં પોતે કંઈ કરી શકતી નથી એનું પત્નીને દુ:ખ છે. આમ તો સુંદરલાલની દરેક યોજનામાં કંઈ ને કંઈ ગોટાળા તો હોય છે જ પરંતુ આ યોજનામાં મારે કંઈ ગુમાવવાનું તો હતું જ નહિ. દયાબહેનની સાથે સાથે શ્રીમતીજી પણ કંઈ શીખે તો ભવિષ્યમાં એ કલા ખપમાં આવે. કદાચ કમાણી ના થાય તો યે સારી રીતે સમય તો પસાર થાય.

'માય ડિયર, આમ તો મિસ રોમોલા, બ્યુટીનું કામ શીખવવાના એક મહિનાના હજાર રૂપિયા લે છે, પણ આપણા ફેમિલી મેમ્બર્સ પાસેથી એ ચાર્જ નહિ લે. હા, પણ શીખીને એમણે આપણા શોપમાં જ કામ કરવું પડે. શીખીને તમે તમારો સ્વતંત્ર બીઝનેસ ચાલુ કરો તે ન ચાલે.' સુંદરલાલ બોલ્યા.

'નો...નો...નો...નો... સ્વતંત્ર ફતંત્ર.... મહેતા... અવર મેન... હીઝ વાઇફ... માય વાઇફ.. ગૂડ ફ્રેન્ડ.. જોઇન્ટ વર્ક....' જેઠાલાલે બડબડાટ કર્યો.

'શરૂઆતમાં આપણે માય ડિયર બનેવીલાલની દુકાનમાં જ પાર્ટીશન મૂકીને બ્યુટીશોપ ચાલુ કરીશું, જરા જામી જાય પછી તો આજુબાજુમાં મોટી જગા લઈ લઈશું. પૈસા હોય તો બધું થાય.' સુંદરલાલ બોલ્યા.

'યસ..... યસ.... બીગ શોપ.... ફ્યુચરમાં... નો પ્રોબ્લેમ....' રોમોલા સામે આંખો નચાવતાં જેઠાલાલ બોલ્યા. સુંદરલાલનો આઈડિયા પિપરમીટની જેમ ગળે ઊતરી જાય તેવો હતો પણ જેઠાલાલ જે રીતે થનગની રહ્યા હતા તે જોતાં મને ધ્રાસ્કા પડતા હતા. જેઠાલાલને ધંધા કરતાં રોમોલામાં વધારે રસ હોય તે રીતે એ વર્તી રહ્યા હતા. જતે દિવસે એ રોમોલા પાસે પોતાની ટાલ ઉપર મહેંદીની ડિઝાઇન ચીતરાવશે એવાં એમનાં લક્ષણ મને દેખાતાં હતાં. રોમોલા જેટલી વાર હોઠ ઉપર નવી સિગારેટ ગોઠવતી હતી એટલી વાર જેઠાલાલ પોતાનું સિગારેટ લાઇટર પેટાવીને રોમોલાની સિગારેટ સળગાવતા હતા. પોતે પણ ઉપરાછાપરી સિગારેટ ફૂંકવા પર ચઢી ગયા હતા. એક વાર હોઠ ઉપર સિગારેટ મૂકવાનું ભૂલી ગયા અને ધૂનકીમાં લાઇટરથી મૂછ સળગાવતા સળગાવતા રહી ગયા. એમનાં આવાં લક્ષણોને કારણે મારો નશો ડાઉન થઈ જતો હતો.

ધીમે ધીમે જેઠાલાલે લાઇટરનું સ્થાન પોતે લેવાનો પ્રયાસ કરવા માંડ્યો. ઝૂલતા ઝૂલતા એ રોમોલા તરફ ઝૂકવા લાગ્યા... 'મિસ રો...રો...મો...મો... યુ ટીચ મી, બ્યુટી...આઈ.. ઓપન શોપ... ફોર જેન્ટલમેન....'

રોમોલાએ જેઠાલાલના નાકના ટેરવા સાથે નાનું અડપલું કરીને કહ્યું, 'જેઠા, યુ આર એ નોટી બોય...'

જેઠાલાલ સોળે કળાએ ખીલ્યા. એ પણ રોમોલાના નાકના ટેરવા સાથે ચેડાં કરવા ગયા પણ એમને કદાચ બે-ચાર ટેરવાં દેખાતાં હશે એટલે એ હવામાં મચ્છર પકડવા મથી રહ્યા હોય તેમ

ફાંફા મારવા લાગ્યા.

'માય ડિયર બનેવીલાલ, હવે આપણે જઈશું ?' સાવધ થયેલા સુંદરલાલે સૂચન કર્યું.

'નો...નો.. એન્જોય...'

'બાર બંધ થવાનો ટાઇમ થઈ ગયો, માય ડિયર.'

'નો...નો...'

'જેઠાલાલ, આ કંઈ આપણા બાપાનો બાર નથી...' મેં અકળાઈને કહ્યું.

'ડોન્ટ ટોક..' એ મારી તરફ ઘૂરક્યા.

સદ્ભાગ્યે રોમોલા ઊભી થઈ ગઈ. 'તમારે તો ઠીક છે. મારે તો સવારે વહેલા ઊઠવું પડે છે. અંધેરીથી કોલાબા સુધી ચક્કર લગાવવાં પડે છે. અડધો ડઝન દુકાનનાં સુપરવીઝન કરવાં પડે છે.' એ અંગ્રેજીમાં બોલી ગઈ. જેઠાલાલના મગજમાં રોમોલાના નાકનું ટેરવું રમતું હતું.

'આય કમ વીથ યુ અંધેરી... કોલાબા..'

'માય ડિયર બનેવીલાલ, અત્યારે મારે તમને ઘેર ઉતારવાના છે.'

'ડોન્ટ ટોક.'

'મારી સિસ્ટરના સંસારનો વિચાર કરવાનોને.'

'યોર સિસ્ટર...નો અક્કલ.. ફર્સ્ટ ક્લાસ ગમાર.' જેઠાલાલે લવારો કર્યો.

સવા છ ફૂટની શેરડીના સાંઠાએ ઊંચી દીવાલની ટોપી ચઢાવી હોય તેવા સુંદરલાલ દેખાતા હતા. પંદરમી ઓગસ્ટની સવારે એમને ઝંડાની જગાએ ઊભા રાખ્યા હોય તો કોઈ એમના પર રાષ્ટ્રધ્વજ ફરકાવીને ધ્વજવંદન કરાવી નાખે. જેઠાલાલના લવારાથી એ ખિજાયા.

'માય ડિયર બનેવીલાલ, તમે દારૂ પીને મારી સિસ્ટરને ગાળો

૧૨૪ મામાએ ભાણાને મામો બનાવ્યો

દેવાના હો તો આપણે તમારી શોપમાં બ્યુટીનો બીઝનેસ નથી કરવો.' એમણે પરખાવ્યું.

'સૉરી... સૉરી... સૉરી...સૉરી...'

'કમ ઓન, જેઠા, ગેટ અપ... ઈટસ ગેટિંગ લેટ.' રોમોલાએ ટહુકો કર્યો. જેઠાલાલે ઊભા થવાના નિષ્ફળ પ્રયાસ કર્યા. મેં બે હાથે એમને બગલમાંથી પકડીને ઊભા કરી દીધા. એમણે મારા ખભાનો ટેકો લીધો અને અમે ત્યાંથી નીકળ્યાં.

તાજના કાચના દરવાજામાંથી અમે બહાર નીકળ્યાં ત્યારે સફેદ યુનિફોર્મધારી સરદારજીએ અમને સલામ મારી. જેઠાલાલે વટભેર એને સામી સલામ કરી. તેમાં મારો ખભો છૂટી ગયો અને જેઠાલાલ પ્રવેશદ્વારના પગથિયામાં લથડિયું ખાઈને ભોંય પર ચત્તાપાટ પડ્યા. મેં, સુંદરલાલે અને સરદારજીએ તેમને ઊભા કર્યા. શરમની મારી રોમોલા દૂર જઈને ઊભી રહી ગઈ.

જેઠાલાલને પછડાટની જરૂર હતી. એમનો નશો ઊતરી ગયો. અંગ્રેજી ઓસરી ગયું. સુંદરલાલની ગાડીમાં પાછલી બેઠક પર બેઠા બેઠા એ મૂછો ચાવવા લાગ્યા. સુંદરલાલ અમને માળાની બહાર ઉતારી ચાલ્યા ગયા.

'મહેતાસાહેબ, આજની વાત મારા ઘરમાં કોઈને ના કરતા, કારણ વગર, સાલાઓ, મારી પાછળ પડી જશે. આપણે બૈરાંઓને બ્યુટીનું કામ શીખવા મોકલવાના છે. બસ, એ સિવાય આડીઅવળી વાત ના કરતા.'

અમે છૂટા પડ્યા.

બીજે દિવસે સવારે મેં શ્રીમતીજીને સુંદરલાલની સ્કીમ સમજાવી. શ્રીમતીજી તૈયાર થઈ ગયાં.

'કોઈ બાઈ માણસ પાસે બે ચીજ મફતમાં શીખવા મળતી હોય તો શું વાંધો ? ભલેને પછી જેઠાભાઈ એમની દુકાનમાં એ બધું ચાલુ કરે કે ના કરે. શીખેલું થોડું મિથ્યા જવાનું છે ? વળી આમાં

તો ફક્ત લેડીઝ જોડે કામ પાડવાનું એટલે ભવિષ્યમાં ય કશી ચિંતા નહિ.

પણ જેઠાલાલને ત્યાં કોણ જાણે શી ગરબડ થઈ ગઈ તે એમનો પુત્ર ટપુ રાત્રે મને બોલાવવા આવ્યો.

'કાકા, મારા દાદાજી તમને બોલાવે છે.'

'કેમ ?'

'દાદાજી, તમારા પર ચીઢાયા છે. કે' છે તમે મારા બાપુજીના ચમચા છો. બાપુજી ને દાદાજી વચ્ચે જામી છે. તમને બોલાવે છે.'

'એ લોકોને તો કાયમની જામેલી છે. મને શું કામ લપેટવા માગે છે ?'

'ચાલો તો ખરા, મજા આવશે.' કહીને ટપુ ચાલ્યો ગયો. હું દાખલ થયો ત્યારે તો જેઠાલાલ-ચંપકલાલ વચ્ચે ત્રીજો અંક ભજવાઈ રહ્યો હતો.

'અલ્યા બુડથલ, ભગવાને તને શું ઓછું આલ્યું છે તે તારી બાયડીને પારકા બૈરાંના ડાચાં ચીતરવા મોકલવી છે ?'

'બાપુજી, જે વાતમાં તમને ગમ ના પડતી હોય તે વાતમાં તમારે ડબડબ નહિ કરવું. આજકાલ તો આ બધી ફૅશન થઈ ગઈ છે.'

'ફૅશનમાં પૂળો મૂક, હડફા, પારકા બૈરાંના અંબોડા ગૂંથીને તારે પૈશા કમાવા છે. આ બચારીને પોતાનો અંબોડો ગૂંથવાનો ટાઇમ મળતો નથી અને તારે એની પાહે અંબોડાની દુકાન ખોલાવવી છે ! તું તે માણહ છે કે મરઘો ? મરઘાની પેઠે ગળું ફુલાઈને કોં-કોં-કોં કર્યા કરે છે પણ લગીરે અક્કલ ચલાવતો નથી અને તેમાં પાછો તને આ ચમચો મળ્યો છે. એ ય એની બાયડીને નચાવવા માગે છે.'

'શું, કાકા તમે પણ—'

'ઘરની બાયડીઓ પારકી બાયડીઓને શણગારવા દોડે એટલે નચાવી જ કહેવાય ને !'

'જુઓ કાકા, હું કશું પરાણે કરાવતો નથી. જેઠાલાલ નવો બીઝનેસ ચાલુ કરવા માગે છે. ઘરનું સમજીને જ મેં હા પાડી. બાકી ગામમાં તો સેંકડો સ્ત્રીઓ આ ધંધામાંથી કમાય છે પણ મેં કોઈ દિવસ મારી વહુને કહ્યું નથી.'

'બાપુજી, તમે અમારી વાતમાં પંચાત ના કરો.' જેઠાલાલ બોલ્યા.

'હું બાને ઘરની બહાર નહિ જવા દઉં.' ટપુએ ઝુકાવ્યું.

'વચ્ચે બોલ્યો છે તો લપડાક મારીશ.' સોફામાં એક ફૂટ અધ્ધર થઈને જેઠાલાલ તડૂક્યા.

એકાએક દયાબહેન રસોડામાંથી બહાર આવ્યાં, 'ભઈસાબ, લોહીઉકાળો રહેવા દો ને. જેમ ચાલે છે એમ ચાલવા દો. મને કંઈ ફાવે-બાવે નહિ. ભાભીને શીખવું હોય તો ભલે શીખે. હું તો ઘરમાંથી ઊંચી આવું તો ને !'

'તું તો ફુવડ છે ફુવડ.' જેઠાલાલે સંભળાવી.

'અને તું ઘુવડ છે ઘુવડ, જેઠિયા.'

'વાહ, દાદાજી વાહ ! દુબારા-દુબારા.' ટપુએ ચંપકલાલને દાદ આપી. જેઠાલાલ એને મારવા ઊભા થયા. દયાબહેને વૉલ્યુમ વધાર્યું.

'મેં તમને ચોખ્ખી ના પાડી પછી શું કામ મારઝૂડ ને હૈયાહોળી કરો છો. ટાઢા પડો ને !'

'ભોગ તારા.' દાંત કચકચાવીને જેઠાલાલ સોફામાં બેસી ગયા.

'અને એ બામણ, ખબરદાર જો બાયડીને ચૂનો ચોપડવા મોકલી છે તો. બૈરાંની કમાઈ પર જીવવા કરતાં તો ડૂબી મરો, સાલાઓ.'

'કાકા, આ દયાભાભી સાથે જવાની વાત હતી. ભાભી નહિ જાય તો મારે ત્યાંથી એ પણ નહિ જાય.'

'દયા નથી જવાની. નક્કી થઈ ગયું. તારી બાયડીએ પણ નથી જવાનું. ફેંસલો થઈ ગયો. હવે તું અહીંથી જા. તને જોઈને જેઠાને પાવર આવે છે.'

'બાપુજી, તમે એમનું અપમાન કરો છો.'

'માન આલવા જેવું એણે કર્યું છે શું તે માન આલું ? જા અહીંથી, ભઈલા, નકામી મારા મોંની બે વધારે હાંભળીશ તો રાતે ઊંઘ નહિ આવે.'

હું સાંભળવા રોકાયો નહિ. ઘેર જઈને મેં શ્રીમતીજીને વાત કરી. એ બિચારી નિરાશ થઈ ગઈ.

'કાકા સાવ જુનવાણી છે.'

'તે તો સમજ્યા, પણ દયાભાભીને પણ ઉત્સાહ નથી એટલે કાકાને સમજાવવાનો કશો અર્થ પણ નથી. માટે આખી વાત મગજમાંથી કાઢી નાખ.'

અમે આખી વાત મગજમાંથી કાઢી નાખી. પણ જેઠાલાલના મગજમાં એ વાત ઠસી ગઈ હોવી જોઈએ, કારણ કે એ દિવસ પછી એ ધોતિયા-ઝભ્ભાને બદલે સફારી-સૂટ અને બુશકોટ-પાટલૂન પહેરીને બહાર જતા હતા. મેં એક વાર એમને પૂછ્યું પણ ખરું, 'જેઠાલાલ, શું વાત છે ? આજકાલ ખૂબ વટમાં રહો છો.'

'મહેતાસાહેબ, રોમોલાના હાથમાં જાદુ છે જાદુ, એની દુકાને તો ક્લાયન્ટોની લાઇનો લાગે છે. પંદર-પંદર દિવસ સુધી એપોઇન્ટમેન્ટ મળતી નથી. એક વાર તમારો ફેસ એ મસાજ કરે તો તમારો ફેસ દસ વરસ નાનો થઈ જાય. શું એની આંગળીઓ ફરે છે.. આ હા હા હા ! આપણાં બૈરાંઓમાં તો પાઈની અક્કલ નથી. સાલા, કંઈ શીખવા જ નથી માગતાં... જહન્નમમાં જાય. આપણે તો નક્કી કર્યું છે. એની સાથે પાર્ટનરશીપમાં બ્યુટીનો બીઝનેસ કરવો છે. એ તો બિચારી એકદમ રેડી છે. કહે છે, જેઠા, તારે માટે ગમે તે કરવા તૈયાર છું. પણ તકલીફ શું છે સ્ટાફની શોર્ટેજ છે. આ

ધંધામાં, મહેતાસાહેબ, એક જ ઉપાધિ છે. રોમોલા ટ્રેનિંગ આપીને છોકરીને તૈયાર કરે. છોકરી થોડો વખત નોકરી કરે પછી લાગ મળે એટલે પોતાનો સ્વતંત્ર બીઝનેસ ચાલુ કરી દે અને રોમોલાને કાયમની શોર્ટેજ. મને કહે, જેઠા, થોડો વખત રાહ જો... આપણે ય ત્યારે શું ઉતાવળ છે હેં ! આપણે ક્યાં કાચી રોટલી ખાઈએ છીએ ! મહેતાસાહેબ, એની સાથે બધે ફરી ફરીને હું બ્યુટીના બીઝનેસનો સ્ટડી કરું છું. સમજ્યા ને ? દેખાય છે એટલું સહેલું નથી હોં કે. એમાંય સાલુ જબરું કોમ્પિટીશન છે. આપણે સમજીએ કે આપણી દુકાનમાં બે-ચાર ખુરશી અને અરીસા ગોઠવી દઈશું એટલે ધંધો જામી જશે, પણ એવું નથી. એમાં ઘણો સામાન વસાવવો પડે છે. રોમોલા તો બધી આઇટેમો ફોરેનથી મંગાવે છે. એને તો બધી ઍર હોસ્ટેસો એની ક્લાયન્ટ છે. પાછો મારો સાળો સુંદર તો જાણો છો ને ફોરેનના માલની હેરાફેરીમાં એક્કો છે. જાત જાતના ચક્કર ચલાવવાં પડે છે. આપણે બધું ધ્યાનથી જોઈએ છીએ.'

જેઠાલાલે સૌંદર્ય પ્રસાધન વ્યવસાય વિષેનું પોતાનું અલ્પ જ્ઞાન મારી પાસે ઠાલવી નાખ્યું. ધંધાની બાબતમાં સલાહ આપવાની મારી કોઈ લાયકાત નથી અને જેઠાલાલ એ બાબતમાં મારી સલાહ લેતા પણ નથી. એમના ચહેરા પરથી લાગતું હતું કે બીઝનેસ તો થતાં થશે પણ જેઠાલાલને બ્યુટી-ટ્રીટમેન્ટ મળી રહી હતી. આમ તો મહિલા બ્યુટીશીયનો પુરુષોને સામાન્ય રીતે ગ્રાહક તરીકે લેતી નથી પરંતુ જેઠાલાલને લાભ મળી રહ્યો હતો. એમના માથાના અને મૂછના વાળ પર કાળી 'ડાય' ફરી ગઈ હતી. અને ફેન્સી પોશાકમાં એ ખરેખર ૧૦ વર્ષ નાના લાગતા હતા. વાતો કરતાં કરતાં એ સ્ટાઇલથી સિગારેટના ધુમાડા કાઢતા હતા. વ્હીસલમાં ફિલ્મી ગીત ગણગણતા હતા. મોં પર માલિશ કરાવવા માટે જેઠાલાલ જેવા ચક્કરો મને પોસાય તેમ નથી એટલે મેં આખી વાત ઉપર પર્દો પાડી દીધો. એક વાત તો સાચી જ છે, શ્રીમતીજી એ કલા શીખ્યાં હોત

બાજુમાં દયામણા ચહેરા સાથે દયાબહેન બેઠાં હતાં.

છએક માણસની ટુકડી જેઠાલાલના ઘરને ફેંદી રહી હતી. એક અમજદખાન જેવો દેખાતો માણસ અમારી તરફ શંકાશીલ દૃષ્ટિએ જોઈ રહ્યો હતો. મેં એને વિવેકપૂર્વક પૂછ્યું, 'શાની રેડ છે ! આપ કોણ છો ?'

એણે ફક્ત દૂરથી લાલ કાર્ડ દેખાડ્યું. અંગ્રેજીમાં કહ્યું, 'અમને કાંઈ ખબર નથી. અમને અહીં રેઈડ પાડવાનો ઓર્ડર છે. એથી વધારે અમે કંઈ કહી ના શકીએ. તમે ફેમિલી મેમ્બર ના હો તો ચાલ્યા જાવ.'

'આ લોકો જરા ગભરાઈ ગયા છે. સાહેબ, કારણ કે ઘરના મૂળ માણસ દુકાને ગયા છે.' મેં જવાબ આપ્યો.

'ના, એ દુકાને પણ નથી. ત્યાં તલાશી ચાલુ છે. તમે જાવ.'

'પણ મે'તા, જેઠિયો ક્યાં મૂવો છે ? એણે શું પરાક્રમ કર્યું છે એ કંઈ હમજ પડે ! જ્યારથી એ એના હાળાને ચાળે ચઢ્યો ત્યારથી મને હતું, વહેલી મોડી કંઈ નવાજૂની થશે. આ લોકોએ આઈને પરાણે કબાટની ચાવીઓ લઈ લીધી અને બધું ફેંદી નાખ્યું. મેં તો એમને ખખડાઈ નાખ્યા. પછી આજુબાજુવાળા કહે આ તો કંઈ ઇન્કમટેક્સવાળા છે. ના ન પડાય, નહિ તો વધારે ઉપાધિ થાય. હવે તું એમને કહે કે જેઠો કંઈ કાચી માયા નથી કે અમારે માટે ઘરમાં દલ્લો હંતાડી રાખે. હઉથી પહેલો તો હું જ પડાઈ લઉં તેવો છું.'

'કાકા, આ બાબતમાં આપણે કંઈ પણ ડખલ કરીએ તો એ જેઠાલાલને નડે. ઘરમાંથી કંઈ નીકળશે નહિ તો એ બધા ચાલ્યા જશે.'

'જે હોય તે, પણ તું ક્યાંકથી જેઠાને ખોળી કાઢ.'

'ભલે, હું કોશિશ કરું છું.' મેં એમને હિમ્મત આપવા ખાતર જવાબ તો આપ્યો પણ અદૃશ્ય થઈ ગયેલા જેઠાલાલને ક્યાં ખોળવા

તે મને સૂઝતું નહોતું. આખો કિસ્સો સુંદરલાલને કારણે પણ કદાચ થયો હોય. ઑફિસરો શું ખોળી રહ્યા છે તે પણ જણાવવા તૈયાર નહોતા.'

'કાકા, આ લોકો મને પાછો કદાચ અહીં આવવા નહિ દે. જેઠાલાલનો પત્તો લાગશે તો એમને સમાચાર આપીને હું મારે ઘેર જતો રહીશ.'

હું મારે ત્યાં ગયો. મારી ટેલિફોનના નંબરની ડાયરી મેં ઉથલાવી જોઈ પણ જેઠાલાલ વિષે માહિતી આપે તેવા એક પણ માણસનો નંબર જડ્યો નહિ. એ આજકાલ રોમોલા અને સુંદરલાલના ચક્કરમાં હતા. પણ એ બંનેનો સંપર્ક ક્યાં સાધવો તેની મને ખબર નહોતી. મેં મૂગા મૂગા ચાલીમાં ચક્કર માર્યાં. માળાવાસીઓ સાથે આ વિષે ગુફ્તેગુ કરી. બધા જાતજાતના કિસ્સાઓ વર્ણવી રહ્યા હતા.

છેક સાંજે ઑફિસરો જેઠાલાલના ઘરમાંથી વિદાય થયા પછી હું ચંપકલાલ પાસે ગયો.

'હાળા, કંઈ ચોપડા ને ડાયરીઓ ને એવું બધું લઈ ગયા. ભગવાન જાણે જેઠાએ માંય શું શું ટપકાવી રાખ્યું હશે. પૈશા-બૈશા તો નીકળ્યા નહિ. કારણ વગરના ડખા. હેંડ, વઉ, અમારે માટે એક-એક ચહા મેલી દે. મારી તો માથાની નસો ફાટ ફાટ થાય છે.'

બીજી તો કંઈ વાત કરવા જેવું હતું નહિ. જેઠાલાલનો પત્તો નહોતો. ચહા પીને હું ઘેર આવ્યો. ફરી વાર રાત્રે એક ચક્કર એમને ત્યાં મારી આવ્યો પણ જેઠાલાલ આવ્યા નહોતા. અમે જમી પરવારીને અમારા સમયે પોઢી ગયાં.

મધરાતે મને ભ્રમ થયો કે કોઈ અમારે બારણે ટકોરા મારી રહ્યું છે. મેં જઈને બારણું ખોલ્યું તો ઝભ્ભા-ધોતિયાધારી જેઠાલાલ ચોરની જેમ ઘરમાં સરકી આવ્યા. એમના હાથમાં બૅટરી હતી.

'મહેતાસાહેબ, જરા મારી સાથે ચાલોને !'

'ક્યાં જવાનું છે ?'

'માળાની પાછળ.'

'કેમ ?'

'દરોડો પડ્યો ત્યારે દયા રસોડામાં હતી. મેં થોડા દિવસ પહેલાં એને એક પેકેટ આપેલું. પાંચ હજારના અમેરિકન ડૉલર હતા. મેં કહેલું, કોઈના હાથમાં ના આવે તેમ સંતાડી રાખજે. તો એણે પેકેટ લોટના ડબામાં મૂકી રાખેલું. આ લોકોની વાતચીત સાંભળીને દયાએ પેકેટ બારીની બહાર ફેંકી દીધું'તું એ આપણે નીચે જઈને ખોળી કાઢીએ.

'ચાલો.' ચંપલ પહેરીને બહાર નીકળતાં મેં કહ્યું, 'જેઠાલાલ, શું કામ આવા ઊંધા-ચત્તા ધંધા કરો છો, ભલા માણસ ? એ પેકેટ પકડાયું હોત તો તમારે આફત થઈ જાત.'

'આપણને ક્યાં ખબર હતી કે પેલી રોમોલી ફોરેન એક્ષચેન્જના બ્લેકનો ધંધો કરતી હશે ? સાલી, એને ત્યાં રેડ પડી તો એની ડાયરીમાંથી મારું નામ નીકળ્યું. જિંદગીમાં પહેલી વાર એ બાઈને ભરોસે આપણે ડૉલર દબાવ્યા તો સાલી રેડ પડી. એમ કહો કે બચી ગયા. હવે બધી ચર્ચા ફુરસદે કરીશું. અત્યારે અવાજ થશે ને કોઈ જાગી જશે તો પાછી ઉપાધિ.'

અમે ચૂપચાપ માળાની પછીતે ગયા. ત્યાં ગમે તેટલી સફાઈ થતી હોય તો યે ૨૪ કલાકમાં ઉકરડા ખડકાઈ જાય છે. ચોમાસામાં તો એવી બદબૂ આવતી હોય છે કે રસોડાની બારી પણ ખોલી ના શકાય.

ચોરની જેમ અમે બૅટરીને અજવાળે આગળ વધ્યા અને જેઠાલાલની બારી નીચે જઈને ઊભા. ત્રીજે માળથી દયાબહેને ફેંકેલું ડૉલરનું પડીકું ક્યાં જઈને પડ્યું હશે અને પડ્યા પછી એના ઉપર કેટકેટલા એંઠવાડના અભિષેક થયા હશે તેની અટકળ કરવી મુશ્કેલ હતી. અમે નાકે રૂમાલ દબાવી બૅટરીનું કૂંડાળું ચારે તરફ ફેરવી

જોયું. જેઠાલાલ ઉકરડો જોઈને બે-ચાર ઉકરડા જેવી ગાળ બોલ્યા. પછી મારા કાનમાં કહે, 'મહેતાસાહેબ, તમે બૅટરી પકડી રાખો, હું બધું ઉથલાવી ઉથલાવી જોઉં.'

'ભલે.'

જેઠાલાલે પગથી અંદાજે અંદાજે ઉકરડો ઉથલાવવા માંડ્યો. ત્યાં એકાએક એમના મોંમાંથી ચીસ નીકળી ગઈ. પગમાં કંઈક જોરથી ભોંકાયું હશે. એમની ચીસ સાંભળીને માળામાંથી કોઈએ ત્રાડ પાડી.

'કોણ છે ?'

શું જવાબ આપવો તેની અમને સમજ ના પડી એટલે બૅટરી ઓલવીને ધબકતી છાતીએ પૂતળાની જેમ અમે ઉકરડામાં ચોંટી રહ્યા. મારા પગ ઉપર કીડી મંકોડા કે જીવાત ચઢી રહી હોય તેવું મને લાગ્યું. બૂમ મારનાર વ્યક્તિએ ફરીથી બૂમ મારી.

'કોણ છે ?' તે પછી બીજા અવાજ ઉમેરાવા શરૂ થયા. બત્તીઓ થવા લાગી.

'પાછળ ચોર ફરી રહ્યા છે' એવી જાહેરાત અમે સાંભળી તેની સાથે અસંખ્ય કીડીઓ એકસાથે ચટકી હોય તેમ હું કૂદ્યો.

'જેઠાલાલ, ભાગો નહિ તો મરી જઈશું.'

હું દોડ્યો. પાછળ જેઠાલાલ દોડ્યા પગની ઈજાને કારણે એ લંગડાતા લંગડાતા દોડતા હતા. અમે ચકરાવા મારીને હાંફતા હાંફતા માળાનાં પગથિયાં ચઢ્યાં ત્યાં સુધીમાં આખા માળામાં બત્તીઓ થઈ ગઈ હતી. ભોંયતળિયાના માળાવાસી હાથમાં દંડા લઈને માળાની પછીતે જવાની તૈયારી કરી રહ્યા હતા. કેટલાક 'ચોર-ચોર'ની બૂમો મારી રહ્યા હતા.

અમને દોડીને માળામાં દાખલ થયેલા જોઈ સૌ આશ્ચર્યથી વીંટળાઈ વળ્યા. જેઠાલાલની સમયસૂચકતા માટે મને માન ઊપજ્યું. એ તરત બોલ્યા, 'અમે ચક્કર મારી આવ્યા. કોઈ નથી. હશે તો

અમને જોઈને પાછલી ભીંત કૂદીને ભાગી ગયો છે. મહેતાસાહેબ, ડૉક્ટરને જગાડીને ધનુરનું ઇંજેક્શન લેવું પડશે, ચાલો જલદી.'

'તમે ડૉક્ટર પાસે જાવ, હું ઘેર જાઉં છું. તમારી ભાભી જાગી ગઈ હશે અને મને નહિ જુવે તો કાગારોળ કરી મૂકશે.'

'હા, હા, મારે ત્યાં પણ કહેજો. તબિયત ખરાબ થઈ ગઈ એટલે ડૉક્ટર પાસે ગયો છું. ડૉલરની વાત ન કરતા.' કહી જેઠાલાલ હાથીકાય ડૉક્ટર હંસરાજભાઈને ત્યાં ગયા.

મારું અનુમાન સાચું નીકળ્યું. ચાલીમાં શ્રીમતીજી ઊભાં ઊભાં ફફડી રહ્યાં હતાં. એને અંદર લઈ જઈને મેં પરિસ્થિતિ સમજાવી. જેઠાલાલને ત્યાં ડોકિયું કર્યું ત્યારે દયાબહેને તો અમારા ફીઆસ્કાની અટકળ કરી જ લીધી હતી. જેઠાલાલની ઉકરડાયાત્રા વિષે એમને ખબર હતી. ચાલીમાં ગરબડ મચાવી રહેલા બધાને મેં જેઠાલાલના જૂઠાણાથી સમજાવી સૌને વિખેરી નાખ્યા.

'બળ્યા એમના ડૉલર, હમણાં તમને દંડા પડ્યા હોત ?' શ્રીમતીજીએ શરૂઆત કરી. જવાબ આપવાને બદલે હું પાસું ફેરવીને સૂઈ ગયો.

બે દિવસ પછી અમારા માળાની ચાલીમાં છોકરાઓ ડૉલરની નોટોથી રમત રમી રહ્યા હતા. એમને એમ હતું કે 'વ્યાપાર' કે 'મોનોપોલી'ની બાજીઓમાં આવતી આ બનાવટી નોટો હતી અને એ સાચી નોટો છે એવું કહીને માળામાંથી ડૉલરો એકઠા કરવાની જેઠાલાલની હિમ્મત નહોતી. બ્યુટી ટ્રિટમેન્ટ બાજુ પર રહી ગઈ અને પગનાં તળીએ દાક્તરી ટ્રિટમેન્ટ ચાલુ થઈ ગઈ !

❑

મામાએ ભાણાને મામો બનાવ્યો

અમારી ઑફિસમાં વર્ષોથી એક શિરસ્તો પાળવામાં આવે છે. દર મહિનાના પહેલા અઠવાડિયામાં અમારા સાહેબની સગવડ પ્રમાણે અમારા પગાર ચૂકવાય છે. હા, દિવાળીના તહેવાર વખતે ક્યારેક દયા ખાઈને અમારા સાહેબ પહેલી તારીખ પહેલાં પગાર ચૂકવી દે ખરા. અમારા બોસને બે માથાં છે અને એ બે માથાં અલગ અલગ રીતે વિચારો કરતાં હોય છે. બે માથાને કારણે એમનું વર્તન બે-બે મિનિટે બદલાતું રહે છે. પરંતુ પગારની વાત આવે ત્યારે એમનાં બંને માથાં સંપી જાય છે. મતલબ કે પૈસાની બાબતમાં એમના બંને માથાં વચ્ચે કશો મતભેદ હોતો નથી. હવે આ વર્ષે અમે ફેબ્રુઆરી મહિનામાં ખૂબ ખુશ હતા, કારણ કે ફેબ્રુઆરીના ૨૮ દિવસ હતા. માર્ચની પહેલી તારીખ વહેલી બેસવાની હતી અને પગાર વહેલો હાથમાં આવશે તેમાં અમને શંકા નહોતી. પણ અમારા બે માથાળા બોસે આખા સ્ટાફને એકસાથે જબરજસ્ત આંચકો આપ્યો. અગાઉ કદી ના બની હોય તેવી ઘટના બની. ફેબ્રુઆરીની છવ્વીસમીએ અમને બધાને પગાર ચૂકવાયો ત્યારે અમે આભા બની ગયા. સ્ટાફના માણસોને પગારમાં સો સો રૂપિયાની નોટો મળી.

અવારનવાર અમને શેઠના માનસિક સમતોલપણા વિષે શંકા ગઈ છે. પરંતુ ધંધાની બાબતમાં આજ સુધી એમનું બરોબર ચાલતું રહ્યું છે તેથી એ પોતે અને અમે ટકી રહ્યા છીએ. એમની સ્વાભાવિક ઘેલછાઓ અમે સાંખી લઈએ છીએ. પરંતુ અણધાર્યો પગાર થયો

તેનાથી અમે જેટલા રાજી થયા એટલા ચિંતિત પણ થયા. દરેક જણ એમના વિશે જાતજાતની અટકળો બાંધવા લાગ્યા. લગભગ બધાનો મત એવો હતો કે બોસ કોઈ કારણસર કેલેન્ડરની તારીખ જોવામાં થાપ ખાઈ ગયા હોવા જોઈએ. વહેલા ચૂકવાયેલા પગાર વિશે જો એમને પૂછપરછ કરીશું તો કદાચ એમને એમની રસમ યાદ આવશે અને પગારનાં પરબીડિયાં પાછાં માગી લેશે એવી બધાને દહેશત હતી તેથી બધાએ અંદર અંદર થોડી ઘણી ગુસપુસ કરીને પગારનાં પરબીડિયાં ખીસામાં ખોસી દીધાં.

સાંજે હું ઘેર પહોંચ્યો. પત્નીના હાથમાં પરબીડિયું પકડાવ્યું. ત્યારે હું જાણે બેન્ક લૂંટીને આવ્યો હોઉં તેમ એ આઘાતથી મોટા ડોળા કરી મારી સામે જોઈ રહ્યા.

'આ શું ?' આઘાતમાંથી માંડ બહાર આવી તેમણે મુદ્દાનો પ્રશ્ન કર્યો.

'પગાર' મેં ઉત્સાહથી કહ્યું. આમ તો પગારની રકમ એવી છે કે ઘેર લઈ જતી વખતે મને ખાસ ઉત્સાહ જાગતો નથી. બલ્કે એ દિવસે તો મને કાયમ એવો જ વિચાર આવે છે કે મારે ઘર સુધી ચાલી નાખીને બસના પૈસા બચાવવા જોઈએ.'

'પગાર ?'

'હા.'

'દર મહિને મળે છે તે કે પછી કંઈ બોનસ જેવું ?'

'ના, ના, રીતસરનો પગાર. બોનસ-ફોનસ વળી આપણને કયે દિવસે મળે છે ? આ તો પગાર જેવો પગાર છે. આ વખતે વહેલો થયો.'

'પણ આટલો વહેલો કેમ ?'

'તે કેમ ખબર પડે ?'

'પણ પૂછવું તો જોઈએ ને !'

'કંઈ ગાંડી થઈ છે ! પૂછવા જઈએ ને એ કદાચ પગાર પાછો

માંગે તો ?'

'કહો ના કહો પણ આમાં કંઈ ભેદ છે.' શંકાશીલ શ્રીમતીજીએ ગણગણાટ કર્યો. બોસે જાણે અમને બનાવટી નોટો પધરાવી હોય તેવી શંકાથી તેમણે દરેકેદરેક નોટ સી.બી.આઈ.ના ઑફિસર જેવી ચીવટથી તપાસી.

'ગમે તે ભેદ હોય, આપણને શી પંચાત ? આપણે રોટલાથી કામ કે ટપટપથી ? મેં ચર્ચા પર પરદો પાડવાનો પ્રયત્ન કર્યો.

'પગાર બહુ વહેલો હાથમાં આવે તે પણ ખોટું ને !'

'કેમ ?'

'બહુ વહેલો પગાર આવે તો વહેલો વપરાઈ જાય.' એમણે ઘરગથ્થુ અનુભવવાણી ઉચ્ચારી.

'તને તો દરેક ચીજની કાળી બાજુ જોવાની ટેવ પડી ગઈ છે.' મેં અકળાઈને અંગત આક્ષેપ કર્યો.

'એક મહિનાની રજા લઈ તમારા પગારમાં ઘર ચલાવી જુવો પછી તમને આખી જિંદગી એકે ચીજની ધોળી બાજુ દેખાશે નહિ. મારી વાત કરો છો તો તમે પણ કયે દિવસે એકે વાતને સીધી રીતે જુવો છો ? તમે ય તો લોકોની ખોડખાંપણ જોઈ જોઈને વાંકી વાંકી વાતો જ લખો છો ને ! મને કાળું જોવાની ટેવ છે તો તમને વાંકું જોવાની કુટેવ છે.' એમની વાતમાં તથ્ય હતું તેથી ચર્ચા લંબાવવાનું જોખમ મેં લીધું નહિ. જોવા જાવ તો વહેલા આવેલા પગારથી પ્રસન્ન થવાને બદલે અમે ભળતી ચર્ચાએ ચઢીને ક્લેશને માર્ગે જઈ રહ્યાં હતાં.

થવા કાળ તે થઈ ગયું, પગારનો સ્વભાવ બરફ જેવો છે. પરબીડિયાની બહાર નીકળે તેની સાથે એ ઓગળવા માંડે છે. નિરર્થક ચર્ચાઓથી પગાર બચવાનો નથી. એક ભક્ત કવિએ કહ્યું છે, રામ રાખે તેમ રહીએ, હું કહું છું, બોસ રાખે તેમ રહીએ. લાચાર માણસ ફિલોસોફીનો આશરો લે છે. સંસારમાં સુખી

થવા માટે કેટલાંક સુભાષિતો ગોખી રાખ્યાં હોય તો અણીના વખતે ઉપયોગી બને છે. રામના નામે પથ્થરો તરે તેમ હું ચર્ચાસાગરમાંથી ઊગરી ગયો. શ્રીમતીજીએ પરબીડિયું કબાટમાં મૂકી દીધું.

સાહેબે ઊભા કરેલા સસ્પેન્સનો ભેદ તો રાત સુધીમાં ઊકલી ગયો.

'આવું કે ?' ઉંબરામાંથી મારા પાડોશમિત્ર જેઠાલાલે પ્રવેશ માટે પરવાનગી માગી ત્યારે મને આશ્ચર્ય થયું. સામાન્ય રીતે જેઠાલાલ ઘવાયેલા જટાયુ પક્ષીની જેમ ધોતિયાની પાંખો ફફડાવતા પરવાનગી વગર પ્રવેશે છે અને તૂટી પડેલા હેલિકોપ્ટરની જેમ સોફામાં પડતું નાંખે છે. એમના પ્રશ્નથી ફક્ત મને જ નહિ, શ્રીમતીજીને પણ આશ્ચર્ય થયું. તેમણે રસોડામાંથી ડોકિયું કરીને સાશંક રીતે જેઠાલાલ ભણી જોવા માંડ્યું.

'ઓચિંતો તમારામાં આ વિવેકનો અંકુર ક્યાંથી ફૂટી નીકળ્યો, જેઠાલાલ ? અને આજે ઉંબરામાં અટકીને અળવીતરા સવાલ કરો છો ? હું ના પાડીશ તો તમે પાછા જતા રહેવાના છો ?'

મંદ પગલે એ પ્રવેશ્યા.

'જરા ઇમ્પોર્ટન્ટ વાત કરવાની છે. મને એમ કે તમે જો કંઈ કામમાં હો તો પછી આવું.' સોફામાં ગોઠવાતાં એ બોલ્યા. જ્યારે જ્યારે એ માનસિક તણાવ હેઠળ હોય છે ત્યારે એમની ટોપી ત્રાંસી થઈ જાય છે, અને જમણી ભમ્મર ગરોળીની કપાયેલી પૂંછડીની જેમ ફરકવા માંડે છે. આંખોની બે ટબુડીઓમાં એમના બંને ડોળા કાચની ગોટીઓની જેમ આડાઅવળા ફરવા માંડે છે. એ પોતે પોતાની મૂછોને સૂતરફેણી સમજીને ચાવવા માંડે છે. એમની એ દશા જોઉં ત્યારે મારો જીવ આસ્તે આસ્તે રબરના ફુગ્ગાની જેમ અધ્ધર જવા માંડે છે.

'મ્હેતાસાહેબ, આપણે સો-સો રૂપિયાની નોટો કાઢવાની છે.'

'હેં ?'

'સો-સોની નોટો–'

'હુંઅઅઅ.'

'કાઢી નાખવાની છે.'

'તો કાઢી નાખો.' મને એમની વાત સમજાઈ નહિ એટલે જેવી સૂઝી તેવી સલાહ મેં આપી દીધી. મારી સલાહથી એ છંછેડાયા.

'કમાલ માણસ છો, યાર, કહી દીધું કાઢી નાખો. એ તે કંઈ પસ્તી છે કે વજનને ભાવે કાઢી નાખું ? ભલા માણસ, કોઈ ખરીદનાર જોઈએ ને ?'

'એટલે ! તમે સોની નોટો વેચવા માગો છો ?'

'નિર્દોષ ના થાવ.' એ ખિજાયા.

'જેઠાલાલ, તમે ગોળ ગોળ વાત ના કરો. તમને તો ખબર છે કે પૈસાની કોઈ પણ અટપટી વાતમાં મારી ચાંચ ડૂબતી નથી. માણસ પોતાની પાસે જે કંઈ નોટો હોય તેના છૂટા કરાવે તે મેં સાંભળ્યું છે. એક રૂપિયાની નોટના છૂટા મળતા નથી એ મને ખબર છે પણ નોટ વેચવાની વાત મને સમજાતી નથી. એ બાબતમાં હું ફક્ત નિર્દોષ નહિ, ગમાર પણ છું.'

'તમને ખબર નથી ?'

'શેની ?'

'સો રૂપિયાની નોટો કેન્સલ થવાની છે.'

'એમ !'

'હા..' જેઠાલાલ બોલ્યા.

સમાચાર સાંભળીને હું આખો ને આખો ગૂંચળું વળી ગયો. મને તમ્મર ચઢી ગયા. મારી નજર સામે મને પગારમાં મળેલી સો રૂપિયાની નોટો નૃત્યનાટિકા કરવા લાગી. તાત્કાલિક મારા મગજમાં બત્તી થઈ, સો રૂપિયાની નોટો કેન્સલ થવાની છે એવું મારા સાહેબે સાંભળ્યું હશે એટલે એમણે ધડાધડ અમને પગારમાં સો સોની નોટો

પકડાવી દીધી. સોફાને બદલે ગરમાગરમ તવા ઉપર હું બેઠો હોઉં તેમ સળંગ ઊભો થઈ ગયો. હું નીચેથી સખત દાઝ્યો હોઉં તેવો હાયકારો મારા મોંમાંથી નીકળી ગયો. રસોડામાંથી શ્રીમતીજી દોડીને બહાર આવ્યાં અને 'શું થયું ? શું થયું ? શું થયું ?' એ એક પ્રશ્ન વગર થંભ્યે સતત પૂછવા લાગ્યાં.

'સોની નોટો–' મેં કહ્યું.

'હેં ?!'

'આજે આવી છે ને ?'

'હા !'

'કેન્સલ–'

'હેં.'

'થવાની છે.'

'આપણી ?'

'બધાની.'

'હું નહોતી કહેતી–'

'તું તો કાયમ કહેતી હોય છે.'

'હવે શું કરવાનું છે ?' શ્રીમતીજીએ પૂછ્યું.

'વેચી મારવાની.'

'અરે બાપરે !'

મારા અને શ્રીમતીજી વચ્ચે ચાલી રહેલા સંવાદથી જેઠાલાલ સાવ પૂતળા જેવા જડ થઈ ગયા.

આખો ને આખો પગાર કેન્સલ થઈ જશે. એની કલ્પના માત્રથી મને ટાઢ ચઢી ગઈ. હું ઊભો ઊભો ધ્રૂજવા લાગ્યો.

'મ્હેતાસાહેબ, તમે, યાર, શું યાર, તમારું ઝાકળિયું ઝૂડો છો, યાર, તમારી નોટોની તકલીફ નથી, યાર.'

'તો ?'

'તમારે તો દર મહિને પગાર આવે છે, તમે તો પગાર પેટે

જાહેર કરી શકો છો. તમને કંઈ તકલીફ નથી.'

'તો ?'

'તકલીફ તો મારે છે.'

'કેમ ?'

'મેં તો સો સોની ઘણી નોટો એકઠી કરેલી છે.'

'ઓ !'

'હું તો તમને એમ કહેવા આવ્યો કે મારી નોટો તમે વટાવી આપો તો તમે યાર, કારણ વગર કૂદાકૂદ કરો છો.'

'વાહિયાત વાત ના કરો. જેઠાલાલ, તમે આવીને અહીં પલીતો ચાંપ્યો અને હવે કહો છો હું કારણ વગર કૂદાકૂદ કરું છું. તમે તો કાનખજૂરા છો.'

'એં ?'

'કાનખજૂરાનો એકાદ પગ કપાઈ જાય તો એને કશી અસર ના થાય, તેમ તમારા હજાર બે હજાર ઓછા થાય તો તમને કશી અસર ના થાય પણ મારે જો બે હજાર ઓછા થાય તો ભૂખે મરવાનો વખત આવે.' મેં વ્યથિત અવાજે કહ્યું.

'જેઠાભાઈ, આજે જ તમારા ભાઈને વહેલો પગાર થયો છે. પગારમાં સો સો રૂપિયાની નોટો આવી ત્યારે જ મેં કહ્યું, કહો ના કહો, શેઠે વહેલો પગાર ચૂકવ્યો તેમાં કંઈ ને કંઈ ગરબડ છે. શેઠે સો સોની નોટો પધરાવી દીધી.' શ્રીમતીજીએ મને ટેકો આપ્યો.

'અલ્યા, ભઈ, તમે બંને સમજતાં કેમ નથી. તમારો તો હિસાબ સાવ ક્લીઅર છે. તમારી તો એક નંબરની આવક છે. તમે તો પગાર ઉપરાંત થોડી સો-સોની નોટો બચત તરીકે દેખાડી શકો.'

જેઠાલાલની વાત મારા ભેજામાં ઊતરી. મારે ભયભીત થવાની શી જરૂર હતી ? મેં કોઈ કાળાં બજાર કર્યાં નહોતાં. બે નંબરની કમાણી કરી નહોતી. પછી શા માટે મારે આમ સળંગ ઊભા થઈને બૂમાબૂમ કરવી જોઈએ ! તકલીફ એ છે કે વખત બારીક

આવી ગયો છે. પ્રામાણિક માણસો ભયભીત અવસ્થામાં જીવતા હોય છે. અપ્રામાણિક માણસો કોઈ પણ કાયદા કાનૂનને પહોંચી વળતા હોય છે.

'મ્હેતાસાહેબ, મારી પાસે લાખ રૂપિયાની સો સોની નોટો છે.'

'લા લા લા લા લાખ ? ? ? ?' મારો અવાજ તરડાઈ ગયો.

'કહેતા હો તો અબ ઘડી—

'ના – ના – ના – ના – ના, જેઠાલાલ, ભઈસાબ, તમે અત્યારે લાખો રૂપિયાની વાત જ ના કરો.' એક ક્ષણ તો મને સોફા પાછળ જઈને સંતાઈ જવાનો વિચાર આવ્યો.

રખે કોઈ એમ સમજતા કે હું કોઈ અણિશુદ્ધ પ્રામાણિક માણસ છું. હકીકતમાં હું ભીરુ માણસ છું. અપ્રમાણિક થવાની મારામાં આવડત નથી. જેના જેવા સંસ્કાર. મારા બાપ ચુસ્ત ગાંધીવાદી હતા અને હજી એવા જ છે. એ તો વેદિયા હતા પણ વારસામાં મને પણ એવું વેદિયાપણું મળ્યું છે. આજના જમાનામાં એ જાતના સંસ્કાર શાપ સમાન ગણાય. પણ પાકે ઘડે કાંઠલા ના ચઢે તેમ હવે હું હાથમાં બંદૂક લઈને બેન્ક લૂંટવા નીકળી પડું તો મારી બંદૂકની ગોળી મને જ વાગે. બેન્કમાં ગાબડું તો ના પડે પણ મારા શરીરમાં ક્યાંક કાણું પડી જાય. નાનપણમાં નિર્દોષ અવસ્થામાં મેં પેન્સિલો અને ફૂટપટ્ટીઓની ચોરી કરેલી. પુસ્તકાલયનાં પુસ્તકોમાંથી મારાં મનગમતાં ચિત્રોની સિફતથી ચોરી કરેલી. જૂઠું બોલીને છાનાછપના સિનેમામાં ઘૂસીને કોઈ કોઈ વાર ફિલમો જોઈ નાખેલી. પણ પૈસાની બાબતમાં કાયમ મને પરસેવા છૂટી જાય છે. ઘણી વાર મારા હક્કના પૈસાની પણ ઉઘરાણી કરતાં મને શરમ આવી છે. તેમાં કેટલાક નાટકના નિર્માતાઓએ મને ઉલ્લુ પણ બનાવ્યો છે. મારા જ નાટકનું હિન્દી રૂપાંતર કરી એક એક્ટર

આજે હિન્દી ફિલમોમાં આગળ વધીને લાખો રૂપિયા કમાતો થઈ ગયો છે. મને જેમ તેની સામે પુરસ્કાર માગતાં શરમ આવે છે તેમ એને મને સામે ચાલીને પુરસ્કાર આપતાં શરમ આવતી હશે. પ્રામાણિકતા એ મારી નબળાઈ છે. મને એ બાબતની શરમ આવે છે. માણસ પ્લાસ્ટિક સર્જરીથી પોતાનો ચહેરો બદલી શકે છે, પારકાના હૃદય કે કિડની પોતાના શરીરમાં રોપાવી શકે છે, કૃત્રિમ અવયવ સંધાવી શકે છે પણ, સાલું સ્વભાવનું કોઈ ઓસડ નથી. મારો ગભરાટ જોઈને જેઠાલાલ પણ અકળાઈ ગયા.

'મ્હેતાસાહેબ, હું તમને મારા ભાઈ જેવા ગણું છું. આવે વખતે તમારે મને મદદ કરવી જોઈએ. સમજો કે કાલે ઊઠીને સો રૂપિયાની નોટ ચલણમાંથી રદ થઈ જાય તો મને લાખ રૂપિયાનો ફટકો પડે.'

એમના શબ્દો સાંભળીને હું ટાઢો પડી ગયો. સંકટ સમયે સ્વજનને સાથ આપવો એ દરેક મનુષ્યની ફરજ છે. જેઠાલાલે ભૂતકાળમાં એમની બે નંબરની કમાણીથી મારા પર એક નંબરના ઉપકાર કર્યા છે એ તો મારે કબૂલ કરવું જ રહ્યું.

'જુવો, જેઠાલાલ, આપણી દોસ્તી ખાતર હું તમારે માટે જેલમાં જવા પણ તૈયાર છું.' હિમ્મત એકઠી કરીને હું બોલ્યો.

'તમે, યાર, જેલની વાત કરીને મને નરવસ કરી નાખો છો. ભલા માણસ, આમાં જેલ તો થાય જ નહીં. બહુ બહુ તો આપણી નોટો જાય.'

'તમે મને કહી દોને, મારે શું કરવાનું છે ?'

'કહ્યું તો ખરું. બજારમાં એવી સ્ટ્રોંગ રુમર આવી છે કે ગવર્નમેન્ટ સો રૂપિયાની નોટો ચલણમાંથી રદ કરવાની છે. એમાં અમારો વેપારીઓનો કચરો થઈ જવાનો. હું તમને પાંચ હજારની સો સોની નોટો આપી દઉં. તમે એ વટાવીને મને પાછી આપો.

તમારા જેવા નોકરિયાત માણસ પાસેથી એટલી રકમની સો સોની નોટો નીકળે તેમાં શું આકાશ તૂટી પડવાનું છે ? ધારો કે થોડી નોટો રહી જાય અને બાતલ થઈ જાય તો જેવાં આપણાં નસીબ. મને તમારા પર પાકો ભરોસો છે. હું કંઈ તમારી પાસે હિસાબ તો માંગવાનો નથી.'

'ભલે, આપી દેજો, હું ટ્રાય કરીશ.' દોસ્તીના ઝનૂનમાં મેં મારા સ્વભાવ વિરુદ્ધનું બીડું ઝડપ્યું.

'કહો છો તો ખરા, પણ ક્યાં વટાવવા જવાના છો ?' શ્રીમતીજીએ સવાલ પૂછ્યો. મેં જવાબ તો વિચાર્યો નહોતો. મારા ડોળા પણ જેઠાલાલના ડોળાની જેમ ચકળવકળ થઈ ગયા. બૅટરીથી ચાલતા રમકડાની જેમ મારું મોં ઉઘાડબંધ થવા લાગ્યું.

'આપણો પગાર પણ વટાવવાનો છે, યાદ છે ને ? કાલ સવારે જો સોની નોટો કેન્સલ થઈ ગઈ તો આપણું ઘર ચલાવવાના સાંસા પડશે.' શ્રીમતીજીએ અમારો સ્વાર્થ આગળ કર્યો.

'તમે પણ કેવી વાત કરો છો, ભાભી ! હું અહીં જીવતો જાગતો બેઠો છું અને તમારે ઘર ચલાવવાના સાંસા પડે ?'

'સાચી વાત છે.' મેં જેઠાલાલને ટેકો આપ્યો.

જેઠાલાલે ઝભ્ભાના ખિસ્સામાંથી નોટોનું બંડલ કાઢ્યું.

'મારે આ રીતે લાખ રૂપિયા વટાવવાના છે અને તમે તમારા પગારની ચિંતા કરો છો.' જેઠાલાલ ભારેખમ અવાજે બોલ્યા. શ્રીમતીજી પણ સાંભળીને શાંત પડી ગયાં. પાંચ હજારની થપ્પી જોઈને અમે ટાઢાં પડી ગયાં. હું સાચે જ જેઠાલાલને મદદરૂપ થવા માગતો હતો. મેં જવાબદારી સ્વીકારી પણ લીધી. પણ નોટો જોઈને હું નવેસરથી નરવસ થઈ ગયો. જોવા જાવ તો રકમ કંઈ એવી મોટી ના ગણાય. એટલી રકમમાં જેઠાલાલને એકાદ ચીજ પણ લાવીને સુપ્રત કરી શકાય. પરંતુ જેઠાલાલે સાંભળેલી અફવા જો સાચી ઠરે અને બીજે દિવસે સરકાર જો સો રૂપિયાની નોટ રદ કરવાનું એલાન કરે તો કોઈ એ નોટને બીજે દિવસે હાથ પણ ના અડાડે.

જેઠાલાલ અમને પાંચ હજાર રૂપિયા પકડાવી ચાલ્યા ગયા. સોની નોટો વટાવવા માટે એમને મારા જેવા વિશ્વાસુ મિત્રોની જરૂર હતી.

'કાલે ઊઠીને આ નોટો કોઈ લેશે નહીં તો શું કરશો ?' મારા પત્નીએ એમની ઝુંબેશ ચાલુ રાખી.

'તને એક વાર કહ્યું તો ખરું કે નોટો વટાવવાની રહી જાય તો જેઠાલાલને પાછી સોંપી દેવાની. આપણા ગાંઠના તો જોડવાના નથી પછી શા માટે તું માથાકૂટ કર્યા કરે છે ? મારે એક ફ્રેન્ડ તરીકે ટ્રાય તો કરવી જોઈએ કે નહીં ?' મેં ધૂંધવાઈને પત્નીને ધમકાવી.

'હા, કરજો ટ્રાય, મારા બાપાનું શું જાય છે ?'

'તેની મને શું ખબર પડે ! તારા બાપાએ તારા કરિયાવરમાં પિત્તળનાં વાસણ આપેલાં જે હજી સુધી ચાલે છે. એ વાસણો વેચવાનો વખત નહીં આવે તેની મને ખાતરી છે.'

'આપણી વાતમાં મારાં પિયરીઆંને વચમાં ના લાવો.'

'વચમાં તો તું લાવે છે. તું મૂંગી રહે.'

અમે બંને ગભરાઈને થોડો વખત એમ અંદર અંદર ઝઘડતાં રહ્યાં. ત્યાં જેઠાલાલના ચિરંજીવી ટિપેન્દ્ર ઉર્ફે ટપુએ અમારા ખુલ્લા બારણાંમાં દેખા દીધી.

'તમે બંને લડો છો તે આખા માળામાં સંભળાય છે.' એ બોલ્યો. અમે શરમાઈને શાંત પડી ગયાં.

'તું અત્યારે અહીં શું કરે છે ?' મેં પૂછ્યું.

તેણે કંઈ જવાબ ના આપ્યો. ચૂપચાપ અંદર આવીને જાસૂસની જેમ મારી સામેના સોફા પર ગોઠવાઈ ગયો. એણે પાતળી પટ્ટીના કોલરનું બે રંગી ખમીસ અને પાટલૂન પહેર્યાં હતાં. માથા પરથી વાળના ગુચ્છા જંગલી વનસ્પતિની જેમ ફૂટી નીકળીને ચહેરાની ચારે બાજુ છવાઈ ગયા હતા. કપાળ પર જામેલા વાળના વેલાઓ વચ્ચેથી એની શિયાળ જેવી ખંધી આંખો તગતગી રહી હતી.

'કાકા, તમે મારા બાપુજીને વાત ના કરવાનું વચન આપો તો હું તમને કહું.' એણે દરખાસ્ત મૂકી.

તને તો ખબર છે ! તારા બાપની વિરુદ્ધ હું કદી વચન આપું નહીં. અમે બંને એકબીજાને સગાભાઈ જેવા ગણીએ છીએ.'

'મારામાં એટલી તો અક્કલ છે.' એ બોલ્યો.

'તો પછી ?' મેં કુતૂહલથી પૂછ્યું.

'તમે એમને વાત ના કરો તેમાં તમને અને મને બંનેને લાભ છે.' એણે ખંધાઈથી કહ્યું.

'મને એવાં છાનગપતિયાં પસંદ નથી. હું કોઈ જાતનાં વચન ના આપું. તારે વાત કરવી હોય તો કર.'

મેં એનું શું ય મોટું અપમાન કરી નાખ્યું હોય તેમ ઝટકાથી એ ઊભો થઈ ગયો.

'મારે શું ? હું તો તમને મદદ કરવા આવ્યો હતો. જજો બજારમાં નોટો વેચવા.'

એ સાંભળીને હું અને શ્રીમતીજી બંને ચોંક્યાં. ફટાકડાની દિવેટ પેટાવી માણસ દૂર ભાગવા માંડે તેમ ટપુ બારણા તરફ ભાગ્યો.

'એ ટપુ... એ ટપુ... એ ટપુ...' શ્રીમતીજીએ બૂમો પાડવા માંડી.

'કાકી, મને બોલાવતાં નહીં. તમને મારા પર વિશ્વાસ નથી. દરેક વાતમાં તમે મારા બાપુજીનો જ પક્ષ લો છો. મને ઉતારી પાડો છો.'

'અરે, પણ પૂરી વાત તો કર.' શ્રીમતીજી અધીરાં થઈ ગયાં.

'હું શું કામ વાત કરું ? તમે લોકો મારા બાપુજીને સગા ભાઈ જેવા ગણો છો તો હું શું એમનો દુશ્મન છું ?'

'ના, ભઈ, ના, એવું તે હોતું હશે ? અમારા કરતાં તો તારો સંબંધ વધારે જ ગણાય.' શ્રીમતીજીએ એને મનાવવા પ્રયત્ન કર્યો.

'પણ તમને મારા પર વિશ્વાસ નથી. જાણે હું તમને છેતરીને પૈસા પડાવી લેવા આવ્યો હોઉં એવી રીતે વાત કરો છો. મારા બાપુજી બે દિવસથી સો રૂપિયાની નોટ વેચવા ચારે બાજુ ભટકે છે. મને બધી ખબર છે.'

અમે એની વાતથી ચકિત થઈ ગયાં.

'તું શું કહેવા આવ્યો છે એ વાત કરને.' મેં કૂણા પડીને કહ્યું.

'તમે વચન આપવા તૈયાર ના હો તો પછી હું શું કામ કંઈ કહું ? તમને પડી નથી તો મને શું પડી છે ?'

'ભઈસાબ, તમે છોકરાને વચન આપોને !' શ્રીમતીજી ટપુને પક્ષે ઢળ્યાં અને મને દબડાવવા લાગ્યાં.

'કશી વાત જાણ્યા-સમજ્યા વગર મારાથી વચન કેમ અપાય? મેં મારા પ્રિન્સિપલનું પૂંછડું પકડી તો રાખ્યું પણ અંદરખાને મારું પણ કુતૂહલ માતું નહોતું.

'તમારે શું કામ પંચાત કરવી જોઈએ? છોકરો એના બાપથી કોઈ વાત ખાનગી રાખવા માગતો હોય તેમાં તમને શો વાંધો છે?' શ્રીમતીજીની દલીલ સામે હું નરમ પડી ગયો.

'તારા બાપને નુકસાન થાય એવી કોઈ વાત તું કરવાનો હોય તો મારે નથી સાંભળવી.' મેં કહ્યું.

'મારા બાપુજીને ખોટ જાય તો મને પણ ખોટ જાય.'

'ખરી વાત છે.' શ્રીમતીજીએ ટેકો આપ્યો.

'ઠીક છે, ચાલ વાત કર. હું તારા બાપાને નહીં કહું.' મેં નમતું જોખ્યું.

એ પાછો આવીને મારી સામે બેઠો.

'પ્રોમિસ ?'

'હા, કહ્યું તો ખરું – પ્રોમિસ.'

'મારા બાપુજી તમને સો-સોની નોટો વેચવા આપી ગયા છે ને ?'

'હા.'

'સોની નોટ પંચાણુમાં આપવી છે? એની ઑફર સાંભળીને હું છક્કડ ખાઈ ગયો. મારી જીભ ગૂંચળું વળી ગઈ. શું જવાબ આપવો તે મને સૂઝ્યું નહીં.

'જુવો, કાકા, બજારમાં નેવુંનો ભાવ ચાલે છે. આ તો મારા બાપુજી માટે પાંચ વધારે. તમારે વચમાં તમારા પાંચ રાખવા હોય તો મને વાંધો નથી. નેવુંથી વધારે કોઈ નહીં આપે.'

ટેણીઆ ટપુને પાકટ વેપારીની જેમ વાત કરતો જોઈને મને સમજ ના પડી મારે શું કરવું. આખું ને આખું લીંબુ ગળામાં

સડસડાટ ઊતરી જાય તેટલું મારું જડબું ખૂલી ગયું. બાપના લાખ રૂપિયા પંચાણું હજારમાં ખરીદવા એનો દીકરો બહાર પડ્યો હોય તેવો બનાવ હું જિંદગીમાં પહેલી વાર જોઈ રહ્યો હતો.

'જો, દીકરા, તારા બાપને સોની નોટના સો મળે તેવો મારે પ્રયત્ન કરવો જોઈએ.'

'તો કરજો પ્રયત્ન. કોઈ એક સાથે તમારી નોટને હાથ નહીં લગાડે. છૂટી છૂટી નોટ વટાવવા ગામ આખામાં તમારે ભટકવું પડશે. તેમાં જો કાયદો લાગુ થઈ જશે તો સોની નોટ પચાસમાં વેચવાનો વખત આવશે.' ઊભા થતાં એ બોલ્યો.

'આ સોદો સીધેસીધો તારા બાપુજી સાથે તું પતાવી લે ને ! મારા જેવાને એટલી ખટપટ ઓછી.'

'મારા બાપુજીનો સ્વભાવ તો તમને ખબર છે ને ! વાંકા રહીને સોની નોટ સાઈઠમાં વેચે, પણ હું જો સામેથી એમને કહું તો મારી પાસે એ સોની નોટના સવા સો માંગવા માંડે.'

ટપુની વાત તો સાચી જ હતી.

'કહું છું, ટપુની વાત ખોટી નથી. એ કહે છે તો–' શ્રીમતીજી બોલ્યા.

'એ તો ગમે તે કહે પણ જેઠાલાલ મારા પર વિશ્વાસ રાખીને મને કામ સોંપી ગયા હોય તો મારે એ માટે થોડો પ્રયત્ન કરવો જોઈએને ! વળી એમાંથી થોડી નોટો તો આપણે આપણા ખાતામાં જમા કરાવી શકીશું, વાંધો નહીં આવે.'

'તમારી વાત તમે જાણો, કાકા, પણ એક વાત સમજી લેજો. બે દિવસ પછી આ ભાવ નહીં આવે.' ટપુએ ઊભા થઈને ચાલવા માંડ્યું. મને વિચાર કરતાં લાગ્યું, પાંચ હજાર કોઈ એવી મોટી રકમ નહોતી જે હું ખપાવી ના શકું. હું મક્કમ રહ્યો.

'મારા બાપુજીને વાત ના કરતા.' જતાં જતાં એ બોલ્યો.

'એ પ્રોમિસ તો મેં તને આપી જ દીધું છે પણ એ તો મને કહે, લાખ રૂપિયા ખરીદવાના પંચાણુ હજાર તારી પાસે આવ્યા ક્યાંથી ?' મેં પૂછ્યું.

ઘડીભર એ અચકાયો, પછી કહે, 'મારા મામા સુંદરલાલ મને ફાઇનાન્સ કરે છે.'

એ વિશે હું કંઈ કહું તે પહેલાં તો એ સરકી ગયો. એની સાથે વાત કરીને મારી બુદ્ધિ બહેર મારી ગઈ. મેં એને વચન આપેલું એટલે જેઠાલાલને સીધી રીતે તો મારાથી એ વાત કરી શકાય તેમ હતું જ નહીં. બીજી કઈ રીતે એમને મારે વાત કરવી ? મને સોંપેલા પાંચ હજાર તો કદાચ જેમ તેમ કરીને હું વટાવી શકું પણ બાકીના એમના પંચાણુ હજાર એ કઈ રીતે વટાવવાના હતા એની મને ખબર નહોતી. એ વધારે ખોટ ખાઈને વેચે તે પહેલાં મારે એમને આડકતરી રીતે જણાવવું જોઈએ. તાત્કાલિક એમની પાસે પહોંચી જાઉં તો તો એ જરૂર વહેમાય. બીજે દિવસે એમની દુકાને જઈને એમને મળવું એવું મેં મનથી નક્કી કર્યું.

માણસ ધારે છે કંઈ અને ઈશ્વર કરે છે કંઈ. પગારમાં મળેલી સોની નોટો અને જેઠાલાલે આપેલી થોકડી કેવી રીતે વટાવવી તેની ચર્ચા કરતાં કરતાં અમે બંને સૂવાની તૈયારી કરતાં હતાં ત્યાં બારણે ટકોરા પડ્યા. મને ફાળ પડી. સ્નાનના સમાચાર લઈને કોઈ આવ્યું ના હોય તો સારું એવી આશંકા સાથે મેં બારણું ખોલ્યું તો બારણામાં જેઠાલાલ.

'મ્હેતાસાહેબ, સૉરી, તમને ડિસ્ટર્બ કર્યા. છૂટકો નહોતો. આપણે સોદો પતાવી નાખ્યો એટલે પેલા પાંચ હજાર પાછા લેવા આવ્યો.'

'સારું થયું. કેટલામાં પતાવ્યો ?'

'એક જણ લાખના પંચ્યાશી હજાર આપવા તૈયાર થયો છે.

આમ તો, સાલો, ખોટનો સોદો છે પણ લોભ કરવા જઈએ તો કદાચ હાથમાંથી લાખે લાખ જાય તેના કરતાં અત્યારે જ સોદો પતાવી દઉં તો એટલા ઉજાગરા ઓછા.

ટપુને આપેલા વચનમાં હું જ ફસાયો. ભારે ધર્મસંકટ ઊભું થયું.

'ચોવીસ કલાક રોકાવાય તેમ નથી ?' મેં પૂછ્યું.

'મ્હેતાસાહેબ, તમને સમજ ના પડે. ચોવીસ કલાકમાં લાખ રૂપિયાની ઊઠી જાય.'

'વાત સાચી પણ તમે જો ખમી જાવ તો–'

'મ્હેતાસાહેબ, આવી બાબતમાં ટાઇમ બગાડાય જ નહીં. આમાં તો અત્યારે જે ઊપજ્યું તે સાચું. કલાક પછી જઈએ તો પંચ્યાશીના એંશી થઈ જાય.

'હું એટલા માટે કહું છું મારી પાસે એક સધ્ધર પાર્ટી છે.'

'ભલા માણસ, કલાક પહેલાં પાંચ હજાર આપવા આવ્યો તો તમે રાડારાડ કરતા હતા અને હવે લાખ રૂપિયા ખરીદવાવાળી પાર્ટી ક્યાંથી ફૂટી નીકળી ?'

'તમારા ગયા પછી મને એ માણસ યાદ આવ્યો.'

'કોણ છે ?

'તમને નથી ઓળખતા.'

'આપણે એને ઓળખવો ય નથી. તમારી પાર્ટી હજાર વધારે આપતી હોય તો પાંચસો તમારા. પણ આપણે રાહ નથી જોવી. અત્યારે ફેંસલો કરી નાખો.

'તો પછી એક કામ કરો. તમે મારે ત્યાં બેસો. હું એ માણસને મળી આવું.' મેં કહ્યું.

'કેટલી વાર લાગશે ?'

'હમણાં આવ્યો સમજો.'

'તો પછી આપણે પૈસા લઈને પહોંચી જઈએ. સોદો જામે તો ત્યાં ને ત્યાં પતાવી નાખીએ. તમારે ધક્કો ઓછો.'

'ના, એ તો મારી આંખની શરમે હા પાડે કદાચ. બાકી મારી સાથે અજાણ્યાને જોશે તો વાત પણ નહીં કરે.'

'ભલે, તો ઝટ જાવ. જલદી પાછા આવજો. ટૅક્સીના પૈસા હું આપીશ.'

'પહેલાં મને જવા દો.'

કપડાં બદલીને હું જેઠાલાલને ત્યાં પહોંચ્યો. જેઠાલાલના પિતાશ્રી પલંગમાં પોઢી ગયા હતા. ટપુ એમના પગ દબાવતો પલંગની ઈસ પર બેઠો હતો. મેં એને ઇશારો કરીને બહાર ચાલીમાં બોલાવ્યો.

'પેલા સોદાની વાત—'

'બાપુજી ઘરમાં નથી.' એ બોલ્યો.

'ખબર છે મને. હું તને પૂછવા આવ્યો.'

'શું '

'તેં પંચાણુની વાત કરેલીને !'

'હા.'

'તારા મામાએ તને એટલા રૂપિયા આપી રાખ્યા છે ?'

'ના એ તો મામા પાસે લેવા જવું પડે.'

'અત્યારે મામા મળશે ?'

'મામા મળે કે ના મળે. પૈસા મળી જશે, કેમ ?'

'તારા બાપુજી અત્યારે કોઈની સાથે પંચ્યાશીમાં નક્કી કરીને આવ્યા છે. અબ ઘડી પતાવવા માગે છે. મેં એમને મારે ત્યાં રોકી રાખ્યા છે. એ સવાર સુધી રાહ જોવાના મૂડમાં નથી.'

'આપણે મારા મામાને ફોન કરીએ. એ મળી જશે તો કોઈની સાથે પૈસા મોકલાવી આપશે. આપણે ધક્કો ખાવો નહીં પડે.'

'તો ચાલ.'

અમે ગંજી-ચડ્ડી પર ખમીસ ચડાવી લીધું, અમે નીચે ઊતર્યા. ગલીના નાકે એક રેસ્ટોરાંમાંથી ફોન જોડ્યો. ટપુએ સુંદરમામા સાથે વાત કરી. ટપુ ફોન પર મામા સાથે ઝઘડ્યો અને છેવટે એણે ફોન પછાડ્યો.

'મામા નાલાયક છે.'

'શું થયું ?'

'મારા બાપુજી બેવકૂફ છે.'

'કેમ ?'

'હમણાં પા કલાક પહેલાં બાપુજીએ સુંદરમામાને ફોન કર્યો. સુંદરમામાએ પંચ્યાશી ઓફર કર્યા. બાપુજીએ હા પાડી દીધી. હવે મામા કહે છે, તારો બાપ પંચ્યાશી લેવા તૈયાર છે તો હું શું કામ પંચાણું આપું ?'

અમે નિરાશ વદને પાછા ફર્યા, હું મારે ત્યાં પહોંચ્યો. જેઠાલાલ ઉત્સુકતાથી ઊભા થઈ ગયા.

'મારી પાર્ટી પણ પંચ્યાશી જ આપવા તૈયાર છે, જેઠાલાલ.'

'તમારો માણસ નજીકમાં રહેતો હોય તો આપણે—'

'ના, ભાઈ, એ પરામાં રહે છે. મેં ફોન પર વાત કરી.' જેઠાલાલ આડાઅવળા સવાલ કરે તે પહેલાં મેં શ્રીમતીજીને કહ્યું, 'જેઠાભાઈને પાંચ હજાર આપી દે, એમને દૂર જવાનું છે.'

'તમને ક્યાંથી ખબર ?'

હું ઘડીભર મૂંઝાઈ ગયો.

'કેમ તમે મને કહ્યુંને મારો માણસ નજીક રહેતો હોય તો સોદો પતાવીએ તે પરથી લાગ્યું કે તમારી પાર્ટી દૂર રહેતી હશે. હવે પંચ્યાશીના એંશી થાય તે પહેલાં તમે ઊપડો.'

'હા રે હા, એક એક મિનિટ કીમતી છે.'

પોતાની સાથે આણેલી મોટી બ્રિફકેસમાં નોટોની થપ્પી મૂકી એ ભાગ્યા.

'પેલો ટપુ પંચાણુની વાત કરી ગયેલો તેનું શું થયું ?' શ્રીમતીજીએ કુતૂહલ ઉછાળ્યું.

'મામાએ ભાણાને મામો બનાવ્યો. આપણે આપણો પગાર આવતી કાલે વટાવી નાખજો નહીં તો ક્યાંક આપણે વટાઈ જઈશું. અત્યારે ઈશ્વરનું નામ લઈને સૂઈ જાવ.'

❑

ચલા ટિપેન્દ્ર ડિટેક્ટિવ બનને

'ઇન્ટરનેશનલ ડિટેક્ટિવ એજન્સી.'

થોડા દિવસ પહેલાંની વાત છે. હું સાંજે અમારા માળાના ગેટમાં પ્રવેશી રહ્યો હતો ત્યાં ગેટની બહારની દીવાલ પર જમણી બાજુએ મેં નવુંનકોર પાટિયું જડાયેલું જોયું.

'ઇન્ટરનેશનલ ડિટેક્ટિવ એજન્સી' એ અક્ષરો મોટા હતા. તેની નીચેના નાના અક્ષરોમાં સરનામું લખેલું હતું. સરનામું મારા મજલા પર રહેતા મારા મિત્ર જેઠાલાલનું હતું. વાંચીને મને આશ્ચર્ય થયું. જેઠાલાલની રેડિમેડ કપડાંની દુકાન છે અને એકંદરે ધંધો સારો ચાલે છે. એકાએક એમને શેરલોક હોમ્સ, પેરી મેસન, પોઈરો બનવાના ધખારા જાગવાની કોઈ શક્યતા નહોતી. મેં પાટિયા પર ફરીથી નજર દોડાવી.

'એમાં વાંચવા જેવું કંઈ નથી, કાકા, આ તો બધાં ટપુનાં તોફાન છે.'

મારી પાછળથી અમારા માળાના શિક્ષકની વચલીના નામે ઓળખાતી વચલી દીકરીનો અવાજ આવ્યો. એ હસતી હસતી ઊભી હતી.

'આજે તો જે કોઈ માળામાં દાખલ થાય છે તે આ પાટિયું જોઈને અટકી જાય છે.'

વચલીની વાત સાંભળીને મને લાગ્યું, હું અવલોકનમાં કાચો હતો. હું ડિટેક્ટિવ થવા માટે તો તદ્દન કાચો હતો. બાકી પાટિયા

પર જે રીતે અક્ષરો ચીતરવામાં આવ્યા હતા તે જોતાં કોઈ પણ સમજી જાય કે આ કોઈ શિખાઉએ ચીતરીને લખેલું પાટિયું છે.

'ટપુ વળી એકાએક ઇન્ટરનેશનલ ડિટેક્ટિવ થઈ ગયો ?' મેં પૂછ્યું.

'અરે, કાકા, આપણી લોકેલિટીમાં તો બધા એને ઓળખે છે એટલે એને આપણી લોકેલિટીમાં તો કેસ મળે જ નહિ ને. એને એમ છે કે ઇન્ટરનેશનલ લેબલ લગાડીશ તો ફોરેનનો કોઈ કેસ મળી જશે.'

સાંભળીને મને પણ હસવું આવ્યું. જેઠાલાલનો સુપુત્ર ટપુ દરેક વૅકેશનમાં નવરો પડે છે ત્યારે આવાં કંઈ ને કંઈ ધતિંગ કરતો જ હોય છે તેમ છતાં ય મને આશ્ચર્ય તો થયું જ. ગુનો કોને કહેવાય તેનું પણ જેને ભાન નથી તે એકાએક આંતરરાષ્ટ્રીય ગુનાશોધક બનવા નીકળી પડે તે કેટલું હાસ્યાસ્પદ કહેવાય !

બીજું આશ્ચર્ય એ હતું કે કાયમ ખોખલાં ફ્રોક પહેરતી વચલીએ જીન્સ ચઢાવ્યું હતું. એના હાથમાં પ્લાસ્ટિકની થેલી હતી. માથાના વાળ તાણી બાંધીને એણે પોની ટેઈલ કાઢી હતી. કપાળમાં ચાંલ્લો નહિ અને સોપારીની સાઇઝના નાકના ટેરવા પર ચૂની પણ નહોતી. જુનવાણી વિચારના શિક્ષક હિમ્મતલાલે પુત્રીને જીન્સ પહેરવા દીધું એ જોયા પછી મને થયું, આવતીકાલે મારી પત્ની પણ આવા કોઈ ડ્રેસ પહેરીને શાક લેવા નીકળી પડે તો કંઈ કહેવાય નહિ.

હું અને વચલી ગેટમાં સાથે પ્રવેશ્યાં.

'આજે તો તારો પણ વટ પડે છે.'

'કરાંટેના ક્લાસમાં હું જઈ આવી. કાકા ત્યાં બધી છોકરીઓ જીન્સ પહેરીને આવે છે. મેં પણ બાપુજીને સમજાવ્યા.'

'સારું કર્યું. ટપુએ એજન્સી ચાલુ કરી તેમ તું હવે માળામાં કરાટેના ક્લાસીસ ચાલુ કર, દીકરી.' મેં એને તુક્કો સૂઝાડ્યો.

'જવા દો ને, કાકા, તમને તો ખબર છે ને ! આ માળામાં કંઈ પણ કરવા જઈએ તો છોકરાઓ પથરા ફેંકે એવા છે.'

'પણ તારે તો ટપુ જોડે સંધિ થઈ ગઈ હતી.'

'પણ પાછું એને મારી સાથે વાંકું પડ્યું.'

'કઈ બાબતમાં ?'

'એણે મને કહ્યું, ડિટેક્ટિવ એજન્સીમાં મદદનીશ તરીકે જોડાઈ જા. તો મેં કહ્યું, મને એવું બધું ના આવડે.'

'અરે વાહ ! એની પાસે એટલું બધું કામ આવી ગયું તે એને મદદનીશની જરૂર પડી !'

'જવા દો ને, કાકા એનાં પોતાનાં ઠેકાણાં નથી પણ ખાલી ફોગટ વટ પાડવા પાછો મને એની એસિસ્ટંટ બનાવવા માગતો હતો. કામકાજ કશું છે નહિ, પાછો મને કહે રોજ સવારે દસથી સાંજના પાંચ સુધી એના ઘરમાં બેસવાનું. તો મેં પૂછ્યું, પગાર શું આપીશ ? તો કહે, પગાર કંઈ નહિ, કેસમાંથી જે કમાણી થાય તેમાં ૧૦ ટકા કમિશન, બોલો, કાકા, એમ કેમ ચાલે ! એને કેસ ના મળે તો મારે તો રોજ ૧૦ થી ૪ માખો મારતાં બેસી રહેવાનું અને મને મળે કંઈ નહિ.'

'એ ના ચાલે.' મેં કહ્યું.

બીજા મજલે વચલીનું નિવાસસ્થાન આવી ગયું. અમે છૂટાં પડ્યાં અને હું ત્રીજા મજલે મારે ત્યાં જતાં જતાં અટક્યો. કુતૂહલવશાત્ જેઠાલાલના બ્લોક તરફ વળ્યો. મુંબઈના ધનાઢ્ય વિસ્તારમાં તમે જાવ તો ચોવીસે કલાક એમના ફ્લૅટનાં બારણાં તમને બંધ જોવા મળશે જ્યારે અમારી માળા-સિસ્ટમમાં મોટાભાગે બધાનાં ઘરનાં બારણાં ખુલ્લાં જ હોય છે. કેટલાક વસ્તારી કુટુંબવાળાઓ તો રાત્રે પણ બારણાં ખુલ્લાં રાખીને સૂઈ જતાં હોય છે.

જેઠાલાલના બારણાની બહાર પણ 'ઇન્ટરનેશનલ ડિટેક્ટિવ એજન્સી'નું પાટિયું વાંચી મને નવેસરથી હસવું આવ્યું. મેં ખુલ્લા બારણામાં ડોકિયું કર્યું.

રુમનો તાસીરો પણ બદલાઈ ગયો હતો. જૂના ટેબલ પર નવું ટેબલ ક્લોથ પાથરીને તે બારણા નજીક મૂકવામાં આવ્યું હતું. જૂના સોફાને નવા ગાલીચા પાથરવામાં આવ્યા હતા. જેઠાલાલના વૃદ્ધ પિતા ચંપકલાલ પણ નવો રેશમી ઝભ્ભો પહેરીને સોફામાં બેઠા બેઠા મેગ્નીફાઇંગ ગ્લાસની મદદથી કંઈ ચોપનિયું વાંચી રહ્યા હતા. સામાન્ય રીતે ફિંગર પ્રિન્ટ ઉકેલવા કે કંઈ અતિ-સૂક્ષ્મ ચીજનું બારીકાઈથી નિરીક્ષણ કરવા ધંધાદારી ગુનાશોધકો આવા કાચ વાપરતા હોય છે. ચંપકલાલની આંખે મોતિયો છે તેથી એ સામાન્ય વાંચન માટે પણ આ કાચનો ઉપયોગ કરતા હોય છે. પાટિયું વાંચીને કોઈ અજાણ્યો ગ્રાહક આવી ચઢે તો એમ જ સમજે કે વૃદ્ધ ડિટેક્ટિવ કોઈ ગુના સાથે સંકળાયેલા પુરાવાનું બારીકાઈથી નિરીક્ષણ કરી રહ્યા છે.

'અંદર આવું કે, કાકા ?' મેં પૂછ્યું.

'આય, ભઈલા, આય, ભલી તને આજે કાકાની ખબર કાઢવાની ફુરસદ મળી !' મારો અવાજ ઓળખી ચંપકલાલે મને એમની લાક્ષણિક ઢબે આવકાર્યો.

'હમણાં જ નોકરી પરથી આવ્યો, કાકા. તાપમાં શરીર એવું તો લોથપોથ થઈ જાય છે ને, ઘર ભેગા થઈ ગયા પછી બહાર નીકળવાનું મન જ નથી થતું પણ આજે આ પાટિયું વાંચ્યું તો થયું લાવો, જોતો જાઉં.'

'હા, ભઈ, આ તારા ભત્રીજા ટપુએ નવો ધંધો ચાલુ કર્યો છે. પરીક્ષામાં એણે ઉલાળિયું કર્યું ત્યારથી જેઠો રોજ કચકચ કરતો હતો. જેઠો કહે કે દુકાને બેશી જાવ – ધંધો હંભાળી લો. રખડપટ્ટી બંધ કરો. છેવટે કંટાળીને ટપુ એના મામા સુંદરને ઘેર અંધેરી જતો

રહેલો. તો સુંદરે વળી ટપુને આ ધંધે ચઢાવ્યો. ત્યાંથી પાટિયાં ચિતરાઈને લઈ આયો, જેઠાને પૂછ્યા-ગાછ્યા વગર એણે પાટિયાં લટકાઈ દીધાં. અને મને કહે, દાદાજી, તમે મારી ઑફિસ હંભાળો અને હું બહારનું કામ હંભાળીશ. હવારથી હું તો બેઠો છું.'

'શરૂઆતમાં તો બધા ધંધામાં એમ જ હોય, કાકા, એ તો ધીરે ધીરે જ બધું જામે, પણ ધંધો ખોટો નથી.'

'વાત તો તારી હાચી છે, ભઈલા. અસલ અમારા વખતમાં એક 'બહુરૂપી' નામનું ચોપાનિયું નીકળતું એ અમે પેટલાદમાં વાંચતા. એમાં ચિત્રગુપ્ત અને મનહર એવા બે ડિટેક્ટિવનાં પરાક્રમો વાંચીને અમને પણ થઈ જતું કે અમે મોટા મોટા ચોર-ડાકુ-ખૂનીઓને પકડીએ પણ ત્યારે પેટલાદ હાળું ખોબા જેવડું ગામ હતું. મોટેથી તાળી પાડો તો યે આખું ગામ હાંભળે એવું હતું. એમાં ડિટેક્ટિવ થઈને ફરીએ તેમાં દા'ડો ના વળે.'

'એ રીતે મુંબઈ સારું, કાકા, આવડત હોય તો ઘરાકોની લાઇન લાગે.' મેં કહ્યું.

'અલ્યા, ભઈ, પણ આ ધંધામાં કામ તો તમારે ચોર-ડાકુઓ હાથે પાડવું પડે ને ! અંગૂઠા જેવડો ટપુ, એનું ગજું કેટલું ! આજકાલના મવાલીઓ તો, હાળા ખીસામાં તમંચો રાખતા થઈ ગયા છે. તેમની હાથે બાખડતા પહેલાં હત્તર વાર વિચાર કરવો પડે.' ચંપકલાલે બીડી સળગાવતાં પૌત્ર વિષે ચિંતા વ્યક્ત કરી.

'જેઠાલાલ આ બાબતમાં શું કહે છે ?'

'એને હજી ક્યાં કશી ખબર છે ? એ દુકાને ગયો પછી ટપુએ પાટિયાં લટકાયાં છે. જેઠો રાતે ઘેર આવશે પછી એના ધોતિયામાં વંદો ભરાયો હોય તેમ કૂદાકૂદ કરી મેલશે. બાપ-દીકરાને બારમો ચંદ્રમા છે. બેમાંથી એકેયને શિખામણ આલવા જેવું નથી. વાતે વાતે બે જણા એકબીજાને શીગડાં મારે છે. આ તો પાડે પાડા લડે તેમાં મારા જેવા ઝાડનો ખો નીકળી જાય.'

'ચાલો તો, કાકા હું જાઉં ?'

'આયો છે તો પછી ચા પીને જા. દયા રસોડામાં જ છે. આપણે ચા મુકાઈએ.'

'હું હજી ઘેર ગયો નથી એટલે—'

'હા, ભઈ, હા, ઘેર પહોંચી જા. નકામી બાયડીને ફાળ પડે કે ધણી હજી ઘેર કેમ ના આયો ? એનો ય વાંક નથી, ભઈલા, આ શહેરમાં બધા ઉચ્ચક જીવે જીવે છે. આવજે, ભઈલા.'

'આવજો, કાકા.'

'અને હાંભળ.'

હું બહાર જતાં જતાં બારણામાં ઊભો રહી ગયો.

'બોલો, કાકા.'

'તારી ઓળખાણ-પિછાણમાં બધાને ટપુના ધંધાની વાત કરી રાખજે. હમજો કે કોકનું પાકીટ ચોરાઈ ગયું, કોઈનું બૈરું ભાગી ગયું, કોઈને ત્યાં ધાડ પડી, કંઈ પણ થયું હોય તો એની તપાસ કરવાનું ટપુને હોંપે. એને બોણી થાય એવું કંઈ કરજે.'

'ભલે કાકા.'

બિચારા ચંપકલાલ ! પૌત્ર પ્રત્યેની લાગણીથી દોરવાઈને ભલામણ તો કરે પણ ટેણીઆ ટપુને કયો ગ્રાહક પોતાનો કેસ સોંપવા તૈયાર થાય ! તેમાં ય હજુ તો જેઠાલાલને પોતાનો પુત્ર ધંધાદારી ગુનાશોધક બની ગયો છે તેની ખબર નહોતી. એ ઘેર આવશે પછી કોણ જાણે કેવી રામાયણ થશે તે તો ભગવાન જાણે. ભલું હશે તો પાટિયાં ઉખેડીને ફેંકી દેશે.

એવા એવા વિચારો કરતો હું ઘર ભેગો થઈ ગયો. મારી પત્નીને મેં વાત કરી પરંતુ એને કંઈ આશ્ચર્ય ના થયું !

'મને ખબર છે. વચલીએ વાત કરી. સારું થયું ને ? ડાકુ થવાનાં લક્ષણ હતાં તેમાંથી ડિટેક્ટિવ થયો એટલે મા-બાપને એટલી શાંતિ. કેમે કર્યો છોકરો ઠેકાણે પડે તો આખા માળાને નિરાંત.'

હું જવાબ આપવા જતો હતો કે જેઠાલાલ દીકરાને ઠેકાણે પડવા દે તો ને ! પણ પછી થયું, ટપુ બાબતમાં આગાહીઓ કરીને ચર્ચામાં સાંજ વેડફી નાખવાનો અર્થ નહોતો. જે કંઈ થશે તેની અમને ખબર પડ્યા વગર તો રહેવાની જ નથી.

રાત્રે જમી પરવારીને હું સવારનું અધૂરું રહી ગયેલું છાપું વિગતવાર વાંચવા બેઠો. ટચૂકડી જાહેરખબરોમાં 'ચાવીનો ઝૂડો ખોવાયો છે. ખોળી આપનારને યોગ્ય ઇનામ આપવામાં આવશે.' એ વાંચતાં જ મને ટપુ યાદ આવી ગયો. ખૂનીઓ-ધાડપાડુઓને પકડવાનું એનું ગજું નથી. પણ ખોવાઈ ગયેલા ચાવીના ઝૂડા ખોળી કાઢવાની એ શક્તિ ધરાવે છે એવો હું વિચાર કરતો હતો ત્યાં જ મારા પાડોશી મિત્ર ગંજી-ધોતિયાધારી જેઠાલાલે દેખા દીધી. ડિટેક્ટિવની જેમ મેં એમના બરછટ ચહેરાનું નિરીક્ષણ કર્યું. પુત્ર જોડે ઝઘડીને આવ્યા હોય તેવા એક પણ ભાવ મને જણાયા નહિ. તેમને પગલે પગલે એમનો પુત્ર પ્રવેશ્યો ત્યારે એને જોઈને આશ્ચર્યથી મારું જડબું એવું તો ઝટકાથી પહોળું થઈ ગયું, મને થયું કે જડબું બંધ કરાવવા માટે મારે રાતોરાત દાક્તર પાસે દોડવું પડશે નહિ તો આખી રાત જડબું પહોળું રહેશે. જે રીતે અમારા બખોલ જેવા બેડરૂમમાં વાંદા અને ઉંદરો ઘૂસી આવે છે તે જોતાં જડબું આખી રાત ટમલરની પેઠે ખુલ્લું રહે તેમાં જોખમ હતું. વહેલી પરોઢે એકાદ ચકલી ગોખલો સમજીને મારા મોંમાં માળો બાંધવા માંડે કે એકાદ બે ઈંડાં મૂકી દે તો કંઈ કહેવાય નહિ.

ટપુએ એવો તો વેશ સજ્યો હતો કે એને જોઈને શ્રીમતીજી પણ આઘાતથી અવાક થઈ ગયાં. એ રોજિંદો હિસાબ લખવા રોજનીશી અને બોલપેન લઈને બેઠાં હતાં. એ બંને ચીજો એમના હાથમાંથી પડી ગઈ. એ પોતે પણ પડવાની તૈયારીમાં જણાયાં તે જોઈને આઘાતથી મારું જડબું ઓટોમેટિક ઉઘાડબંધ થવા લાગ્યું.

અમારા બંનેના પ્રતિભાવ જોઈને જેઠાલાલ હસ્યા ત્યારે મને

એટલી તો માનસિક રાહત થઈ કે જેઠાલાલ પુત્રના સાહસમાં સહમત થયા હતા.

ટપુએ માથા પર ક્રિકેટરો પહેરે છે એવી સફેદ ટોપી ચઢાવી હતી. નંબર વગરનાં પહોળી ફ્રેમનાં ચશ્માં ચઢાવ્યાં હતાં. અડધી બાંયના નારંગી રંગના ખમીસ પર વાદળી રંગની ટાઈ ચઢાવી હતી. વેલ્વેટી જીન્સ પહેર્યું હતું અને ઊંચાઈ વધારવા તેણે ઊંચી હિલના નવાંનકોર ચમકદાર જૂતાં પહેર્યાં હતાં. ચાંદીના ડટ્ટા ને ખોલવાળી એક સોટી હાથમાં એ ગોળ ગોળ હલાવી રહ્યો હતો. ખીસામાં નાનકડી બૅટરી રાખી હતી.

અમને આંજી નાખવા એણે પીઢ વયના માણસની જેમ રુમમાં આંટા મારવા માંડ્યા, અને આંખને ખૂણેથી એ અમારા ચહેરાના ભાવ જોવા માંડ્યાં ! જૂતાં વજનદાર હતાં તેથી આપોઆપ એની ચાલ પીઢ વયના પુરુષ જેવી જ થઈ ગઈ હતી.

પિતા-પુત્રના આ પ્રદર્શનથી મારે હસવું કે પછી હોઠ દબાવી રાખી ગંભીરતાથી તાલ જોયા કરવો એ હું નક્કી ના કરી શક્યો.

'બહુ થયું, બહુ થયું, હવે, સ્ટાઇલો પછી મારજે, બારકસ. પહેલાં વાંકો વળીને કાકા-કાકીને પગે લાગ. અટકચાળા, ધંધો શરૂ કરતાં પહેલાં માણસે મહૂરત કઢાવવું જોઈએ. પૂજા કરાવવી જોઈએ. નાળિયેર ફોડીને પાટિયા પર કોઈ બ્રાહ્મણ કે વડીલને હાથે ફૂલનો હાર ચઢાવવો જોઈએ તેને બદલે પૂછ્યા-ગાછ્યા વગર ઠોકી દીધું પાટિયું ! મ્હેતાસાહેબ, ભાભી, આ વાંદરાને આશીર્વાદ આપો.'

કેમ જાણે કાયમ પિતાનો પડ્યો બોલ ઝીલતો હોય તેવી આજ્ઞાંકિતતાથી હાથ જોડીને એ અમને પગે લાગ્યો. મારા ગળામાં અચરજ ટેબલ ટેનિસના બોલની જેમ અટવાઈ ગયું હતું. એના માથા પર હાથ મૂક્યા પણ આશીર્વાદના શબ્દો નીકળ્યા જ નહિ. શ્રીમતીજી સફાળાં રસોડામાં જઈ તાસકમાં ગોળનો મોટો ગઠ્ઠો લઈ આવ્યાં. ટપુ ઉત્સાહભેર આખો ગઠ્ઠો ઉપાડીને કરડવા માંડ્યો.

આસ્તે આસ્તે અમારા મજલાના છોકરાઓ ટપુનું નવું તૂત જોવા એકઠા થઈ ગયા. ટપુને ગોળનો ગઠ્ઠો કરડતો જોઈ છોકરાઓને મજા આવી. બહાર હસાહસ ચાલુ થઈ ગઈ. ડિટેક્ટિવ ટપુને એ પસંદ ના પડ્યું. એણે ઉંબરામાં જોરજોરથી સોટી પછાડી તેની સાથે જ છોકરાઓ ડરીને ભાગી ગયા.

'જેઠાલાલ, ટપુએ આ નવો ધંધો ચાલુ કર્યો તે આપણને તો ગમ્યું. તમારા બાપુજીને એમ હતું કે તમે ઘેર આવીને તોફાન કરશો.' મેં અંદરની વાત જાણવાના ઇરાદાથી ચંપકલાલનો ઉલ્લેખ કર્યો.

'મ્હેતાસાહેબ, ડોસાની વાત સાવ સાચી છે પણ ટપુની વાત સાંભળીને હું માની ગયો. તમે તો આપણા માણસ છો એટલે તમને સાચી વાત કહેવામાં વાંધો નહિ. મારા સાળા સુંદરે ટપુને કહ્યું, આ શહેરના બધા ડામીસોને અને પોલીસોને હું ઓળખું છું. તું આ ધંધો ચાલુ કર, હું તને મદદ કરીશ.'

'મામા તો કમિશન બેસીસ પર કામ કરશે.' ટપુએ કહ્યું.

'એટલે ?'

'મ્હેતાસાહેબ, સુંદરલાલ બેકગ્રાઉન્ડમાં રહીને ટપુને મદદ કરશે. તેમાં જે કંઈ ટપુને મળે તેમાં એમનું કમિશન રાખવાનું.'

'તો ધંધો ખોટો નથી.' ખુદ જેઠાલાલ પુત્રને પ્રોત્સાહન આપી રહ્યા હતા પછી મારે વિરોધી સૂર કાઢીને શું કામ હતું !

'મ્હેતાસાહેબ, આમ કરતાં આ જાનવર કંઈ કામે લાગે એટલે શાંતિ.'

'બાપુજી, તમે મને જાનવર-જાનવર ના કહ્યા કરો.' ટપુ ખિજાયો.

'ટપુની વાત સાચી છે, જેઠાલાલ. તમે એને વાતવાતમાં ઉતારી પાડો છો એ મને પણ ગમતું નથી.' મેં કહ્યું.

'હા ભઈ, હા, હજી તો ધંધો ચાલુ કરે ચોવીસ કલાક થયા નથી એટલામાં તો મારા બેટાને કેટલો રુવાબ આવી ગયો છે. ચાલો,

મ્હેતાસાહેબ, તો હવે અમે જઈએ. હજી બે-ચાર જણને ત્યાં જવું છે.'

કહીને જેઠાલાલ ઊભા થયા.

'બાય, બાય, અંકલ, બાય, બાય, આન્ટી.' ટપુએ અમારી તરફ સ્ટાઇલથી એની સોટી ગોળ ગોળ ફેરવી. અમે પણ એને બાય-બાય કર્યું. બંને જણાએ વિદાય લીધી.

'કહું છું. આ ધંધામાં જાનનું જોખમ ખરું કે નહિ ?' એ બંનેના ગયા પછી શ્રીમતીજીએ ચિંતા વ્યક્ત કરી.

'ખરુંસ્તો, પણ આપણા કરતાં આ વેપારી માણસોમાં બુદ્ધિ વધારે હોય. એ લોકો બધી બાજુનો વિચાર કરતા હોય. આમાં આપણી સલાહ કામ ના લાગે. જો, જેઠાલાલને આમાં બે પૈસાની મૂડી રોકવી પડી નથી. ડિટેક્ટિવના ધંધામાં તો સત્તર જાતનાં સાધનો જોઈએ ત્યારે એમની પાસે એક જ મજબૂત સાધન છે અને તે એમનો સાળો સુંદરલાલ. એ મામો દાણચોર અને ભાણો ડિટેક્ટિવ પછી આપણે એમાં કંઈ બોલવા જેવું રહેતું જ નથી.'

'જેઠાભઈને તો બે પૈસા મળતા હોય એટલે એ હા પાડી દે, પણ દયાભાભીનો જીવ ઊંચો રહે તેનું શું ?'

'એમ તો કંઈક છોકરાઓ લશ્કરમાં ભરતી થતા હોય છે, કંઈક પાઇલટ થતા હોય છે તો વળી કંઈક ગુંડાગીરીના રસ્તે ચઢી જતા હોય છે. એ છોકરાઓની માઓના જીવ ઊંચા જ રહેતા હશે ને ! એ તો શરૂઆતમાં એવું થાય પછી ટેવાઈ જાય. તારે એમને વધારે બીવડાવવાની જરૂર નહિ. હિંમત આપવાની.'

'હાસ્તો, મારે પલીતા ચાંપીને શું કામ છે ?' શ્રીમતીજી લાંબી ચર્ચા વગર સહમત થઈ ગયાં.

ચંપકલાલે જેમ 'બહુરૂપી' નામના મૅગેઝિનની વાત કરી તેમ મેં પણ નાનપણમાં ગુનાશોધકનું સાહિત્ય ખૂબ વાંચેલું અને મોટા થઈને ડિટેક્ટિવ બનવાનાં સપનાં સેવેલાં. પરંતુ અમારી

અમદાવાદની પોળોમાં એવા કોઈ ગુના બનતા નહોતા કે જેમાં ગુનાશોધક રોકવાની જરૂર પડે. સામાન્ય રીતે કંઈ ગુનો બને ત્યારે માણસો પોલીસ ચોકીએ જ દોડી જતા હોય છે. પોલીસોને સંડોવવા ના હોય તેવા કિસ્સાઓમાં જ માણસો ડિટેક્ટિવની મદદ લેતા હોય છે. જેમ કે કોઈ વેપારી માણસને પોતાના ધંધાના ભાગીદારની ચાલચલગત વિશે શંકા જાય પણ પુરાવા ના હોય, કોઈ પતિ કે પત્નીને પોતાના જીવનસાથીના ચારિત્ર્ય વિશે શંકા જાગે અને પુરાવા એકઠા કરવા હોય ત્યારે ડિટેક્ટિવને રોકતા હોય છે. એક અંગ્રેજી નાટક મેં વાંચેલું. એક અમીર માણસ પોતાની પત્નીનો પીછો કરવા ડિટેક્ટિવ રોકે છે. જ્યાં એની પત્ની જાય ત્યાં પેલો ડિટેક્ટિવ પહોંચી જાય. બને છે એવું કે પતિ ધંધામાં ગળાબૂડ ડૂબેલો હોય છે, પત્ની પોતાનો સમય પસાર કરવા બિચારી એકલી જ ભટકતી હોય છે. એ પેલા ડિટેક્ટિવના સંસર્ગમાં આવે છે અને ડિટેક્ટિવના જ પ્રેમમાં પડે છે. આમ શંકાશીલ પતિ હાથે કરીને પોતાના પગ પર કુહાડો મારે છે. કેટલીક વાર ડિટેક્ટિવો પણ કેટલીક ગુપ્ત વાતો જાણ્યા પછી મદદરૂપ બનવાને બદલે બ્લેકમેઇલિંગ કરતા હોય છે. જેમ કે કોઈ પતિ એની પત્ની પર નજર રાખવા ડિટેક્ટિવ રોકે. ડિટેક્ટિવ પુરાવાઓ એકઠા કરી આપે તેના આધારે પત્નીને છૂટાછેડા આપવાની એણે ગણતરી રાખી હોય છે. પણ ડિટેક્ટિવ પુરાવા એકઠા કરીને પતિને આપવાને બદલે એની પત્ની પાસે પહોંચી જાય અને પત્નીને કહી દે, જુવો, મને તમારા પતિએ તમારાં લફરાં પકડવા રોકેલો, તેમાં મેં આટઆટલા પુરાવા એકઠા કર્યા છે. હવે તમે નક્કી કરો, મારે શું કરવું. આમ એ ડિટેક્ટિવ પતિ અને પત્નીને બંનેને નિચોવી પણ શકે. દરેક વ્યવસાયમાં સારા-નરસા માણસો પડેલા જ હોય છે પણ પોલીસો અને વકીલોની જેમ ડિટેક્ટિવોએ પણ મોટે ભાગે જીવનની કાળી બાજુ સાથે જ કામ પાડવાનું હોય છે.

નવલકથાઓમાં ગુનાશોધકો અને ગુપ્તચરોનાં પાત્રો ખૂબ રંગીન ચીતરવામાં આવે છે પણ હકીકતમાં તો એમનાં જીવન ખૂબ શુષ્ક અને બ્લેક ઍન્ડ વ્હાઇટ હોય છે. જેમ્સ બોન્ડ જેવા સિક્રેટ એજન્ટ પરીકથાના હીરો જેવા હોય છે. ખરેખરો જાસૂસ જેમ્સ બોન્ડની જેમ એકલે હાથે કંઈ સાહસ કરવા જાય તો એનો ઘડોલાડવો થઈ જાય. આપણા ફિલ્મી સુપરમેન અમિતાભ બચ્ચનને શુટિંગ દરમિયાન ટેબલનો ખૂણો વાગી ગયેલો તેમાં તો એની ઘાત ગઈ.

ટપુની ઉમ્મરે તો બધા એમ જ માનતા હોય છે કે જાતજાતના વેષ પહેરીને શંકાસ્પદ માણસોનો પીછો કરવાથી ડિટેક્ટિવ બની જવાય. એટલું સહેલું તો નથી જ. છતાં કોને ખબર કાલે શું થશે! કહે છે ને કામ કામને શીખવે. ડિટેક્ટિવગીરી કરતાં કરતાં ટપુ જતે દિવસે ડિટેક્ટિવ પણ બની જાય. શરબતની લારી ફેરવનારા મોટી હોટલના માલિક પણ બની ગયાના કિસ્સા બન્યા છે. ફૂટપાથ પર લૂગડાં વેચતા માણસો મિલમાલિક બન્યા છે. સામાન્ય સૈનિક દેશનો સરમુખત્યાર બને છે. કેટલાક દાણચોર દાણચોરી છોડીને ઉદ્યોગપતિ બન્યા છે તો ઉદ્યોગપતિ ફોરેન એક્સચેન્જની દાણચોરીમાં ઝડપાઈને જેલ ભેગા થયા છે. જોવા જાવ તો જાસૂસો તો જથાબંધ પકડાય છે અને કોણ જાણે કેટલાય છૂટા પણ ફરતા હશે. માણસ મોટો થઈને શું બનશે તેની આગાહી કરવી મુશ્કેલ છે. (જ્યોતિષીઓની વાત જુદી છે.) એક વાત નક્કી છે, ટપુમાં ઉત્સાહ છે, ધગશ છે. એના દાણચોર મામાને બદલે કોઈક સીધો માણસ એને દોરવણી આપે તો એ જીવનમાં ઊંચો આવે એવો છોકરો છે. જેઠાલાલનો તો એક જ સિદ્ધાંત છે, વગર મૂડીએ છોકરો ધંધો કરતો હોય તો પછી એ બાબતમાં સારા-નરસાની પંચાત ના કરવી. માળામાં ટપુ ઑફિસ ખોલીને બેઠો હતો એટલે એનાં

પરાક્રમોના સમાચાર મળવાના તો હતા જ. વધુ પડતો રસ લેવાનો કશો અર્થ ન હતો.

ત્યાં એકાએક જેઠાલાલનો એક દિવસ બપોરે મારી ઑફિસે ફોન આવ્યો. અમારા એકાઉન્ટન્ટ કમ મૅનેજરે મોં કટાણું કરીને મને ફોન આપ્યો.

'હલો, મ્હેતાસાહેબ !'

'હા. બોલો, જેઠાલાલ.'

'હું જેઠાલાલ.'

'હા, હા, આગળ બોલો.'

'તમારો અવાજ ટેલિફોન પર જરા જુદો લાગે છે.'

'ઑફિસમાં આ જ અવાજે વાત કરવી પડે છે, જેઠાલાલ, ઝટ વાત કરો, લાઇન બીઝી રહે તે મારા બોસને ગમતું નથી.'

'તો પછી તમે એક કામ કરો—'

'બોલો...'

'ત્યાંથી ટૅક્સી પકડીને મારી દુકાને આવો...'

'કેમ ?'

'સિક્રેટ મેટર છે, ફોન પર વાત થાય તેમ નથી.'

'જેઠાલાલ, મારે અડધા દિવસની રજા લેવી પડે...'

'તો લઈ લો, યાર, બહુ બહુ તો પગાર કપાશે તો મારી પાસેથી લઈ લેજો, યાર... સિરિયસ મેટર છે, તમે ટૅક્સી પકડો, પૈસાની ચિંતા ના કરતા.' કહીને એમણે ફોન મૂકી દીધો.

સદ્‌ભાગ્યે મારા બોસ ફેમિલીને લઈને મહાબળેશ્વર ગયા હતા એટલે મારે મૅનેજરને મસકો મારીને છટકવાનું હતું. બૉસ જ્યારે મુંબઈ નથી હોતા ત્યારે અમારો મૅનેજર પણ ક્યારેક અમને ઑફિસ સોંપીને ગાપચી મારતો હોય છે. બોસની ગેરહાજરીમાં અમે અંદર અંદર એકબીજાને સંભાળી લઈએ છીએ.

ટૅક્સી પકડીને હું જેઠાલાલની દુકાને પહોંચ્યો તો એમની

દુકાનની બહાર ફૂટપાથ પર ત્રણ અજાણ્યા માણસો ઊભા હતા. મેં ટૅક્સી ઊભી રખાવી તો ત્રણે ટૅક્સી તરફ ધસી આવ્યા.

'મ્હેતાસાહેબ, ટૅક્સી છોડવાની નથી, અંધેરી જવાનું છે.' જોઉં છું તો જેઠાલાલ, એમના પિતા ચંપકલાલ અને ડિટેક્ટિવ લેબાસમાં ટપુ. જેઠાલાલે સફારી સૂટ ચઢાવ્યો હતો અને ચંપકલાલે લાંબા કોટ નીચે પાટલૂન ચઢાવ્યું હતું. ટપુએ સાદા કાચના ચશ્માની જગ્યાએ ઘેરા રંગના ગોગલ્સ ચઢાવ્યા હતા.

ટપુ ડ્રાઇવરની બાજુમાં ગોઠવાઈ ગયો. જેઠાલાલ-ચંપકલાલ મારી બાજુમાં ગોઠવાયા અને અમારી ટૅક્સી અંધેરી ઉપનગર તરફ દોડવા લાગી.

'મ્હેતાસાહેબ, ઘરની ચિંતા ના કરતા, ભાભીને અમે કહેવડાવી દીધું છે, તમે અમારી સાથે છો.'

'અરે ! પણ મને તો કહો કે આ બધું શું છે !'

'ઉપાધિ.' ચંપકલાલે મમરો મૂક્યો.

'બાપુજી–'

'જેઠા, મેં તો પહેલેથી જ તમને ચેતવ્યા'તા, સુંદરીઆથી આઘા રહો–'

'શું વાત છે, જેઠાલાલ ?' સુંદરલાલનું નામ સાંભળતાં જ મેં ચાલુ ટૅક્સીમાંથી કૂદી પડવાની વૃત્તિ દબાવીને પૂછ્યું.

'અરે, ભઈ, છાપાંઓમાં વાંચ્યું છે કે નહીં ?'

'શું '

'પેલા બાબુ કે બબ્બુ નામના માણસે 'પામગ્રોવ' હોટલમાં પાર્ટી રાખેલી. તેમાં દાણચોરો અને પોલીસ-ઑફિસરો બધા એકઠા થયા હતા. કોઈએ એ પાર્ટીની વિડિયો ફિલમ ઉતારી લીધેલી અને સાલાઓએ છાપાંવાળાઓથી માંડીને ચીફ મિનિસ્ટર સુધી એ ફિલમ પહોંચાડી દીધી. એ પાર્ટીમાં મારો સાળો સુંદરલાલ હતો. સુંદરલાલના ફોડેલા પોલીસવાળા એમના સાહેબોને એમ જ કહ્યા

કરતા હતા કે સુંદરલાલ પરદેશ નાસી ગયો છે પણ આ ફિલમે દાટ વાળ્યો. એ દેખાઈ ગયો એટલે પોલીસવાળાઓને તો એને હવે પકડ્યા વગર છૂટકો જ નહિ ને ! પોલીસવાળા ગઈ કાલે રાત્રે એને ઘેર પહોંચી ગયા. તો સુંદર એના બંગલાની દીવાલ કૂદીને ભાગી ગયો. એની વાઇફનો અમારા પર ફોન આવ્યો એટલે અત્યારે આપણે એને ઘેર જઈ રહ્યા છીએ.'

'પણ, ભલા માણસ, તમારો સાળો તો કાયમ આવી ભાગાભાગી કરતો જ હોય છે તેમાં કારણ વગર તમે મને અત્યારે શું કામ દોડાવ્યો ?' મારું ચાલે તો જેઠાલાલને ટૅક્સીમાંથી બહાર ધકેલી દઉં એટલો મને ગુસ્સો ચડ્યો.

'અલ્યા, મે'તા, આ બધાં કરતૂત આ આગળ વિલાયતી ટોપો ચઢાઈને બેઠો છે ને, એનાં છે. મને ય એ અવળચંડાએ પરાણે પાટલૂન પહેરાવ્યું. જક લઈને બેઠો, કે' છે, બસ આપણે મામાને ખોળવા જવાનું છે. અલ્યા, મેં કીધું, ઉનાળામાં તો પાતળું ધોતિયું ય હાળું કયડે છે ત્યાં તું મને આ પટલૂન ક્યાં પેરાવે છે ? પણ મારું હાંભળે તો ને !' ચંપકલાલે ફરિયાદ કરી.

'કાકા, તમારી વાત જુદી છે, તમે તો એના મદદનીશ છો, પણ મને આમાં લબડધક્કે શું કામ ચઢાવ્યો ?'

'એ તું એને પૂછ.'

'મ્હેતાસાહેબ, આજે તો તમને સાથે લેવાની એણે જ જીદ કરી હતી.' જેઠાલાલે સૂર પુરાવ્યો.

'ટપુ, આ વાત સાચી છે ?'

'યસ, અંકલ.'

'તો મને કહીશ, મને નોકરી પરથી કેમ દોડાવ્યો ?'

'અંકલ, તમે જો સાથે ના હો તો લોકોને ખબર કેવી રીતે પડે કે મેં મામાને કેવી રીતે ખોળી કાઢ્યા ?'

'એટલે ?'

'તમે વાર્તા લખો તો જ લોકોને ખબર પડે ને ! બધા ડિટેક્ટિવો પોતાનાં પરાક્રમોની ચોપડીઓ લખાવે છે ત્યારે જ એમને બધા યાદ કરે છે.'

'અબે ચક્રમ, એમાં તારે મને આમ સાથે લેવાની શી જરૂર હતી ! તેં મને આવીને બધી વાત કરી હોત તો ય તને લખી આપત.'

'શું, અંકલ, તમે પણ ! સાંભળીને લખો અને નજરે જુવો તેમાં કેટલો ફરક પડી જાય ? તમારે તો આવા કેસમાં મારી સાથે જ રહેવાનું ! આખી બુક લખવાની. ડિટેક્ટિવ ટિપેન્દ્રની સાહસકથાઓ.'

વધારે મગજમારી કરવાનો અર્થ નહોતો. એક વાર આપણે અણગમતી પરિસ્થિતિમાં ફસાઈ જઈએ તે પછી એનો અફસોસ કર્યા કરવાને બદલે એ પરિસ્થિતિ આનંદથી સ્વીકારી લઈએ તેમાં જ શાણપણ છે. આમે કકળાટ કરીને અડધેથી ઊતરી જઈ પાછો ઑફિસે જવાનો અર્થ નહોતો. મૂગાં મૂગાં મેં મારો મૂડ બદલવા પ્રયત્ન કર્યો.

'તારી વાત તો સમજ્યા. પણ તમે લોકો કહો છો, સુંદરલાલ ઘેરથી ભાગી ગયા છે તો પછી આપણે એમને ઘેર જઈને શું કરશું ?'

'યુ સી, અંકલ, માણસ જ્યાંથી ભાગી છૂટ્યો હોય ત્યાંથી એનું પગેરું કાઢવું જોઈએ.'

'તો પોલીસે એમનું પગેરું નહીં કાઢ્યું હોય !'

'અંકલ, તમે ડિટેક્ટિવ ચોપડીઓ વાંચી છે ને ! તેમાં જ્યાં પોલીસો ફેલ જાય છે ત્યાં ડિટેક્ટિવ એની બદ્ધિ લડાવીને ગૂંચ ઉકેલી નાખે છે.'

'હં...' મને ટપુના આત્મવિશ્વાસ માટે માન ઊપજ્યું.

'મ્હેતાસાહેબ, આ બધું તો સમજ્યા, યાર, પણ એને ઘેરથી

ફોન આવ્યો એટલે રિલેશન ખાતર પણ સુંદરના ફેમિલીની ખબર કાઢવા જવું પડે.'

'અલ્યા, ભઈ, પણ એ તારો હાળો છાશવારે એના ઘરમાંથી નાસી જાય છે.'

'બાપુજી, આ વખતે ખાસ એટલા માટે જઈએ છીએ કે એણે ટપુ પાસે આ નવી લાઇન ચાલુ કરાવી છે.'

'જેઠા, તારા હાળાની મદદથી આપણે તો બીજા ડામીસોને પકડવાની વાત થયેલી. તેને બદલે આમ ગાંઠનું ગોપીચંદન કરી, ધંધોધાપો છોડીને આપણે એની પાછળ ફરવાનું હોય તો વાયડું પડી જાય. એ તો હાળો નાસભાગ કરતો જ હોય છે તો તારો ટપુ એને ખોળવામાં ઊંચો જ નહિ આવે.'

'દાદાજી, બિગિનિંગમાં તો એવું જ હોય.' અનુભવી આત્મવિશ્વાસથી ટપુ બોલ્યો.

'દીકરા, આ બિગિનિંગ તને પરવડે. પણ આવું જો ચાલ્યા કરે તો અધવચમાં મારો એન્ડ આઈ જાય. તારે જે કરવું હોય તે કર પણ મને તું તારી નોકરીમાંથી છૂટો કર.'

'દાદાજી, તમે મને બહુ ડિસ્ટર્બ કરો છો. મને જરા થિન્કિંગ કરવા દો.'

એ પછી અમારી વાતચીત અટકી ગઈ.

ટૅક્સી અંધેરી વરસોવાના રસ્તે આગળ વધી. વચ્ચે એક જગ્યાએ ટૅક્સી ફંટાઈ. મારે માટે તો એ અજાણ્યો વિસ્તાર હતો.

એક જર્જરિત બંગલાની બહાર અમે ઊતર્યા. અંદરથી અમને કોઈકે જોયા હશે તેથી તરત જ બંગલાનું બારણૂં ખૂલ્યું.

'તમે ત્રણે અંદર જાવ, હું જરા ચેક કરી લઉં.' ગુસપુસ અવાજે ટપુ બોલ્યો.

'શું ?'

'કદાચ સી.આઈ.ડી.ના માણસો બંગલા પર નજર રાખી રહ્યા

હશે. એ જો આપણી પાછળ પાછળ આવશે તો મામા આપણે લીધે ઝડપાઈ જશે.'

અમારે તો એની સૂચના પ્રમાણે વર્તવાનું હતું. અમે બંગલામાં પ્રવેશ્યા. આપણે માનીએ કે દાણચોરો બહુ ઠાઠથી રહેતા હોય છે તો સુંદરલાલનો તબેલો જોયા પછી એ માન્યતા બદલવી પડે. આંગળીને વેઢે ગણાય તેટલા નામીચા દાણચોરો કદાચ દબદબાથી રહેતા હશે. બાકી સુંદરલાલ જેવા સેકન્ડ ક્લાસ સ્મગલરો બાર મહિનામાં તેર મહિના તો ભૂગર્ભમાં રહેતા હશે કાં લાંબી જેલ કાપી આવતા હશે.

સુંદરલાલનું કુટુંબ એમની ગેરહાજરીથી ટેવાઈ ગયું હશે તેથી ઘરમાં શોકનું વાતાવરણ નહોતું પણ પોલીસના અચાનક દરોડા અને ડંગોરાઓથી એ લોકો ગભરાયેલાં હતાં. સુંદરલાલ વિષે વાતચીત કરવાને બદલે એમનાં પત્નીએ કહી દીધું, 'હવે એ બે-ચાર મહિના મોં નહીં દેખાડે અને પોલીસવાળા અમને હેરાન કર્યા કરશે, જેઠાભઈ, એટલે મેં વિચાર કર્યો, હમણાં સ્કૂલમાં રજાઓ છે તો અમને ધોળકા મારા પિયર મોકલી આપો તો ત્યાં શાંતિ તો ખરી. એ હિસાબે મેં તમને ફોન કરેલો. તમારા સિવાય કોને કહીએ !'

આ બધી વાત ચાલતી હતી એ દરમિયાન ટપુએ સુંદરલાલનાં ત્રણે છોકરાંની પૂછપરછ કરવા માંડી. એની જ ઉમ્મરના છોકરાને લઈને એ બહાર ઊપડ્યો.

'આ ટપુ ક્યાં ઊપડ્યો ?' મિસિસ સુંદરલાલે પૂછ્યું.

'સુંદરને શોધવા.' ચંપકલાલ બોલ્યા.

'લો ! એ ય ખરો છે ! એના મામાને ઓળખતો નથી ! એના મામા અહીંથી એક વાર નાઠા પછી એ કોલાબા પહોંચે કે કલકત્તા કહેવાય નહીં. મામા જડશે નહીં અને એ જ ભૂલો પડી જશે. તમેતમારે બેસો. હું ચા બનાવી લાવું.' કહીને એ ચા બનાવવા ગયાં.

સુંદરલાલ જોડે સંસાર માંડ્યા પછી એ અકાળે વૃદ્ધ થઈ ગયેલાં લાગતાં હતાં.

'જેઠાલાલ, બહેનની વાત સાચી છે, હોં ! સુંદરલાલ જડશે નહીં ને આપણે અહીં બગાસાં ખાતાં ક્યાં સુધી બેસી રહીશું ?'

'મ્હેતાસાહેબ, મેં તમને કહ્યું ને, હું તો મારી ફરજ બજાવવા આવ્યો છું. આ ફેમિલીને ધોળકા ભેગું કરી દઉં એટલે મારી ફરજ પૂરી. પછી સુંદર જેલમાં જાય કે જહન્નમમાં, આપણે એના ઉજાગરા કરતા નથી. ટપુને ધખારા ઊપડ્યા છે તો છો પૂરા કરતો.'

ચંપકલાલ ઝોકે ચઢી ગયા. અમે આડાઅવળા ગપ્પાં મારતા બેસી રહ્યા. ચા આવી અને પિવાઈ ગઈ. લગભગ બે કલાક બેસી રહેવાની સજા ભોગવી ત્યાં ડિટેક્ટિવ ટિપેન્દ્રનાં દર્શન થયાં.

'ચાલો, સગડ તો મળી ગયા, કદાચ એ પણ મળી જશે.'

એને પૂછપરછ કરવાને બદલે અમે સફાળા ઊભા થઈ સુંદરલાલના કુટુંબને આવજો કરી બંગલાની બહાર નીકળ્યા. થોડી વારે ટૅક્સી મળી.

'ભાયખાલા લે લો.' ટપુએ સૂચના આપી.

'ભાયખાલા ! પત્તો લાગ્યો ! ભાયખાલામાં ક્યાં ?'

જેઠાલાલે ઉપરાછાપરી સવાલો પૂછી નાખ્યા.

'ડોન્ટ આસ્ક, બેઠા બેઠા જોયા કરો. ડિટેક્ટિવ વાર્તામાં છેલ્લે ભેદ ખૂલે, ખરું ને, મ્હેતા અંકલ ?'

'હા.' મેં કહ્યું. કોઈ ફિલમની શરૂઆત બોરિંગ હોય, આપણને થાય – ક્યાં આમાં ફસાઈ ગયા, એ જ વખતે વાર્તા અચાનક નવો વળાંક લઈને પકડ જમાવે તેવું કાંઈક બની રહ્યું હતું. મિનિ વર્લ્ડ કપ માટે ભારતીય ટીમ રમવા જતી હતી ત્યારે વિજય માટે જેટલી આશા હતી એટલી પણ મને ટપુના સાહસ માટે નહોતી. પણ એ ભારતીય ટીમની જેમ ભાયખાલા તરફ આગળ વધી રહ્યો હતો.

અમે ભાયખાલાના જથાબંધ શાકબજારમાં પહોંચ્યા ત્યારે તો ખાસી સાંજ પડી ગઈ હતી. એણે ત્યાં ટૅક્સી થોભાવી.

'ટપુ, તારું મગજ તો ઠેકાણે છે ને !'

'ડોન્ટ ડિસ્ટર્બ, દાદાજી.' તમે લોકો કંઈ બોલતા નહીં, નહીં તો ગોટાળો થઈ જશે.'

કહીને એ ટૅક્સીમાંથી ઊતર્યો. ખિસ્સામાંથી એણે કંઈ ચબરખી કાઢી. ચબરખી પર લખેલું કંઈ નામ વાંચીને એણે ત્યાં પૂછપરછ કરવા માંડી. થોડી વાર એણે ત્યાં ચક્કર લગાવ્યા. પછી આવીને કહે, હવે ઊતરો.'

અમે ટૅક્સીમાંથી ઊતર્યા.

'હવે ત્રણે જણા સાંભળી લો. આપણે પણ એક વખાર પર દરોડો પાડવાનો છે. કોઈ અટકાવે તો અટકવાનું નહીં. એકદમ અંદર ધસી જવાનું. ઝડપ કરો.'

અમે એની પાછળ પાછળ કાંદાની મોટી વખારમાં ઘૂસ્યા. વખારની આગળના ભાગમાં વેપારીઓ અને એમના માણસો ગ્રાહકોની ગૂણીઓ તૈયાર કરવામાં મશગૂલ હતા. કાંદાની વખાર પર દરોડા કે ધાડ પડવાનો સંભવ તો હોય જ નહીં એટલે ટપુની પાછળ પાછળ દોડતા દોડતા અમે વખારમાં ઘૂસ્યા. પહેલાં તો વખારના માલિકો અને માણસો અમારા દરોડાથી ડઘાઈ ગયા. અમે દુકાન વટાવી વખારમાં દોડ્યા તેની સાથે એ લોકો 'હેએઈ, હેએઈ'ની બૂમો મારતા અમારી પાછળ દોડ્યા. વખારમાં પેસતાંવેંત ટપુએ બૂમ મારી, 'મામાઆઆઆ.... એ મામાઆઆ, સુંદરમામા !'

વખારમાં લગભગ અંધારું હતું. ઠેકઠેકાણે કાંદાના ડુંગરોની છાયા દેખાતી હતી. તેમાંથી પરિચિત અવાજ સંભળાયો, 'કોણ ? માય ડિયર ભાણા ?'

સુંદરલાલનો અવાજ સાંભળી અમે દંગ થઈ ગયા. અમારી

પાછળ ધસી આવેલા વખારવાળા આશ્ચર્યથી અમારી સામે જોતા ઊભા રહી ગયા.

ચંપકલાલના લંબકોટ ખિસ્સામાંથી મોટી એક ટોર્ચ બહાર ખેંચી કાઢી, તેના અજવાળે ટપુ અવાજની દિશામાં આગળ વધ્યો. અમે એની પાછળ ગયા.

કાંદાના ડુંગરાની તળેટીમાં તાડના ઝાડ જેવા સુંદરલાલ કાથીના એક ખાટલા પર ગોદડીમાં બેઠા બેઠા વ્હિસ્કી પી રહ્યા હતા. બૅટરીના પ્રકાશથી એમની આંખો અંજાઈ ગઈ. ટપુ સાથે મોટું ટોળું આવ્યું છે એવું ભાન થતાં એમનો નશો ઊતરી ગયો. તે પછી તેમણે એમને ઓળખ્યા.

'આવો, આવો, માય ડિયર ભાણા, બનેવીલાલ, કાકા, તારક મહેતા—'

એમની મહેમાનગતિ માણી શકીએ તેવી સ્થિતિ નહોતી. કાંદાની વાસથી માથામાં સણકા અને આંખમાંથી પાણી ટપકવાં શરૂ થયાં. નાકમાંથી કોઈ સળિયા ખોસતું હોય તેવી બળતરા ઊપડી.

'અલ્યા, સુંદર, હંતાવા માટે તને ગામમાં કોઈ બીજી જગા ના મળી તે અહીં આઈને પડ્યો છે ? મડદાં ઠાઠડીમાંથી બેઠાં થઈ જાય એવી અહીં ગંધ મારે છે.'

'ત્યારે તો હું બાટલી લઈને બેઠો છું. માય ડિયર ચંપકકાકા, અહીં બાટલી પીધા વગર બેસાય તેવું નથી.'

'તો તું તારે પીધા કર હું તો આ હેંડ્યો.' ચંપકલાલ ત્યાંથી ચાલવા માંડ્યા.

'ચાલો, કાકા, હું પણ આવું છું.' મેં કહ્યું.

'માય ડિયર, મામા, મારે પ્રૂવ કરવું હતું. પોલીસ કરતાં હું હોશિયાર છું. હવે તમારે અમારી સાથે આવવું છે કે અમે જઈએ !'

'ના, ના, તું જા. બધાને લઈ જા. માઈ ડિયર, ક્યાંક પોલીસને ખબર પડી જશે કે હું અહીં છું તો મારે લીધે, આ મારા

ફ્રેન્ડ્ઝ તકલીફમાં મુકાઈ જશે. માય ડિયર, તું ડિટેક્ટિવ થવાનો પણ અત્યારે તમે લોકો જાવ.'

બહાર નીકળતાં નીકળતાં અમને તમ્મર ચઢી ગયા. ટૅક્સીમાં બેઠા પછી અમારામાં કંઈક સ્વસ્થતા આવી.

'વગર લેવાદેવાએ ચકરાવે ચઢ્યા.'

'દાદાજી, જોઈ લીધો મારો જાદુ ?'

'તારા જાદુ તારા બાપને દેખાડ્યા કર. હું તો અધમૂવો થઈ ગયો.'

'વાર્તા જામી કે નહીં, અંકલ ?' જાણે રવિ શાસ્ત્રી પોતાની 'આઉડી' ગાડીમાં બેઠો હોય તેવા વિજેતા સ્મિત સાથે ટપુએ પૂછ્યું.

'વાર્તાનો એન્ડ બરાબર છે પણ વાચકોને બધી કડી તો સમજાવવી પડશે ને !'

'એ હું તમને કહું. હું અને મામાનો બાબલો બંગલામાંથી નીકળ્યા પછી ઓળખીતા-પાળખીતાને પૂછવા લાગ્યા. છેલ્લા કોણે સુંદરમામાને ક્યારે અને ક્યાં જોયેલા. તેમાં બાબલાને યાદ આવ્યું કે મામાને એક શાકના મોટા વેપારી સાથે ખાસ દોસ્તી છે. મામાએ એક ટ્રક ખરીદી છે અને પેલા શાકવાળાને ભાડે આપેલી છે. મને ખ્યાલ આવી ગયો કે મામા શાકની લોરીમાં પોતાના માલની પણ હેરાફેરી કરતા હશે. અમે એ દુકાને પહોંચી ગયા. પેલાએ શરૂઆતમાં ગલ્લાં-તલ્લાં કર્યાં પણ એ બાબલાને ઓળખતો હતો એટલે એણે કહ્યું, ભાયખાલાના હોલસેલ શાકબજારમાં જતી લોરીમાં મામા રવાના થઈ ગયા છે.'

'કાંદાની વખારનો આઈડીઆ કોનો ?' મેં પૂછ્યું.

'મારો. બાબલાએ મને કહેલું પોલીસવાળા એક કૂતરો પણ લાવેલા. મામાએ દીવાલ પરથી જમ્પ માર્યો ત્યારે કૂતરાએ એમના પાટલૂનમાં પાછળથી એક કટપીસ કરડી ખાધો હતો, હવે તમે જ કહો અંકલ, તમારી વાસ પોલીસ-ડૉગના નાકમાં જતી રહી હોય

અને તમારે તમારી વાસને ઢાંકી દેવી હોય તો શાકબજારમાં સલામત જગા કઈ હોય ! કાંદાનું ગોડાઉન ! તો મેં પેલા અંધેરીના દુકાનદારને પૂછ્યું, ભાયખાલાના હોલસેલ માર્કેટમાં કોઈ કાંદાનો વેપારી મામાનો ફ્રેન્ડ છે કે નહીં ? તો પેલાએ મને આ વખારનું સરનામું આપ્યું. બોલો, અંકલ, હવે ડિટેક્ટિવ ટિપેન્દ્રની વાર્તા લખશો ને !'

'આ વાર્તા તો બરોબર છે, પણ ભવિષ્યમાં બીજી વાર્તાઓ તું ક્યાંથી કાઢશે ! મામાના જોરે તું ડિટેક્ટિવ થયો અને મામા જો કેદખાનાને બદલે આ કાંદાખાનામાં ભરાઈ રહેશે તો તું ડિટેક્ટિવ થઈને શું કાંદા કાઢશે ?'

'હાચી વાત કરી તેં, મે'તા. આમાં મારું તો કામ નહીં. ટપુ, હું મારું રાજીનામું આલું છું.'

'ડોન્ટ ડિસ્ટર્બ, દાદાજી, મને જરા થિંકિંગ કરવા દો.'

અમે મૂગા મૂગા થિંકિંગ કરતા અમારા માળા પર પહોંચ્યા. ચમચાઓનો સ્ટાફ ડિટેક્ટિવ ટિપેન્દ્રની રાહ જોતો માળાના ગેટમાં ઊભો હતો.

□

થેન્ક યુ, મિસ રજની જુનિયર !

જીવન અનિશ્ચિતતાઓથી ભરેલું છે. આપણે ધાર્યું હોય કાંઈ અને બને કાંઈ. તેથી તો રોજ રોજ હજારો વાર્તા-નવલકથા-નાટકો-ફિલ્મો સર્જાય છે કારણ કે અણધારી ઘટનાઓમાંથી સર્જકોને કંઈ ને કંઈ પ્લૉટ મળી જાય છે. આપણા ધાર્યા પ્રમાણે જ જીવનમાં બધું બનતું હોય તો જીવન બોરિંગ બની જાય. ત્રણ કલાકની ફિલમમાં આપણા ધાર્યા પ્રમાણે જ બધી ઘટના બનતી હોય તો ફિલમ બોરિંગ થઈ જાય – ફ્લોપ થઈ જાય. જીવન પણ ફ્લોપ થઈ જાય.

મારી વાત કરું. મારા બે માથાળા બૉસે – એટલે કે એમનાં વાઇફે મને સિંગાપોરથી અમુક ચીજો ખરીદી લાવવા કહેલું. સંજોગવશાત્ હું એમને માટે એકે ચીજ ખરીદી લાવ્યો નહોતો કારણ કે મારામાં ખરીદી કરવાની આવડત નથી. મારી પત્નીના શબ્દોમાં કહું તો મને કારેલાં અને પરવળમાં શું તફાવત હોય તે ખબર નથી. સિંગાપોરથી હું ચીજો નહોતો લાવ્યો તેથી મારા બૉસ મારા ઉપર રૂઠેલા હતા. હું એમના બ્લેક લિસ્ટમાં આવી ગયો હતો. મને જોઈને એમનું નાક પિસ્તોલની જેમ તંગ થઈ જતું હતું. મારા કામકાજમાં હું કંઈ ગફલત કરીશ તો મારી નોકરી ગુમાવી બેસીશ એવો ભય ઊભો થયો હતો.

એવામાં જ મેં હર્નિયા ઉર્ફે હરણિયું ઉર્ફે સારણગાંઠની શસ્ત્રક્રિયા કરાવી. બીમાર માણસ સામાન્ય રીતે દયાને પાત્ર બને છે, તેમ મારી શસ્ત્રક્રિયાએ સાહેબમાં મારા પ્રત્યે સહાનુભૂતિ જગાડી. હું

ઇસ્પિતાલમાં હતો ત્યારે મોંઘાદાટ ફૂલોના ગુચ્છા સાથે બૉસ મને જોવા આવેલા. મને હિમ્મત આપેલી અને ખાસ કહેલું, 'મહેતા, ડોન્ટ વરી એબાઉટ ધ ઑફિસ. પહેલાં સાજા થઈ જાવ. ડૉક્ટર કહે ત્યાં સુધી આરામ કરજો. ટેક રેસ્ટ. યુ સી, હેલ્થ ઈઝ વેરી ઇમ્પોર્ટન્ટ, ખાસ કરીને ઑપરેશન પછી યુ મસ્ટ ટેક કેર. નહીં તો કોમ્પ્લિકેશન્સ થઈ જાય.'

મારી શસ્ત્રક્રિયાથી બૉસનું હૃદય પરિવર્તન થશે એવી મને કલ્પના નહોતી. કરુણ વાર્તા અણધાર્યો વળાંક લે અને તેનો સુખદ અંત આવે તેમ સાહેબની સહાનુભૂતિથી મારી પીડા અડધોઅડધ ઓછી થઈ ગઈ. મારા પેટ પરનો ઘા ઝડપથી રુઝાવા લાગ્યો. માનવજાતમાં નવેસરથી શ્રદ્ધા જાગી. જીવન જીવવા જેવું લાગ્યું. એટલું જ નહીં, સાજા થયા પછી બૉસની જ નોકરીએ વળગી રહેવાનો ઉમંગ જાગ્યો.

મંદવાડ માણસને ફિલસૂફ બનાવી દે છે. ઘરના બિછાને પડ્યો પડ્યો હું પાયાના પ્રશ્નો પર વિચાર કર્યા કરતો હતો. નવરો માણસ સૌથી પહેલો એક પ્રશ્ન પોતાની જાતને પૂછે છે, 'જીવન એટલે શું – શાને માટે ?'

સામાન્ય રીતે ઉત્તરો સ્પષ્ટ મળતા નથી. નકારાત્મક ઉત્તરો મળે છે. જેમ કે જીવન શસ્ત્રક્રિયાઓ કરાવવા માટે નથી. સાજા થઈને રોજ સવાર-સાંજ બસની પાછળ દોડવા અને ૧૦ થી ૫.૩૦ નોકરીનો ઢસરડો કરવા માટે જીવન નથી.

ડૉક્ટરે મને હરવા-ફરવાની છૂટ આપી હતી. હું ઘરમાં આંટા મારતો, આરામ કરતો, સાંજે અમારી ચાલીમાં પણ થોડું ચાલતો, પરંતુ માળાના દાદર ઊતરવાનું જોખમ લેવાય તેમ નહોતું.

અમારા માળાના દાદર એટલે સાપ-સીડીની રમત જેવું છે. કઈ ઘડીએ કયું પગથિયું દગો દેશે એ કહેવાય નહી. દાદરનાં પગથિયાંમાં કૉંગ્રેસ આઈ જેટલો કુસંપ છે. અંદર અંદર એમને મેળ

નથી. ના છૂટકે એકબીજા સાથે જોડાયેલાં રહ્યાં છે. અજાણ્યા માણસો માળાના ચાર દાદરમાંથી એકાદ જગાએ તો ચૂકે જ છે. પણ અમારા જેવા એક એક પગથિયાંનાં લક્ષણોથી પરિચિત જૂના માળાવાસીઓ પણ ક્યારેક થાપ ખાઈ જઈએ છીએ. સારું છે લાકડાંના પગથિયાં ઘસાઈને સાવ લીસાં થઈ ગયાં છે. પડનારની હાલત લાકડાના લપસણિયા પરથી લસરતા બાળક જેવી થાય છે. શારીરિક ઈજા ઓછી થાય છે. પરંતુ દાદર સમજીને ઊતરી રહેલી વ્યક્તિ એકાએક લપસીને લિફ્ટની ઝડપે દાદરને તળિયે જઈને લેટી જાય ત્યારે માનસિક આઘાત લાગે તે સ્વાભાવિક છે. ટપુ જેવા છોકરાઓ તો અવારનવાર એ રીતે જ દાદર પરથી ઊતરતા હોય છે.

ડૉક્ટરે મને હરવા ફરવાની છૂટ આપી હતી પરંતુ શ્રીમતીજી મને છૂટ આપતાં નહોતાં. જેટલીવાર હું પલંગમાંથી બેઠો થતો એટલીવાર એમનો જીવ અધ્ધર થઈ જતો. ચાલીમાં એકાદ આંટો માર્યો નથી ત્યાં તો એમનો હુકમ છૂટે, ‘બસ હવે બહુ ચાલ્યા. ચાલો સૂઈ જાવ. સાજા થયા પછી આખી જિંદગી ચાલવાનું જ છે ને !’

સેવાભાવી પાડોશીઓની અવરજવર ચાલુ જ રહેતી હતી. આ શહેરમાં પ્રેમાળ પાડોશીઓ મળવા એ પણ ભાગ્યની વાત છે. ઘરમાં કંટાળો આવતો ત્યારે સાંજે ચાલીમાં ખુરસી મુકાવી હું આરામથી બેસતો. આવતા-જતા પાડોશીઓ સાથે બે ઘડી ગપ્પાં મારવામાં અને કઠેડાના સળિયા વચ્ચેથી માળાની બહારનું જગત જોવામાં મારો સમય પસાર થઈ જતો. ત્રીજે મજલેથી હું અમારા માળાનું કમ્પાઉન્ડ અને તેની બહારથી પસાર થતી અમારી ગલીની સડક જોઈ શકતો હતો.

શરૂઆતમાં મેં લખ્યું છે કે આપણા જીવનમાં અણધાર્યા બનાવ બનતા જ રહે છે તેમ એક આશ્ચર્યકારક ઘટના બની.

એક સાંજે અમારા માળાથી થોડે દૂર એક એમ્બેસેડર ગાડી ઊભી રહી. ગાડીનું બારણું ખૂલ્યું. અંદરથી એક પરિચિત વ્યક્તિ

ઊતરી. ગાડી સડસડાટ ગલીમાંથી પસાર થઈ ગઈ. ગાડીમાંથી ઊતરનાર વ્યક્તિ જોઈને હું ચોંક્યો. તેની સાથે પેટ પર રુઝાઈ ગયેલા ઘામાં જોરદાર સણકો આવી ગયો.

એ વ્યક્તિ એટલે મારા પાડોશીમિત્ર જેઠાલાલનો ચિરંજીવી ટિપેન્દ્ર ઉર્ફે ટપુ હતો. ગાડીમાંથી ઊતરીને ચાલતો ચાલતો એ માળાના ગેટમાં પ્રવેશ્યો અને એની નજર ત્રીજે મજલે ગઈ. એણે મને જોયો. મેં એને જોયો, એ જાણે ગમ્યું ના હોય તે રીતે એણે ડોકું ફેરવી લીધું. એણે સ્કૂલનો યુનિફોર્મ પહેર્યો હતો અને ખભે ચોપડાથી ભરેલો વજનદાર થેલો હતો. એ દાદર ચઢીને ઉપર આવ્યો. મને જાણે જોયો જ ના હોય તેમ મારી દિશામાં દૃષ્ટિ કર્યા વગર ઝડપથી ચાલીના બીજા છેડે એના ઘરમાં ઘૂસી ગયો.

મને એનું વર્તન બિલકુલ સમજાયું નહીં. એણે મને બરોબર જોયો હતો એટલું જ નહીં ઘરમાં દાખલ થતી વખતે પણ આંખને ખૂણેથી એણે મને જોઈ લીધો હતો એમ મને લાગ્યું. કમ સે કમ 'કેમ છો કાકા ?' એમ પૂછ્યા વગર તો એ જાય જ નહીં. પછી મને થયું, ભાઈસાહેબ કદાચ સ્કૂલની ટેસ્ટમાં કંઈ ઉકાળીને આવ્યા હશે અથવા બીજા કોઈ કારણસર એનો મૂડ ઠેકાણે નહીં હોય એટલે મોં છુપાવીને ભાગી ગયા હશે. મારા મગજમાંથી એ વાત સદંતર નીકળી ગઈ.

બીજે દિવસે પણ એ જ કિસ્સાનું પુનરાવર્તન થયું. મારું ત્યાં બેસવું અને એનું ચૂપચાપ પસાર થઈ જવું. મને કુતૂહલ જાગ્યું, ત્રીજે દિવસે એના આવવાના સમયે હું ખુરસીમાં બેસવાને બદલે એ મને જોઈ ના શકે તે રીતે ચાલીમાં ઊભો રહ્યો. એ કમ્પાઉન્ડના ગેટમાં દાખલ થયો અને વાળનો લચ્છો ઉછાળવાનો ઢોંગ કરી ત્રીજે મજલે મારી રોજની બેઠક પર નજર નાખી લીધી. મને એ જગાએ જોયો નહીં એટલે સહેજ પોતાની ચાલ ધીમી કરી એણે બારીકાઈથી જોયું. હું દેખાયો નહીં તેથી જાણે હાશકારો થયો હોય તેવું લાગ્યું. એ ઉપર

આવે તે પહેલાં હું મારા ઘરમાં સરકી ગયો.

હું એને ગાડીમાંથી ઊતરતો જોઉં છું એ એને ગમતું નથી તેની મને ખાતરી થઈ ગઈ, પણ કારણ સમજાયું નહીં. ધારો કે એના કોઈ પૈસાદાર વિદ્યાર્થીમિત્રની ગાડી સ્કૂલે આવતી-જતી હોય અને એ મિત્ર એને લિફ્ટ આપતો હોય એ બનવાજોગ હતું. પણ મિત્ર એને માળાથી દૂર શા માટે ઉતારતો હતો ? અને ટપુ ભેદી રીતે શા માટે વર્તી રહ્યો હતો એ સમજાયું નહીં. મારા નવરા ભેજામાં કલ્પનાના કાગડા ઉડાઉડ કરી કાગારોળ મચાવવા લાગ્યા.

રોજ સાંજે જેઠાલાલ દુકાનેથી પોતાના ઘેર જતા પહેલાં મારે ત્યાં ડોકિયું કરી મારા ખબરઅંતર પૂછી જતા. ક્યારેક વળી પોતાને ત્યાં જમી પરવારીને મારે ત્યાં ગપ્પાં મારવા આવતા. મને થયું, હું એમને જ પૂછી લઈશ. પણ પછી થયું, જેઠાલાલને તો કાગનો વાઘ કરવાની ટેવ છે. એમની બધી અક્કલ-હોશિયારી એમના ધંધામાં ખેંચાઈ જાય છે. પુત્રની વાત આવે ત્યારે ધીરજ અને કુનેહથી કામ લેવાને બદલે એ લાલ રંગ જોઈને આખલો ભડકે તેમ ટપુ ઉપર ત્રાટકે છે. નજીવી વાતમાં આજે પણ ધોલધપાટ કરી બેસે તો ટપુને મારે માટે પૂર્વગ્રહ બંધાઈ જાય. જેઠાલાલને તો મારે કોઈ પણ હિસાબે છંછેડવા જ નહિ, એમ મેં નક્કી કરી લીધું. તેને બદલે હજુ બીજા બે-ચાર દિવસ જાસૂસી ચાલુ રાખવી અને આડકતરી તપાસ કરવી એમ મેં નક્કી કરી લીધું.

ચોથે દિવસે મેં જુદો જ ત્રાગડો રચ્યો. એના સ્કૂલેથી આવવાના સમયે હું એને ત્યાં પહોંચી ગયો, જોઉં તો ખરો, એના ઘરમાં મને જોઈને એ કઈ રીતે વર્તે છે !

એના દાદા ચંપકલાલ ધોતિયું-ગંજીફરાક પર સ્વેટર ચઢાવી સોફામાં પલાંઠી વાળીને બેઠા હતા. બાજુમાં વિવિધ સૂકા મેવાનું મોટી સાઇઝનું એક ખોખું ખુલ્લું પડ્યું હતું. તેમાંથી એ સૂકો મેવો આરોગી રહ્યા હતા.

'કેમ છો, કાકા ?'

'કોણ ! મે'તા ? આય, ભઈલા, આય... લે... તું યે બે બદામ ખા. બધું થોડું થોડું ચાખ. વધારે ના ખાતો, નહિ તો જેઠાને વહેમ પડશે.'

'એટલે ?'

'દિવાળીમાં કોકે એને આ ભેટ આલ્યું હશે તો મારા બેટાએ કબાટમાં હંતાડી રાખ્યું છે. આજે વળી મને જરા ટાઢ ચઢી તે કબાટમાં હું આ સ્વેટર ખોળતો'તો ત્યાં આ ખોખું હાથમાં આયું તો મેં કીધું બેચાર ફાકડા મારીને પાછું મેલી દઉં. દયા શાક લેવા ગઈ છે. ટપુ હજી નિશાળેથી આયો નથી. હેંડ, અખરોટ, પિસ્તાં, કાજુ, દ્રાક્ષ બધાના બે બે દાણા લઈ લે એટલે બધા આવે એ પહેલાં ખોખું પાછું કબાટ ભેગું કરી દઈએ. શું દિવસો આયા છે, હેં ! છોકરો બાપથી છુપાવે. બાપ છોકરાથી છુપાવે.'

મેં ફક્ત બે બદામ લીધી.

'લે..... લે....'

'ના, કાકા, આજકાલ ઘરમાં આરામ કર્યા કરું છું તેથી ખાધેલું પચતું નથી. ભૂખ લાગતી નથી.'

'જેવી તારી મરજી. તારું ઘર છે. તને આગ્રહ કરવાનો હોય નહિ.' બોલતાં બોલતાં એમણે ઊભા થઈને ખોખું કબાટમાં ગોઠવી દીધું. પછી આવીને પાછા ડાહ્યાડમરા થઈને બેસી ગયા.

'ખાવાનું તો મને ય પચતું નથી. આ ખોખું જો કોઈ હામે ચાલીને મારી હામે ધરે તો હું એક દાણો પણ ના ખાઉં, પણ હંતાડેલું જોયું તો મને દાઝ ચઢી એટલે મેં બુકડા મારી દીધા. હવે એ કહે, તારે પેટે કેમ છે, ભઈલા ?'

'ઠીક છે. ધીરે ધીરે દુખાવો ઓછો થતો જાય છે.'

'તો હારું, હું જાણી જોઈને તારે ત્યાં આવતો નથી. માણહની તબિયત હારી ના હોય ત્યારે એને લમણાઝીંક ગમે નહિ. અહીં બેઠે બેઠે તારી ખબર પુછાયા કરું છું.'

'મને ખબર છે, કાકા.'

'તું આયો એ ગમ્યું.'

અમારી વાત ચાલતી હતી ત્યાં જ ખુલ્લા બારણામાં ટપુએ પ્રવેશ કર્યો. મારી આંખે આંખ મળી. જરા અસ્વસ્થ થઈ ગયો હોય તેમ લાગ્યું.

'આઈ ગયો, બેટા ? જો મે'તા કાકા આયા છે. હવે તો હરતા ફરતા થઈ ગયા છે.'

કંઈ જવાબ આપવાને બદલે એ પલંગ પર એનો થેલો મૂકી, બેસીને એનાં જૂતાં કાઢવા લાગ્યો.

'કેમ છે, દીકરા ?' મેં પૂછ્યું.

'મજામાં.' એણે ટાઢો જવાબ આપ્યો.

'કાકા, આજકાલ ટપુ તો મારે ત્યાં દેખાતો જ નથી.'

'અલ્યા, તારે ત્યાં દેખાતો નથી તો અમારે ત્યાં પણ ક્યાં દેખાય છે ? આ કપડાં બદલ્યાં નથી કે બહાર ભાગ્યો નથી. પછી વહેલી પડજો રાત.'

'મને તો એમ કે ભણવામાં પડ્યો હશે.'

'એનો બાપ કે દાદો કોઈ ભણ્યા'તા કે એ ભણે ? કૂવામાં હોય તો હવાડામાં આવે ને ! બાપાના પૈશા બગાડવા શિવાય એને બીજું કામ શું છે ?'

'ખાસ્સો હોશિયાર છે.'

'છેસ્તો, ગામ આખાને ઉઠાં ભણાવે એવો હોશિયાર છે. પોતે ભણે નહિ તો હોશિયારી શું કરવાની ?'

'દાદાજી, તમે બહુ કચકચિયા થઈ ગયા છો.' ટપુ ફુંગરાયો.

'હાંભળ્યું ને, મે'તા, હું કચકચિયો થઈ ગયો છું. આ અંગૂઠા જેવડું છીછોતરું મને કચકચિયો કહે છે. અમે જો આવી રીતે અમારા બાપ-દાદા હાથે વાત કરતા ને તો એ ડોહાઓ અમારી બે ટાંગડી પકડી છતમાં ઝુમ્મરની પેઠે અમને લટકાવતા, અને આ હાળું કુરકુરિયું વાતવાતમાં મને ડાફું ભરે છે. એનો બાપે ય ડાઘીઆ જેવો છે. એ ય મારો બેટો, મને જોઈને ઘૂરકવા માંડે છે. મે'તા, આજના જમાનામાં ઘયડા થવું એ, હાળું શાપ જેવું છે. અસલના વખતમાં લોકો ડાહ્યા હતા. આવા ટેણિયાઓને પયણાઈને ખીલે બાંધી દેતા અને બધો બાર ટેણીઆને માથે નાખીને હેમાળે હાડ ગાળવા ઊપડી જતા. પણ હવેના ટેણિયા કોઈને ગાંઠતા નથી. હરાયા ઢોરની જેમ રખડે છે અને અમારા જેવા ડોહલાઓને હૂકા મેવા ખાવાના ચહડકા છૂટતા નથી. હવે તો આપણા સાધુ-સંતો હેમાળે જવાને બદલે અમેરિકા જઈને અડ્ડા નાખે છે. પેલા રજનીશને બેડીઓ પેરાઈને અમેરિકાવાળાએ ફેરવ્યા ત્યારે એને હેમાળો હાંભર્યો. તું જ કહે, આમાં માણહની મતિ મૂંઝાઈ જાય કે નહિ !'

ચંપકલાલ એમની દુઃખની દાસ્તાન સંભળાવવા લાગ્યા તે દરમિયાન ટપુ રસોડામાં સરકી ગયો.

'કાકા, આજે તો કોઈ કોઈનું સાંભળે તેમ નથી.'

'હા, ભઈ, અંધેરી નગરી ને ગંડુ રાજા, ટકે શેર ભાજી, ટકે શેર ખાજા. એ વખત હારો હતો કે બધું ટકે શેર મળતું. એ રાજાને ડાહ્યો ગણાવે એવા રાજકારભાર આજે તો ચાલી રહ્યા છે. જીવવાનું તો મોંઘું, પણ હાળું મરવાનું ય મોંઘું થતું જાય છે.'

અમે વાતોના ગોળા ગબડાવતા હતા એ દરમિયાન ટપુ કપડાં બદલીને અમારી તરફ જોયા વગર બહાર છટકી ગયો.

'જોઈ લીધું ને ! અમારા જેઠાના પાટવી કુંવરનો પગ ઘરમાં ટકતો નથી. આપણા માણહો આપણને જ ગાંઠે નહિ પછી પારકાઓ પાહે શું આશા રાખીએ ?'

ચંપકલાલ સાથે થોડી વાતો કરી હું ટપુના વિચિત્ર વર્તન વિશે જાતજાતની અટકળો કરતો ઘર ભેગો થઈ ગયો.

મેં જાસૂસી ચાલુ રાખી. ટપુની હિલચાલ ભેદી હતી. એનો તાગ મેળવવો મુશ્કેલ હતો. ત્યાં અચાનક મને અણધારી રીતે કડી મળી.

શનિવારે બપોરે અમારા માળાવાસી માનનીય શિક્ષક હિમ્મતલાલની પુત્રી વચલી મારા ખબરઅંતર પૂછવા આવી. વચલી એની વયના પ્રમાણમાં ખૂબ ઠાવકી છે. ખાસી ચતુર છે. કોની સાથે કેમ વર્તવું એની એને ખબર છે. વૅકેશનમાં કરાટેના ક્લાસમાં જઈ આવે છે. મહોલ્લાના બેચાર મવાલીઓને ખોખરા કર્યા પછી એની સામે આંખ ઊંચી કરવાની કોઈ હિમ્મત કરતું નથી. વડીલો સાથે ડાહી ડાહી વાત કરતી બેઠી હોય ત્યારે કોઈને ખ્યાલ પણ ના આવે કે આ ચપ્પટ વાળ ઓળતી, ચણી બોર જેવા નાક પર ચૂની પરોવીને ફરતી શામળી, નમણી, નરમ ઢીંગલી જેવી છોકરી એક જ ફટકે કોઈની બત્રીસીની બાદબાકી કરી નાખે તેવી તાકાત ધરાવે છે. ઢીંચણ ઢંકાય તેવું લાંબું ખોખલું ઇસ્ત્રી વગરનું સ્વચ્છ કૉફી કલરનું ફૂલપાંદડીની ભાતવાળું ફ્રોક પહેરીને એ આવી હતી અને મારી સામેના મોટા સોફા પર શાક સમારી રહેલાં શ્રીમતીજીની બાજુમાં

બેઠી બેઠી એ પણ કાકીને શાક સમારવામાં મદદ કરી રહી હતી.

'વચલી, આજકાલ ટપુ બહુ ભણેશરી થઈ ગયો લાગે છે.' મેં દાણો ચાંપી જોયો.

મેં જાણે કંઈ જોરદાર જોક કરી હોય તેમ એ ખડખડાટ હસવા લાગી.

'કેમ, હસી, અલી ?' શ્રીમતીજીએ પૂછ્યું.

'ટપુને કોઈ ભણેશરી કહે તો હસવું ના આવે ?'

'હું તો જોઉં છું, રેગ્યુલર સ્કૂલે આવ-જા કરે છે.' મેં કહ્યું.

'હા, રેગ્યુલર આવ-જા કરે છે પણ સ્કૂલમાં નહિ.' એણે માર્મિક જવાબ આપ્યો. મારા કાન કૂતરાની જેમ ઊંચા થવા લાગ્યા.

'સ્કૂલે નથી જતો ? શું વાત કરે છે ! હું તો એને રોજ સાંજે ટાઇમ ટુ ટાઇમ ઘેર આવતો જોઉં છું.'

'જવા દો ને, કાકા, તમે તો એનો સ્વભાવ જાણો છો ને ! એક નંબરનો વેરીલો છે. ક્યાંક એને ગંધ આવે કે મેં એની કંઈ વાત તમને કરી છે તો પાછો મારી સાથે ઝઘડવા આવે. બીજો કોઈ હોય ને તો હું પાશરો કરી દઉં પણ માળામાં ભેગા રહેવાનું એટલે હું એની દાદાગીરી સાંખી લઉં છું. એમાં તો એ હીરો એમ માને છે કે હું એનાથી ડરું છું. એને જે માનવું હોય તે માને. હું એને વતાવતી જ નથી. એ જાણે ને એનું કામ જાણે. બાકી ભણવાની 'વાત પર તો ચોકડી જ મારી દેજો, કાકા.'

મારા મગજમાં વણાઈ રહેલા સસ્પેન્સના તાણાવાણામાં વચલીએ એક વળ વધારે ચઢાવ્યો. ટપુની ઇતર પ્રવૃત્તિ વિશે જાણવાની મારી તાલાવેલી તીવ્ર બની ગઈ. હું દર્દી મટીને ડિટેક્ટિવ બની ગયો.

'જો, દીકરી, તારી વાત તદ્દન ખરી છે. ટપુને છંછેડવાની તો અમે મોટાઓ પણ હિમ્મત કરતા નથી. પણ જેમ અમારે માટે તું છે એમ એ છે. અમને તમારી ચિંતા તો થાય ને ! વાત નીકળી છે તો તને કહું, આજકાલ રોજ સાંજે એક એમ્બેસેડર ગાડી ટપુને

આપણી ગલીમાં ઉતારીને ચાલી જાય છે. તેથી મને જાણવાની ચટપટી જાગી.'

વચલી શાક સમારતી અટકી ગઈ. એ કંઈ યાદ કરવા મથી રહી હોય તેમ આંખો ઝીણી કરીને બારીની બહાર તાકી રહી. બારીની બારસાખ પર એક કબૂતર બેઠું બેઠું એક પાંખ ઊંચી કરીને ચાંચથી પાંખ નીચે વલૂરી રહ્યું હતું. બગલમાં દાદર થઈ હોય અને હાથ ઊંચો કરીને કોઈ વલૂરી રહ્યું હોય તેમ લાગતું હતું.

'કાકા—'

'હંઅઅઅ...'

'તમે મારું નામ નહિ દેતા...'

'હું મારું પણ નામ નથી આપવાનો—'

'ટપુના મામા.. તમે ઓળખો છો ને !'

'સુંદરલાલ.. સ્મગલર... ?'

'હા...'

'તે ?'

'બે-ત્રણ વાર મેં એમને તમે કહો છો એવી ગાડીમાં અમારી સ્કૂલની બહાર જોયેલા.. ટપુ એમની સાથે કંઈ વાત કરતો હતો. એ સુંદરમામાની જ ગાડી હશે.'

સાંભળીને મને મારી જાત પર ચીઢ ચડી. હું એક નંબરનો ડફોળ ડિટેક્ટિવ હતો. સુંદરલાલની એ ગાડીમાં જેઠાલાલ સાથે હું ભૂતકાળમાં ફરી ચૂક્યો હતો છતાં મેં એ ગાડી ઓળખી નહિ એ મારે માટે શરમજનક હતું.

'કુહં છું, ટપુનો મામો તો છેક અંધેરી રહે છે. એ રોજ સાંજે ટપુને ગાડીમાં અહીં શું કામ મૂકવા આવે ? સ્કૂલ તો પાસે જ છે. આપણા માળાનાં છોકરાં તો ચાલતાં આવ-જા કરે છે !' પત્નીને પણ અચરજ થયું.

'એ જ ભેદ આપણે ઉકલેવાનો છે. સુંદરલાલ સ્વાર્થ વગર આટલે સુધી લાંબા ના થાય.' મેં કહ્યું.

'કાકા, ટપુ તો ઘણી વાર સ્કૂલમાંથી ગાપચી મારે છે.'

'તો તમારા ટીચર્સ કંઈ કહેતા નથી ?'

'ટીચરો પણ એનાથી ડરે છે. ઊલટું ટપુ ગપચી મારે ત્યારે ટીચરો અંદરખાને ખુશ થાય છે. ટપુ ના હોય ત્યારે આખી સ્કૂલમાં બધાને શાંતિ જેવું લાગે છે.'

'ટપુ સ્કૂલે જાય છે ત્યારે માળામાં બધાને શાંતિ લાગે છે, એવું !' શ્રીમતીજીએ સૂર પુરાવ્યો.

એ બંને હસ્યાં પણ સુંદરલાલના નામ સાથે મારા મગજ ઉપર શસ્ત્રક્રિયા થઈ હોય તેવો ચિરાડો પડી ગયો. સુંદરલાલ છેક અંધેરીથી મુંબઈ સુધી ટપુને મળવા આવતા હશે તો એમના બનેવી જેઠાલાલ પણ સંડોવાયા હશે એમ મેં માની લીધું. જેઠાલાલનો ધંધો સારો ચાલે છે. છતાં અવારનવાર એમને આડાતેડા ધંધા કરીને રાતોરાત લખપતિ થઈ જવાની ચળ ઊપડે છે. લોભના માર્યા એ સુંદરલાલ સાથે કંઈ ને કંઈ સાહસ કરતા જ હોય છે અને પછી પસ્તાતા હોય છે. સુંદરલાલ એ રીતે જબાનનો જાદુગર માણસ છે. કંઈ એવી સ્કીમ લઈને આવે છે કે જેઠાલાલ ભૂતકાળ ભૂલીને એમની સ્કીમમાં ઝંપલાવે છે. પણ આ વખતની સ્કીમ મને સમજાતી નહોતી. રોજ સાંજે ટપુને સ્કૂલેથી ઘેર મૂકી જવાનો દાવપેચ મારા મગજમાં કણાની પેઠે ખૂંચવા લાગ્યો.

તરત જ હું ઊભો થયો. બેડરુમમાં જઈને કપડાં બદલી હું બહાર આવ્યો.

'શીદ ચાલ્યા ?'

'આંટો મારવા.'

'બહાર જવાનાં કપડાં પહેરીને !'

'હા, અઠવાડિયા પછી ઑફિસે જવાનું હોય તો પછી ચાલવાની પ્રેક્ટિસ કરું કે નહીં ? આજથી નીચે કમ્પાઉન્ડમાં ચક્કર મારીશ.'

'ચક્કર મારતાં ક્યાંક ચક્કર આવી જશે. ઊભા રહો, હું આવું છું.'

'બિલકુલ નહિ. મારે તારી આંગળી પકડીને નોકરીએ નથી જવાનું. ચક્કર આવશે તો નીચે બેસવાની ઘણી જગ્યા છે. તું તારું કામ કર.'

એ કંઈ વધારે કટકટ કરે તે પહેલાં તો હું ચપલ ચઢાવી બહાર નીકળ્યો અને સીધો પહોંચ્યો જેઠાલાલની રેડીમેડની દુકાને. જેઠાલાલ એમના કોઈ ઓળખીતા ગ્રાહકોને વિદાય આપવા દુકાનની બહાર ફૂટપાથ પર આવીને ઊભા હતા. ગ્રાહકો ટૅક્સીમાં બેસીને વિદાય થયા એ જ વખતે હું જેઠાલાલની નજીક પહોંચ્યો. એમની મારા પર નજર પડી અને જાણે ભૂત જોયું હોય તેમ એ અડધો ફૂટ ઊછળ્યા.

'મમમમ મહેતા સાહેબ !'

'આમાં આટલા ઊછળો છો શું, જેઠાલાલ ? ડૉક્ટરે મને ચાલવાનું કહ્યું જ છે. તમને શું એમ છે કે હું આખી જિંદગી પલંગમાં પડી રહેવાનો છું ?'

'આવો... આવો..., યાર, આ તો ઓચિંતા તમને જોયા એટલે.. આવો.. આવો...'

અમે એમની દુકાનમાં જઈને બેઠા. એમણે નોકરને દોડાવીને ચા મંગાવી. મારાથી લાંબો વખત બેસાય તેમ નહોતું. સહેજ આડીઅવળી વાત કરી મેં એમને પૂછ્યું, 'જેઠાલાલ, સુંદરલાલ સાથે કંઈ નવા ધંધામાં ઝંપલાવ્યું છે કે શું ?'

'ના, ભઈ, મેં તો મારા સાળાને બે-ચાર મહિનાથી જોયો પણ નથી. તમને વળી એ ક્યાંથી યાદ આવ્યો ?

'એમ જ. થોડા દિવસ પહેલાં હું ચાલીમાં ઊભેલો ત્યાં મને એવો ભ્રમ થયો કે ગાડીમાં સુંદરલાલ જઈ રહ્યા છે. મને એમ કે તમને મળવા આવ્યો હશે.'

'ના રે ના. એને ક્યાં એવો ટાઇમ છે ! એ તો એના જ ચક્કરમાં ક્યાંક ફરતો હશે.'

એટલેથી જ વાત વાળી લઈને હું ઘેર આવ્યો. વચલી અને શ્રીમતીજી રસોડામાં હતાં. મેં બંનેને બહાર બોલાવ્યાં.

'જો, બેટા, હવે હું તને જે કામ સોંપું છું એ તારે ખાનગી રાખવાનું છે.'

'બોલો, કાકા.'

'આજે તેં જે સુંદરલાલની વાત કરી એ મને બહુ સિરિયસ લાગે છે, કારણ કે સુંદરલાલ જેઠાકાકાથી ખાનગીમાં ટપુને મળે છે. એમાં ચોક્કસ કંઈ ભેદ છે. સુંદરલાલના ધંધા એવા છે કે ટપુ એમાં ફસાઈ જાય. માટે આપણે જ તપાસ કરવી પડશે. સોમવારથી તું ટપુ ઉપર ચાંપતી નજર રાખંજે અને મને રોજ સાંજે આવીને રિપોર્ટ આપી દેજે. એથી વધારે તારે કંઈ કરવાનું નથી. તારું નામ ક્યાંય નહીં આવે.'

'આવે તો ય હું કંઈ એટલી બધી ડરતી નથી, હોં કે ! શરમ રાખું ત્યાં સુધી રાખું. પણ તમે કહો છો તેમ એ મામા સાથે કંઈ આડાઅવળા ધંધા કરતો હોય તો પછી હું તો એને ખખડાવી નાખું એવી છું.'

'વેરી ગૂડ. તો પછી તું મેં તને કહ્યું એમ કરજે. પછી આપણે વિચારીશું કે શું કરવું.'

સોમવારથી રોજ સાંજે વચલીએ મને રિપોર્ટ આપવા માંડ્યા. ટપુ ચાલુ સ્કૂલેથી છટકીને બહાર સરકી જતો હતો. સ્કૂલથી થોડે દૂર એમ્બેસેડર ગાડી ઊભી રહેતી હતી. તેમાં જઈને એ બેસી જતો. ગાડીમાં બેઠેલા માણસો બરાબર દેખાતા નહોતા. સ્કૂલ છૂટે તે પહેલાં એ પાછો આવીને ગોઠવાઈ જતો હતો. એ ક્યારે પાછો આવતો હતો. તે ખબર પડતી નહોતી. પણ રોજ એની આ ભેદી પ્રવૃત્તિ ચાલતી હતી.

આ સાંભળ્યા પછી મને થયું, જેઠાલાલને આ વાત કહ્યા સિવાય છૂટકો જ નહોતો. રોજ રાત્રે જેઠાલાલ મારે ત્યાં ડોકિયું તો કરતા જ હતા. એ રાત્રે આવ્યા ત્યારે હું એમને મારા બેડરુમમાં લઈ

ગયો. પલંગ પર બેસાડીને ટી.વી. સિરિયલ માટે હું કઈ સસ્પેન્સની સ્ટોરી સંભળાવતો હોઉં તેમ મેં વચલીનું નામ સંડોવ્યા વિના આખો કિસ્સો કહ્યો.

જેઠાલાલ ઝાંખા પડી ગયા. મૂંઝાઈને મારી સામે આંખો મટમટાવવા લાગ્યા. ભૂખનો ઉગ્ર એટેક આવ્યો હોય તેમ મૂછો ચાવવા લાગ્યા. મૂછોની સાથે આખો ઉપલો હોઠ કરડી ખાશે એવો મને ભય લાગ્યો.

'મહેતાસાહેબ મારા મગજમાં આ બેસતું નથી યાર.'

'ખરી વાત છે. મારા મગજમાં પણ ગોઠવાતું નથી પણ જે છે તે છે. નજરે જોયેલી વાત છે. છતાં તમે એક કામ કરો. આવતી કાલે બપોરે એની સ્કૂલ સામે છુપાઈને ઊભા રહો.'

'મહેતાસાહેબ, જો સુંદરિયાએ એને આડાઅવળા કામમાં ફસાવ્યો હશે તો રસ્તા પર મારું હાર્ટ ફેઈલ થઈ જશે. તમે પણ મારી સાથે રહેજો—'

'જેઠાલાલ—'

'મારા પર એટલી મહેરબાની કરો, મહેતાસાહેબ, જુવો, તમારી તબિયત ઠીક નથી એટલે હું તમને બે ડગલાં નહીં ચલાવું. આપણે બપોરથી ટૅક્સી ભાડે કરી લઈશું અને ટૅક્સીમાં જ એની પાછળ જઈશું. પછી તમને શું વાંધો છે ? પ્લીઝ, મહેતાસાહેબ.'

'ભલે.'

વચલીએ કહેલું, કાયમ એક વાગ્યા પછી જ એ બહાર સરકી જાય છે. અમે એક વાગ્યા પહેલાં ટૅક્સીમાં સ્કૂલ પાસે પહોંચ્યા. સ્કૂલથી દૂર ઊભેલી એમ્બેસેડર ગાડીને અમે ઓળખી કાઢી અને વચ્ચે ખાસું અંતર રહેવા દઈને ટૅક્સી ઊભી રાખી. સ્કૂલના ઝાંપાની બહાર ડાબી બાજુએ એમ્બેસેડર હતી. અમે ઝાંપાની જમણી બાજુએ દૂર ટૅક્સી ઊભી રાખી. ટપુ અમારી દિશામાં નહિ આવે એની અમને ખાતરી હતી.

લગભગ એકના સુમારે ટપુ બહાર નીકળ્યો. આજુબાજુ

ઊડતી નજર દોડાવી તે પેલી ગાડી તરફ ગયો. અમે ટૅક્સીવાળાને સૂચના આપી જ રાખી હતી. જેવો ટપુ પેલી ગાડીમાં ગોઠવાયો તેની સાથે અમારી ટૅક્સીએ પીછો શરૂ કર્યો. પહેલી જ વાર જેઠાલાલનો ચેપ મને લાગ્યો. હું મારી મૂછોના વાળ ખેંચવા લાગ્યો.

એમ્બેસેડર રસ્તાઓ-ગલીકૂંચીઓ વટાવતી એક જગાએ અટકી. અમે પણ દૂર અટક્યા. ટપુ એના થેલા સાથે નીચે ઊતર્યો. ચાલતો ચાલતો એક પાનની દુકાને ગયો. અમે આશ્ચર્યથી જોઈ રહ્યા. એણે પાન તો ખાધું નહીં. પણ ત્યાં શું કર્યું તે દેખાયું નહીં. થોડી વારે પાછો આવીને ગાડીમાં ગોઠવાઈ ગયો. પાછલી બેઠક પર કોઈ માણસ બેઠેલો હતો પણ પાછળના કાચમાંથી એ ઓળખાતો નહોતો.

વળી પાછી ગાડી દોડવા લાગી. એક જગાએ અટકી. ટપુ ઊતર્યો. ચાલતો ચાલતો એક સિગારેટ-બીડીના થડા પર ગયો. ત્યાં થોડી વાર રોકાયો. પાછો ફર્યો.

ત્રણ કલાક આ જ બનાવ બનતો રહ્યો. માત્ર એટલો ખ્યાલ આવ્યો કે થેલામાંથી એ કોઈ ચીજ કાઢીને આ દુકાનો અને હાટડીમાં આપતો હતો.

છેવટે ગાડી સ્કૂલ ભણી પાછી ફરી. અમે ટૅક્સીમાં જેઠાલાલની દુકાને ઊતર્યા. બેમાંથી એક ને આખો કિસ્સો સમજાતો નહોતો. છતાં કંઈ ગરબડીઆ કામકાજ હતું તેની અમને બંનેને પાકે પાયે ખાતરી થઈ ગઈ.

'બોલો મહેતાસાહેબ—'

'હું શું બોલું... તમે બોલો...'

'એ નપાવટને હું પૂછીશ તો, સાલો, કંઈ કબૂલ નહિ કરે. ઉપરથી સુંદરિયો ચેતી જશે તો આપણને ખબર નહિ પડે. તેના કરતાં આવતી કાલે પાછા આપણે એની પાછળ જઈએ અને જેવો એ ગાડીમાંથી નીચે ઊતરે કે આપણે ટૅક્સી ગાડી પાસે લેવડાવી બંનેને પકડીએ. પછી તો સાચી વાત કર્યા વગર એમનો છૂટકો નથી.'

'બરોબર છે.' મેં કહ્યું. 'બીજો કોઈ રસ્તો નથી.'

બીજે દિવસે વળી પાછો એ જ રીતે અમે પીછો શરૂ કર્યો. ગાડી ક્યાં અટકશે એનો અમને ખ્યાલ હતો. તરત જ અમે ટૅક્સી ગાડીની લગોલગ લેવડાવી અને ગાડીમાંથી બહાર નીકળીને પાનની દુકાન તરફ જઈ રહેલા ટપુ પર જેઠાલાલ ટૅક્સીનું બારણું ખોલીને ત્રાટક્યા. ટપુને ગળચીમાંથી બરોબર પકડ્યો. મારે ગાડીનું બારણું ખોલી સુંદરલાલની સાથે ગોઠવાઈ જવાનું હતું પણ હું બારણું ખોલું તે પહેલાં તો અંદર બેઠેલા અજાણ્યા શખસે મને બારીમાંથી મુક્કો માર્યો. સદ્ભાગ્યે મુક્કો મારા કાન પર ઘસાઈને પસાર થઈ ગયો એટલે હું રસ્તા પર ફેંકાઈ જતાં બચી ગયો પણ મારા હાથમાંથી બારણાનું હેંડલ છૂટી ગયું અને ગાડી સડસડાટ ભાગી ગઈ.

ટપુ અને જેઠાલાલ વચ્ચે સાઠમારી ચાલી રહી હતી ત્યાં હું

જેઠાલાલની મદદ પહોંચ્યો. અમે બંનેએ ધમપછાડા કરી રહેલા ટપુને ઢસડીને ટૅક્સીમાં નાંખ્યો.

ટપુએ ટૅક્સીમાં પણ લાતાલાતી કરવા માંડી. મને તો પેટ પર લાત વાગે તો મારું આવી બને તેવી પરિસ્થિતિ હતી. પહેલી જ વાર મેં જેઠાલાલ કરતાં બમણા જોરથી ટપુને ટીપવા માંડ્યો.

ટૅક્સી અમે માળાના કમ્પાઉન્ડમાં લેવડાવી ત્યાં સુધી ટપુ ટાઢો પડી ગયો હતો. મેં એને પકડી રાખ્યો. જેઠાલાલે ટૅક્સીના પૈસા ચૂકવ્યા. અમે ટપુને તાણતા તાણતા એમને ઘેર લઈ ગયા.

'બોલ, નાલાયક શું કરતો'તો ?' જેઠાલાલે ધક્કો મારીને એને પલંગમાં ઝીંક્યો.

'શું છે, જેઠા ?' પલંગમાં વામકુક્ષિ કરી રહેલા ચંપકલાલ એમની બાજુમાં ટપુને પડેલો જોઈ બેઠા થઈ ગયા.

'બાપુજી, તમે બોલતા જ નહીં.'

એ ત્રણે વચ્ચે જીભાજોડી, ઝપાઝપી ચાલતી રહી એ દરમિયાન મેં ટપુનો સ્કૂલનો થેલો ખોલ્યો. તેમાં ચોપડીઓ નહોતી. કાગળમાં બાંધેલા એકસરખી સાઇઝનાં પડીકાં હતાં. મેં એક પડીકું ખોલ્યું. બદામી રંગનો પાવડર જોઈ હું ઘડીભર વિચારમાં પડી ગયો. તેમાંથી વિચિત્ર પ્રકારની તીવ્ર વાસ આવી રહી હતી. અચાનક મારા ભેજામાં બત્તી થઈ. 'બ્રાઉન સુગર' મારા મોંમાંથી ઉદ્ગાર નીકળ્યા.

જેઠાલાલ થીજી ગયા. હું પણ ખુલ્લા પડીકા અને ખુલ્લા મોં સાથે પૂતળાની જેમ બેસી રહ્યો.

'અલ્યા, ભઈ, જરા ફોડ તો પાડો. બપોરે બપોરે આ શાની મોંકાણ માંડી છે.'

'બાપુજી, ગાંજા ને ચરસ જેવી બ્રાઉન સુગરના રવાડે લોકો ચઢી ગયા છે. અને પેલો સુંદરિયો આ નાલાયક પાસે એ ધંધો કરાવે છે. મેં એને આજે પકડ્યો.'

'હાચી વાત છે, ટપુ ?'

'દાદાજી, મને કંઈ ખબર નથી. મામા મને કહે, રોજ તું આટલાં પડીકાં વહેંચી આવીશ ને પૈસા લઈ આવીશ તો રોજના સો રૂપિયા આપીશ. મને ખબર નથી પડીકામાં શું છે ? મામાએ મારી સ્કૂલનો હોય છે એવો ખાસ થેલો કરાવેલો. ગાડીમાં એમનો માણસ રોજ આ થેલા સાથે આવતો'તો. મને બધે લઈ જતો'તો. રોજના મને સો રૂપિયા મળતા હતા.'

સાંભળીને જેઠાલાલ ભાંગી પડ્યા.

'જેઠાલાલ, તમને વાંધો ન હોય તો હું જાઉં. મને હજી પેટમાં દુઃખે છે, કામ હોય તો મારે ત્યાં આવજો.'

'થૅન્ક્યુ, મહેતાસાહેબ.'

હું ઘેર જઈને સૂઈ ગયો. મને સુંદરલાલની શક્તિ માટે માન થયું. સ્કૂલના યુનિફૉર્મ અને થેલા સાથે કોઈ છોકરો બ્રાઉન સુગરની ડિલિવરી કરતો હોય તો પોલીસને બીજાં ૧૦૦ વર્ષ સધી શંકા ના આવે.

જેઠાલાલ તે દિવસ પછી અંધેરી જઈને સાળા સુંદરલાલ સાથે ઝઘડી આવ્યા.

મેં એક દિવસ એમને કહ્યું, 'જેઠાલાલ, તમારે મને થોડા રૂપિયા આપવાના છે.'

'શાના ?'

'જેણે આ કિસ્સાની જાસૂસી કરી, મને બાતમી આપી તેને બક્ષિસ આપવા. આપણને ખબર ના પડી હોત તો છોકરો કાં બ્રાઉન સુગરની લતે ચઢી જાત, કાં પકડાઈને જેલમાં જાત.'

જેઠાલાલની આંખમાં ઝળહળિયાં આવી ગયાં.

'મારે એ માણસને જાતે મળીને એનો આભાર માનવો છે.'

'એ બને તેમ નથી. તમારે જે આપવું હોય તે મને આપો.

એમ જ સમજો ને કે તમે મને જ બક્ષિસ આપી રહ્યા છો.'

જેઠાલાલ પરબીડિયામાં ૫૦૧ રૂપિયા મને આપી ગયા. મેં શ્રીમતીજી સાથે એ પરબીડિયું વચલી પર મોકલાવી આપ્યું. એમાં એક પતાકડી લખી મોકલી.

'થેન્ક્યુ, મિસ રજની જુનિયર.'

❑

૨૦૧૦ના ઊંધા ચશ્મા

'મારું બખ્તર ક્યાં છે ?' મેં ડોશીને પૂછ્યું.

'શું ક્યાં છે ?' ડોશીએ પૂછ્યું.

ડોશી એટલે મારી પત્ની. એક જમાનામાં હું 'ચિત્રલેખા' નામના સાપ્તાહિકમાં હાસ્યલેખોની કટારો લખતો ત્યારે મારી પત્નીને શ્રીમતીજી તરીકે ઓળખાવતો. કોણ જાણે કેટલાં વરસ થઈ ગયાં એ વાતને. મારી આંખે મોતિયા આવ્યા, મારા દાંત પડી ગયા, લેખક તરીકે હું નિવૃત્ત થઈ ગયો. મારી પત્ની સાવ કહેતાં સાવ ડોશી થઈ ગઈ છે. કશું સાંભળતી નથી. સાંભળે છે તો સમજતી નથી. પારાવાર ઉપાધિ છે.

એકીસમી સદી, એકવીસમી સદી, એકવીસમી સદી. રાજીવ ગાંધીએ કારણ વગર કૂદકા માર્યા. અમને ધક્કા માર્યા. વીસમી સદીમાં અમે ખાસ અઢારમી સદીનું જીવન જીવી રહ્યાં હતાં. પણ એમનાથી ખમાયું નહીં. અને અમને ધક્કા મારી મારીને એકવીસમી સદીની ગાડીમાં ચઢાવી દીધાં અને કંઈ ઉપાધિ થઈ છે ! કંઈ ઉપાધિ થઈ છે !

'એ બહેરી, મારું મોં પર ઓઢવાનું બખ્તર ક્યાં છે ?'

બખ્તર એટલે પ્રદૂષણ-પ્રતીકારક મુખવટો. પણ એ ચીજને હું ટૂંકમાં બખ્તર કહું છું.

'તો એમ ચોખ્ખું બોલો ને. હજાર વાર કહ્યું, દાંત ગયા પછી તમે શું બોલો છો એ કશું સમજાતું નથી. દાંતનું ચોકઠું કરાવી લો ને !'

'બોલ્યા દાંતનું ચોકઠું કરાવી લો. પેલા ડેન્ટિસ્ટ ચોકઠાના દસ હજારૂ રૂપિયા કહે છે. પચીસ વર્ષ પહેલાં હાથીદાંત પણ સસ્તા મળતા હતા.'

'હેં ?'

'હેં હેં ના કર. મારું બખ્તર ક્યાં છે ? મારાથી ધુમાડો ખમાતો નથી.'

'તમારા બખ્તરમાં કાણાં પડી ગયાં હતાં. પેલી કેલ્યુલેટરવાળી આવેલી. એને બખ્તર આપીને કેલ્ક્યુલેટર લઈ લીધું.'

ગમે તે સદી આવે પણ સ્ત્રીઓની આદત જાય નહીં. પહેલાં એ જૂનાં કપડાં આપીને પ્યાલા બરણી વસાવતી હતી. હવે એ કેલ્ક્યુલેટર એકઠાં કરે છે. આ બાબતમાં અમે હજુ પણ પછાત છીએ. એક જમાનામાં લોકોને ઘરે ટીવી આવી ગયા હતા ત્યારે અમારે ટ્રાન્ઝિસ્ટર હતું. હવે લોકોને ત્યાં કોમ્પ્યુટરો છે ત્યારે અમારે તે કેલ્ક્યુલેટર છે.

જ્યારે હું નોકરી કરતો, નિયમિત પગાર લાવતો, ત્યારે પત્ની જાતે હિસાબ કરતી હતી. ૧૯૯૫માં હું નોકરીમાંથી નિવૃત્ત થયો, નિયમિત આવક બંધ થઈ તે પછી પત્ની કેલ્કયુલેટરનાં રવાડે ચઢી છે. નવરી પડે છે ત્યારે એ બેઠી બેઠી કેલ્ક્યુલેટરનાં બટનો દબાવ્યા કરે છે અને મહિનાની આખરે બિલો ચૂકવતી વખતે બધાની સાથે ઝઘડે છે.

૨૦૦૦ની સાલમાં અમારો માળો પાછલી બાજુથી પડી ગયો હતો. જે માળાવાસીઓ પાછલી બાજુ હતા તેમાંના કેટલાક ગુજરી ગયેલા. કેટલાકના હાથ પગ ભાંગેલા. અમે ત્યારે બચી ગયેલાં. પછી મકાનમાલિકે એ જગાએ ૭૫ મજલાનું મકાન ઊભું કરી દીધું. અમને જૂના ભાડવાતોને એણે ભોંયતળિયા પર ડબલ રૂમો આપી દીધેલી. આમ તો મકાનમાલિકને ફક્ત ૫૦ માળ બાંધવાની જ પરવાનગી મળેલી પણ એણે બીજા ૨૫ માળ ઉપર ખેંચી કાઢ્યા તેનું

ભારે કૌભાંડ થયેલું પણ એ ૨૫ માળામાં એણે મ્યુનિસિપલ કમિશનરથી માંડીને મહારાષ્ટ્રના મુખ્યમંત્રી, મંત્રીઓ, વિરોધ પક્ષના નેતાઓ વગેરને ફ્લૅટો આપેલા તેથી ૭૫ માળનું મકાન ટકી રહ્યું છે. તકલીફ એક જ છે : ભોંયતળિયાના અમારા રૂમની છત એણે સાત ફૂટ ઊંચી રાખી છે. શરૂ શરૂમાં એક વાર બે હાથ ઊંચા કરી હું આળસ મરડવા ગયેલો ત્યારે મારો એક હાથ સિલિંગ ફેનની અડફેટમાં આવી છોલાઈ ગયેલો. સિલિંગ ફેન તો આમ આઉટ ઓફ ફૅશન થઈ ગયા છે પરંતુ અમે વીસમી સદીની યાદગીરી રૂપે રાખ્યા છે.

રોજ રાત પડે આખા શહેર પર ઝેરી ધુમાડો છવાઈ જાય છે. સાંજે સાત વાગ્યા પછી તો તમારે પ્રદૂષણનો પ્રતીકારક મુખવટો પહેરવો જ પડે. નાનપણમાં અમદાવાદની ઠંડીમાં અમે ફક્ત આંખોનો ભાગ ખુલ્લો રહે તેવી ગળા સુધીની ઊનની વાંદરા ટોપી પહેરતા. આ નક્કર પ્લાસ્ટિકનું બખ્તર પણ વાંદરાટોપી જેવું જ છે. અમારા ઓરડામાં ઝેરી ધુમાડો એવો જામે છે કે મારા નાકનું ટેરવું પણ મને દેખાતું નથી. ફક્ત એક પલંગ અને ખુરશી-ટેબલ માય તેવો એક ઓરડો ને એક માણસ ઊભું ઊભું રાંધી શકે તેવું કબાટ જેવું રસોડું છે. ચોવીસે કલાક બત્તી-પંખા ચાલુ રાખીએ છીએ છતાં સાજે જ્યારે ધુમાડાનું ધુમ્મસ જામે છે ત્યારે અમે ડોસા-ડોસી એકબીજાને અથડાયા જ કરીએ છીએ. વાંદરા ટોપીઓ ચઢાવી હોય છે ત્યારે અમે બંને દરિયાના તળિયે કોઈ ભેદી ખજાના માટે ફાંફાં મારતા મરજીવાઓ જેવાં દેખાઈએ છીએ. ૧૦ વર્ષ પહેલાં અમે એક રંગી ટીવી ખરીદેલો તે પલંગથી એક ફૂટ દૂર ગોઠવ્યો છે. ટીવીના પર્દાને અમારા નાક અડે એટલા નજીક નમીને અમે પ્રોગ્રામો જોઈએ છીએ.

૨૫ વર્ષ પહેલાં 'હમલોગ' નામની સિરિયલ એ લોકો દેખાડતા હતા. ત્યારે એ ખૂબ વખણાયેલી તેથી હવે એ પછી રિપીટ

કરી રહ્યા છે. ૧૯૮૫માં હિન્દી ફિલમોમાં ચુંબનોનાં દૃશ્ય દેખાડવાની પરવાનગી મળી ત્યારે ચકચાર થઈ ગયેલી. હવે એ લોકોએ ટીવી પર એવાં દૃશ્યો ચાલુ કર્યાં છે. ૨૫ વર્ષમાં કલાકારો વ્યવસ્થિત ચુંબન કરતાં પણ શીખ્યાં નથી.

વડાપ્રધાન રાજીવ ગાંધીએ આખી ગુજરાતી પ્રજાને પછાત જાતિ તરીકે જાહેર કરી દીધી હતી તેથી અનામત બેઠકનો હવે પ્રશ્ન રહેતો નથી. દર વર્ષે એક એક કોમને પછાત-અનુસૂચિત-જનજાતિમાં ઉમેરતા ગયા તેથી વિરોધ શમતો ગયો. સૌથી છેલ્લે બ્રાહ્મણોને પણ તેમાં સમાવી લેવામાં આવ્યા. રાજીવજીએ કહ્યું કે, વેદકાળમાં ઈશ્વરની પૂજાભક્તિ કરવાનો અધિકાર કેવળ બ્રાહ્મણોનો જ છે. બ્રાહ્મણોની ઉન્નતિ માટે ખાસ યોજનાઓ જાહેર કરવામાં આવી છે.

'કુહં છું, તમારા બખ્તર માટે બૅન્કમાંથી લોન લઈ આવજો.' ડોશી મને કહે છે.

'તારે બેઠે બેઠે બોલવાનું છે. એક વાર જા બૅન્કમાં એટલે ખબર પડે. દસ હજારની લોન પાસ કરે છે તો નવ હજાર બૅન્કવાળા જ પડાવી લે છે.'

'તે છો ને પડાવી લે, આપણા હજાર તો એ લોકો પાછા માગે નહીં ને !'

ડોશીનું મગજ પણ કેલ્ક્યુલેટર જેવું થઈ ગયું છે.

'હલો, અંકલ....' બારણામાંથી પરિચિત અવાજ આવે છે.

'કોણ ?' મારી બહેરી પત્ની પૂછે છે.

'આપણા ટીપેન્દ્રભાઈ છે.' હું મોટેથી બોલું છું.

'ઓહો ! ટીપેન્દ્રભાઈ ! ઘણા દિવસે ! આવો.. આવો..'

મારા અસલના પાડોશી મિત્ર જેઠાલાલના પુત્ર ટીપેન્દ્ર આજે બૉમ્બેના મોટા બિલ્ડર ગણાય છે. કરોડપતિ થઈ ગયા છે. અમારો જૂનો માળો પડી ગયો ત્યારે ટપુ ઉર્ફે ટીપેન્દ્ર મકાનમાલિક સાથે ખૂબ લડેલા. તે પછી મકાનમાલિકે એમને નવા બિલ્ડિંગમાં ૫૦મે માળે

એક મોટો ફ્લૅટ આપ્યો તે પછી ટીપેન્દ્ર મકાનમાલિક સાથે હળી ગયા. આજે મહારાષ્ટ્ર સરકારનું ન્યુ બૉમ્બેમાં જે સચિવાલય બંધાઈ રહ્યું છે તેના બાંધકામનો કોન્ટ્રેક્ટ ટીપેન્દ્ર પાસે છે. જૂના સચિવાલયમાં ટીપેન્દ્રના પિતા જેઠાલાલ તથા મામા સુંદરલાલ એક મોટો ડિપાર્ટમેન્ટલ સ્ટોર ખોલવાના છે. દસ વર્ષ પહેલાં ટીપેન્દ્રના દાદા ચંપકલાલ ગુજરી ગયા ત્યારે એમની ભવ્ય સ્મશાનયાત્રામાં મહારાષ્ટ્રના મંત્રીઓથી માંડીને માલદારો અને મવાલીઓ જોડાયેલા. તે પછી અમારી ગલીનું નામ 'ચંપક માર્ગ' પડ્યું છે. ટપુએ અમારા માળાના પાડોશી શિક્ષક હિમ્મતલાલની પુત્રી વચલી સાથે પ્રેમલગ્ન કરેલાં પણ બંને વચ્ચે મતભેદ થયેલા. છૂટાછેડા લીધા પછી ટીપેન્દ્ર એક ફિલ્મની હીરોઇન સાથે પરણ્યો પરંતુ એને એની સાથે પણ જામતું નથી અને હવે એ મોટે ભાગે ફોરેનમાં ફરતો હોય છે. એનું એ બાજુ કંઈ લફરું છે. છૂટાછેડા લીધા પછી વચલીએ પોતાના કોચિંગ ક્લાસ શરૂ કર્યા. એ હવે વિધાનસભાની ચૂંટણીમાં ઊભા રહેવાનો વિચાર કર્યા કરે છે એમ અમે સાંભળ્યું છે.

'આન્ટી, આજકાલ મારે ફોરેનમાં ફરવાનું થાય છે.' ટીપેન્દ્રએ અંદર આવતાં કહ્યું.

'હા ભઈ, તમે મોટા માણસ છો. આજે અહીં તો કાલે કેનેડા.' આન્ટી બોલી.

'આજે લિફ્ટમાં જરા ગરબડ થઈ ગઈ છે. તો મને થયું, ચાલો લિફ્ટ ચાલુ થાય ત્યાં સુધી અંકલને ત્યાં બેસું.'

ટીપેન્દ્ર છેક નજીક આવ્યો ત્યારે અમને દેખાયો. એણે કંઈ બટન વગરનું કાળા ચામડાનું રાતા રંગનું જાકીટ પહેર્યું હતું. એવા જ રંગનું તંગ પાટલૂન પહેર્યું હતું જેના પર ત્રણ ઇંચ પહોળો પટ્ટો પહેર્યો હતો.

'શું ગરબડ થઈ ગઈ છે લિફ્ટમાં ?' મેં પૂછ્યું.

'લિફ્ટ ચલાવવા માટે લિફ્ટમેનની જગ્યાએ હું જાપાનથી

રોબોટ લઈ આવેલો.'

'શું લાવેલો ?' ડોશીએ પૂછ્યું.

'રોબોટ.'

'રોબોટ એટલે યંત્રમાનવ, મશીનનો બનાવેલો માણસ.' મેં પત્નીને સમજાવ્યું.

'હા, પણ આપણા બિલ્ડિંગના માણસો એવા જંગલી છે કે રોબોટ જોડે અડપલાં કરી કરીને એને બગાડી નાખ્યો.'

'ટીપેન્દ્રભાઈ, મશીન એ મશીન અને માણસ એ માણસ.'

'અરે, આન્ટી, તમને ખબર નથી. એક રોબોટ છ લિફ્ટો સંભાળતો હતો. મેં છ લિફ્ટમેનોને છૂટી કરી દીધેલા.'

'શું વાત કરો છો ? અમે તો, ભાઈ, અહીં હેઠે રહીએ એટલે અમને લિફ્ટની ખબર ના પડે.'

'અમારી બંનેની તબિયત નરમ-ગરમ રહ્યા કરે છે. મેં સાંભળેલું કે આવું કંઈ તમે લઈ આવ્યા છો. હું જોવા ગયો પણ મને કંઈ દેખાયું નહીં.'

'અરે, અંકલ, ચાલો, હમણાં તમને દેખાડું. એને માટે તો ખાસ રૂમ બનાવ્યો છે. આપણા બિલ્ડિંગનાં છોકરાંઓ ત્યાં જઈને એને તંગ કરે છે.'

'ચાલો, તો હું ય આવું.' ડોશી બોલ્યાં.

ધુમાડાના ધુમ્મસમાં ટીપેન્દ્રની પાછળ પાછળ અમે પરસાળમાં ચાલતાં ચાલતાં લિફ્ટો પાસે પહોંચ્યાં. લિફ્ટો પાસે લોકો એકઠા થઈને બુમરાણ મચાવી રહ્યાં હતાં. લિફ્ટમેનોની ગેરહાજરીમાં અંધાધૂંધી વ્યાપી હતી.

'ટીપેન્દ્રભાઈ, લિફ્ટમેન વગર પણ લિફ્ટ તો ચાલી શકે ને ?' મેં પૂછ્યું.

'એ જ તો મુસીબત છે, અંકલ. આમ આવો.' ટીપેન્દ્ર અમને લિફ્ટમેનોની બાજુમાં આવેલી એક કૅબિનમાં લઈ ગયો.

કૅબિનમાં એક મોટું કોમ્પ્યુટર હતું. કોમ્પ્યુટર સામે એક

ખુરશીમાં બીમાર માણસની જેમ યંત્રમાનવ ઢળી પડ્યો હતો.. કોઈ ધાતુનું બનેલું એનું આખું શરીર ચમકી રહ્યું હતું.

'આ કોમ્પ્યુટર પર આ રોબોટ છ યે લિફ્ટ ચલાવતો હતો. એ બગડ્યો તેની સાથે લિફ્ટ અટકી પડી છે. જ્યાં સુધી એ સાજો નહીં થાય ત્યાં સુધી લિફ્ટ ચાલુ નહીં થાય. મેં એની ફિસથી રોબોટ ડૉક્ટરને બોલાવ્યા છે. એ આવે ત્યાં સુધી રાહ જોવી પડશે.'

ટીપેન્દ્રએ એક બટન દબાવ્યું તેની સાથે રોબોટ સળવળ્યો. તે પછી બંને વચ્ચે અંગ્રેજીમાં સંવાદ શરૂ થયો. રોબોટનો અવાજ યંત્રમાંથી નીકળ્યો તે ભાવવિહીન કર્કશ હતો.

'હલો, રોબોટ, તબિયત કેમ છે ?'

'જહન્નમમાં જાઓ, સાલાઓ.'

'તારા માટે ડૉક્ટર બોલાવ્યો છે.'

'મારે ડૉક્ટર નથી જોઈતો.'

'તો શું જોઈએ છે ?'

'મારે આ જંગલી દેશમાં કામ નથી કરવું. મને પાછો મોકલાવી દો.'

'તું અમને જંગલી કહે છે ?'

'પછાત છો પછાત.. તમે લોકો કતારમાં ઊભા રહેવાનું શીખ્યા નથી. એક લિફ્ટમાં આઠથી વધારે એલાઉટ નથી. પાટિયાં લગાડ્યાં છે છતાં તમે જંગલીઓ અંદર પંદર પંદર જણ ઘૂસો છો. પછી મારે કેવી રીતે લિફ્ટો ચલાવવી ? ચાલો નીકળો અહીંથી. મારે તમારી સાથે વાત નથી કરવી.'

'જો એ રોબોટ, કામ કરવાની તારી કંપનીને અમે ફી આપીએ છીએ. તું કંઈ અમારા પર ઉપકાર નથી કરતો.'

'શું બોલ્યો ?' ખુરશીમાંથી ઊભા થતા રોબોટમાંથી ડિંગ ડિંગ અવાજ આવ્યો.

'દાદાગીરી નહીં કર.' ટીપેન્દ્ર બોલ્યો.

'જંગલી, તું મારું અપમાન કરે છે ?' રોબોટે લોખંડી પાવડા

જેવો એનો પંજો ઉગામ્યો તેની સાથે અમે ત્યાંથી ભાગ્યાં.

રોબોટ અમારી પાછળ પાછળ કૅબિનમાંથી બહાર આવ્યો. બૂમો મારતો એ લિફ્ટો તરફ આગળ વધ્યો. ત્યાં ઊભેલા લોકો પર એના પોલાદી પ્રહાર થતાં બે-ચાર જણ કારમી ચિચિયારી સાથે ભોંય ભેગા થઈ ગયા. બાકીના ભયભીત હાલતમાં ચારે બાજુ ભાગવા લાગ્યા. ધુમાડાના ધુમ્મસમાં છાયાનૃત્ય ચાલી રહ્યું હોય તેવો દેખાવ હતો.

ત્યાં એકાએક કોઈનો બુલંદ અવાજ સંભળાયો.

'રોબોટ !'

'ડૉક્ટર...'

'આ શું માંડ્યું છે ?'

'ડૉક્ટર, મારે અહીં નથી રહેવું.'

'તારી કૅબિનમાં જા.'

'ના.'

'જાય છે કે નહીં ?'

'ના.'

જાપાનીઝ ડૉક્ટરે વિચિત્ર પ્રકારની એક રિવોલ્વર કાઢી રોબોટ પર ગોળીબાર કર્યો. રોબોટ ભોંય પર તૂટી પડ્યો.

'આઈ એમ સૉરી, મિસ્ટર ટીપેન્દ્ર, રોબોટ હડકાયો થઈ ગયો હતો. મારે એને ખતમ કરવો પડ્યો. એની જગ્યાએ બીજો મોકલાવી આપીશું. પણ સાચું કહું, મિસ્ટર ટીપેન્દ્ર, તમારો દેશ હજી આ માટે તૈયાર નથી. હજી તમને બીજાં સો વરસ લાગશે.'

સાંભળીને અમે ઘરભેગાં થઈ ગયાં. રાજીવજીને ભરોસે હું વાંદરાટોપી પહેરી ૨૦૧૦ની સાલ સુધી પહોંચ્યો છું.

હવે બાવીસમી સદી માટે હું તૈયાર નથી.

❑❑❑